MAGNUS PETURSSON
Lehrbuch der isländischen Sprache

Magnús Pétursson

LEHRBUCH DER ISLÄNDISCHEN SPRACHE

Mit Übungen und Lösungen

2., überarbeitete Auflage

HELMUT BUSKE VERLAG

1. Auflage 1981 (ISBN 3-87118-434-9)
2., überarb. Auflage 1987 (ISBN 3-87118-820-4)

Zu den Aussprache-, Grammatik- und Leseübungen ist eine
Tonkassette lieferbar. Laufzeit 70 Minuten
ISBN 3-87118-442-X

CIP-Kurztitelaufnahme der Deutschen Bibliothek

Pétursson, Magnús:
Lehrbuch der isländischen Sprache: mit Übungen u. Lösungen/
Magnús Pétursson. – Hamburg: Buske
[Hauptbd.]. – 2., überarb. Aufl. – 1987
ISBN 3-87118-820-4

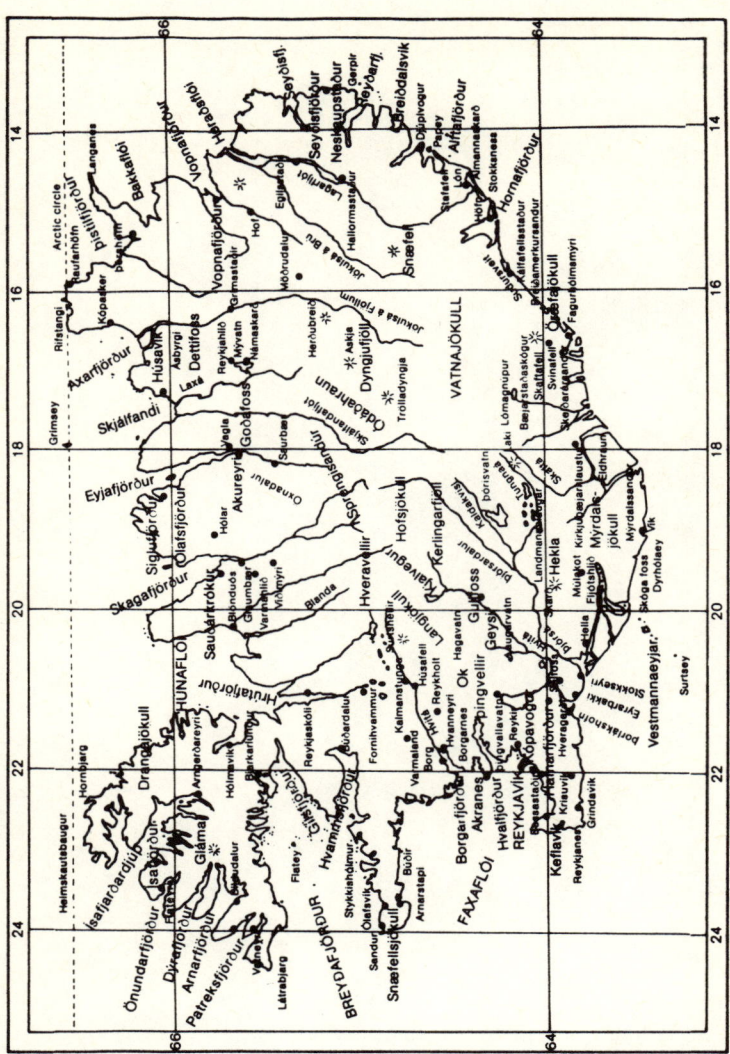

Karte von Island

VORWORT

Vorliegendes Lehrbuch der isländischen Gegenwartssprache oder des modernen Isländischen beschreitet gegenüber seinen deutschsprachigen wie auch anderssprachigen Vorgängern in mehrfacher Hinsicht neue Wege. Auf Grund seiner Erfahrungen mit anderen Lehrbüchern hofft der Verfasser mit diesen Neuerungen dem Lernenden den Zugang zur isländischen Sprache zu erleichtern.

Das Lehrbuch ist so abgefaßt, daß es sich sowohl zum Selbststudium als auch zum Studium unter der Leitung eines Lehrers eignet. Deshalb werden allen Übungen Lösungen beigefügt und Einzelheiten der Grammatik in einfacher Weise erläutert. Der Lernende sollte sich von Anfang an die Regeln der Aussprache gründlich einprägen. Leider ist es nicht möglich, isländische Rundfunksendungen auf dem europäischen Festland zu hören. Er kann daher die Aussprache nur nach Regeln lernen, darf jedoch zuversichtlich erwarten, daß ihn auch das Selbststudium zu einer annehmbaren Aussprache führen wird. Zu einer weiteren Unterstützung wurden Tonbandkassetten hergestellt.

Isländisch steht als germanische Sprache in engem Verwandtschaftsverhältnis zur deutschen Sprache. Im Gegensatz zu dieser, die sich im Laufe ihrer Geschichte sehr stark geändert hat, weist das Isländische eine viel größere Stabilität auf und hat sich seit dem 9. Jahrhundert nur geringfügig geändert. Vor allem hat sich die morphologische Struktur gut erhalten. In der Aussprache sind größere Veränderungen, die zum Teil durch die Orthographie verschleiert werden, eingetreten. Als Folge seiner morphologischen Stabilität fällt dem Anfänger der große Formenreichtum des Isländischen auf.

Die Substantive konnten in diesem Buch in 60 Paradigmen oder Flexionsmuster zusammengefaßt werden, und andere Wortklassen haben ebenfalls viele Paradigmen. Doch sollte man bei diesem Formenreichtum nicht übersehen, daß es bedeutende Regelmäßigkeiten gibt, die es ermöglichen, sich die Paradigmen sehr schnell anzueignen. Viele Paradigmen sind in der Tat nur geringfügige Varianten eines Haupttyps. Der Lernende wird schnell die Regelmäßigkeiten erkennen und dabei feststellen, daß die Schwierigkeiten nicht so groß sind, wie es anfangs scheinen mag, jedenfalls nicht größer als bei einer anderen Fremdsprache. Isländisch gehört nicht zu den häufig gelernten Sprachen. Wer sich für Isländisch interessiert, wird daher in der Regel ein Einzelgänger bleiben. Obwohl Isländisch gegenwärtig nur von 229000 Menschen gesprochen wird, gehört es zu den großen Kultursprachen der Erde. Wer Isländisch beherrscht, dem ist sowohl die alte als auch die neue isländische Literatur in ihrem ganzen Reichtum zugänglich. Nur ein kleiner und geringer Unterschied trennt das moderne Isländisch vom Altnordischen (Altisländischen), der Sprache also, in der die Eddagedichte und die isländischen Familiensagas geschrieben wurden. Das Studium der modernen isländischen Sprache eröffnet deshalb eine glanzvolle und eigenartige Kulturwelt, an der zwar alle germanischen Völker ihren Anteil gehabt haben, den Isländern aber die Aufgabe zufiel, dieses Kulturerbe zu retten und es vor der Vergessenheit zu bewahren.

Hamburg, Februar 1980   Magnús Pétursson

VORWORT ZUR 2. AUFLAGE

Nach überraschend kurzer Zeit ist eine zweite Auflage dieses Lehrbuches notwendig geworden. Druckfehler und einige andere offensichtliche Ungenauigkeiten wurden korrigiert, aber das Textmaterial ist weitgehend unverändert geblieben. Fehlende Wörter im Wörterverzeichnis sind ebenfalls ergänzt worden. Die Bibliographie wurde erweitert und auf den neuesten Stand gebracht. Als besonders wertvolle Ergänzung zu diesem Lehrbuch möchte ich auf das folgende Buch hinweisen:

COLIN D. THOMSON: Íslensk beygingafræði – Isländische Formenlehre – Icelandic Inflections (Helmut Buske Verlag, Hamburg 1987)

Thomsons Buch enthält nahezu vollständige Angaben zu den Flexionen und Konjugationen der modernen isländischen Sprache und zwar synchronisch betrachtet und nicht aus der historischen (diachronischen) Perspektive wie in den meisten anderen Büchern, die modernes Isländisch behandeln. Für jeden, der modernes Isländisch lernen will, wird das Buch Thomsons unentbehrliches Nachschlagewerk und Hilfsmittel sein.

Die erste Auflage dieses Buches ist von der Fachwelt überwiegend positiv aufgenommen worden. Für folgende fünf wertvolle Besprechungen zur ersten Auflage habe ich zu danken:

1. JÓN FRIÐJÓNSSON: Íslenskt mál og almenn málfræði 3, 159–167 (1981)
2. ANATOLY LIBERMAN: Scandinavian Studies 54, 169–171 (1982)
3. ULRICH GROENKE: Island-Berichte der Gesellschaft der Freunde Islands, 23. Jg., Heft 3/4, S. 137–139 (1. Dezember 1982)
4. ISAO YAKAME: Nihon-Aisurando Kenkyūkaikaihō 2, 6–8 (1982)
5. G. V. VORONKOVA: Kalbotyra 26 (3), 135–136 (1986)

Für andere wertvolle Hinweise, die ich in dieser Neuauflage zu berücksichtigen versucht habe, habe ich den folgenden Herren ganz besonders zu danken:

Herrn Dr. Owe Gustavs, Rostock; Herrn Gunnlaugur Ingólfsson, Reykjavík; Professor Anatoly Liberman, Minneapolis; Professor Sadao Morita, Tōkyō; Herrn Dr. Helmut Vogler, München und Herrn Hubert Wieczorrek, Geesthacht.

Meinem Verleger, Herrn Helmut Buske, möchte ich besonders danken, daß er keine Mühe gescheut hat, um diese Neuauflage drucktechnisch optimal zu gestalten.

Hamburg, im September 1986   Magnús Pétursson

INHALTSVERZEICHNIS

12

14

15

BIBLIOGRAPHIE

Hand- und Lehrbücher des Isländischen

Blöndal, Sigfús og Ingeborg Stemann: Praktisk lærebog i islandsk nutidssprog (København 1959, 3. Aufl.)

Einarsson, Stefán: Icelandic. Grammar, Texts, Glossary. (The Johns Hopkins Press, Baltimore 1972, 6. Aufl.) [*Gut und ausführlich*]

Einarsson, Stefán: Linguaphone Icelandic Course – Námsskeið í íslenzku (Linguaphone Institute, London 1953)

Eskeland, Ivar og Magnús Stefánsson: Lærebok i islandsk (Oslo 1963)

Friðjónsson, Jón: A course in modern Icelandic (Tímaritið Skák, Reykjavik 1978) [*Gut, aber nicht zum Selbststudium geeignet, da es keine Angaben zur Aussprache enthält*]

Fries, Ingegerd: Lärobok i nutida isländska (Biblioteksförlaget, Stockholm 1976) [*Gut, aber vielleicht in einigen Teilen etwas knapp*]

Glendening, P. T. J.: Icelandic (Teach Yourself Books, London 1985, 10. Aufl.)

Jónsson, Jón Hilmar: Islandsk grammatikk for utlendinger (Málvísindastofnun Háskóla Íslands, Reykjavík 1984)

Jónsson, Jón Hilmar: Øvelseshefte i islandsk grammatikk for utlendinger (Málvísindastofnun Háskóla Íslands, Reykjavík 1984)

Jónsson, Snæbjörn: A Primer of modern Icelandic (Oxford University Press, London 1941, 2. Aufl.)

Kvaran, Eiður S. und Fingerhut, Otto: Lehrbuch der isländischen Sprache (2. verb. Auflage, Greifswald 1940)

Orgland, Ivar og Frederik Raastad: Við lærum íslenzku – Lærebok i islandsk (NKS-Forlaget, Oslo 1976)

Polyglott-Sprachführer: Isländisch (Polyglott-Verlag, Köln und München 1968)

Allgemeine Übersichten über die isländische Sprache

Halldórsson, Halldór (Hrsg.): Þættir um íslenzkt mál eftir nokkra íslenzka málfræðinga (Almenna Bókafélagið, Reykjavík 1964)

Haugen, Einar: Die skandinavischen Sprachen. Eine Einführung in ihre Geschichte (Helmut Buske Verlag, Hamburg 1984) [*Behandelt das Isländische in gesamtskandinavischer Perspektive*]

Orešnik, Janez: Studies in the Phonology and Morphology of Modern Icelandic (Helmut Buske Verlag, Hamburg 1985) [*Feine Untersuchungen zur Phonologie und Morphologie des modernen Isländischen*]

Pétursson, Magnús: Isländisch (Buske, Hamburg 1978)

Grammatik

Árnason, Kristján: Íslensk málfræði (2 Bände) (Iðunn, Reykjavík 1980)

Guðfinnsson, Björn: Íslenzk málfræði (Ísafoldarprentsmiðja, Reykjavík 1946)

Guðmundsson, Valtýr: Islandsk Grammatik. Islandsk Nutidssprog (H. Hagerups Forlag, København 1922) [*Photomechanischer Nachdruck, Reykjavík 1983*]

Gunnarsson, Jón: Málmyndunarfræði (Iðunn, Reykjavík 1973) [*Erste generativ-transformationelle Grammatik des modernen Isländischen*]

Halldórsson, Halldór: Íslenzk málfræði handa æðri skólum (Ísafoldarprentsmiðja, Reykjavík 1950)

Kress, Bruno: Laut- und Formenlehre des Isländischen (VEB Max Niemeyer Verlag, Halle 1963) [*Sehr gut*]

Kress, Bruno: Isländische Grammatik (VEB Enzyklopädie, Leipzig 1982) [*Vermutlich die ausführlichste Grammatik des modernen Isländischen, die bis heute verfaßt worden ist*]

18

Smári, Jakob Jóh.: Íslenzk málfræði (Reykjavík 1923)
Thomson, Colin D.: Íslensk beygingafræði – Isländische For-
menlehre – Icelandic Inflections. Ein Lehr- und Tabellen-
buch in drei Sprachen Isländisch – Deutsch – Englisch
(Helmut Buske Verlag, Hamburg 1987) [*Ein unentbehrli-
ches Hilfsmittel für jeden, der modernes Isländisch lernen
will*]

Syntax

Guðfinnsson, Björn: Íslenzk setningafræði handa skólum og
útvarpi (Ísafoldarprentsmiðja, Reykjavík 1938)
Halldórsson, Halldór: Kennslubók í setningafræði og greinar-
merkjasetningu handa framhaldsskólum (Reykjavík 1955)
Matthíasson, Haraldur: Setningaform og stíll (Bókaútgáfa
Menningarsjóðs, Reykjavík 1959)
Smári, Jakob Jóh.: Íslenzk setningafræði (Reykjavík 1920)
[*Die beste und ausführlichste Syntax des modernen Isländi-
schen, die bis heute erschienen ist*]

Phonetik und Aussprache

Bergsveinsson, Sveinn: Grundfragen der isländischen Satz-
phonetik (Metten & Co., Berlin; Munksgaard, Kopenha-
gen 1941)
Einarsson, Stefán: Beiträge zur Phonetik der isländischen
Sprache (Brøggers Boktrykkeri, Oslo 1927)
Garnes, Sara: Quantity in Icelandic: Production and Percep-
tion (Hamburger Phonetische Beiträge 18. Helmut Buske
Verlag, Hamburg 1976)
Guðfinnsson, Björn: Mállýzkur I (Ísafoldarprentsmiðja,
Reykjavík 1946)
Guðfinnsson, Björn: Breytingar á framburði og stafsetningu

(Ísafoldarprentsmiðja, Reykjavík 1947; 2. Aufl. Iðunn,
Reykjavík 1981)
Guðfinnsson, Björn: Um íslenzkan framburð: Mállýzkur II
(Studia Islandica 23. Heimspekideild Háskóla Íslands og
Bókaútgáfa Menningarsjóðs, Reykjavík 1964)
Kress, Bruno: Die Laute des modernen Isländischen (Schulze &
Co., Berlin 1937)
Pétursson, Magnús: Les articulations de l'islandais à la lumière de
la radiocinématographie (Klincksieck, Paris 1974)
Pétursson, Magnús: Aspects acoustiques et articulatoires du
phonétisme islandais (Service de Reproduction des Thèses,
Université de Lille-III, Lille 1974)
Pétursson, Magnús: Drög að almennri og íslenskri hljóðfræði
(Iðunn, Reykjavík 1976)
Pétursson, Magnús: Drög að hljóðkerfisfræði (Iðunn, Reykjavík
1978)

Wörterbücher

Árnason, Mörður; Sigmundsson, Svavar; Thorsson, Örnólfur:
Orðabók um slangur, slettur, bannorð og annað utangarðs-
mál (Bókaútgáfan Svart á Hvítu, Reykjavík 1982) [Wörter-
buch über Slang im Isländischen]
Bergsveinsson, Sveinn: Isländisch-deutsches Wörterbuch (VEB
Enzyklopädie-Verlag, Leipzig 1967) [Klein, aber gut]
Berkov, V. P.: Islandsko-russkij slovar' (Gosudarstvennoe Izda-
tel'stvo inostrannyx i nacional'nyx slovarej, Moskva 1962)
[Sehr gut]
Blöndal, Sigfús: Íslenzk- dönsk orðabók (Prentsmiðjan Guten-
berg, Reykjavík 1920–1924) [Gut und umfassend] [Photome-
chanischer Nachdruck, Reykjavík 1980]
Bogason, Sigurður Örn: Ensk-íslenzk orðabók (Ísafoldarprent-
smiðja, Reykjavík 1966)
Brynjólfsson, Ingvar G.: Isländisch-deutsches, deutsch-isländi-

20

sches Wörterbuch (Langenscheidt, Berlin-München-Wien-Zürich 1980, 9. Aufl.)

Böðvarsson, Árni: Íslensk orðabók handa skólum og almenningi (Bókaútgáfa Menningarsjóðs, Reykjavík 1983) [*Einziges isländisch-isländisches Wörterbuch; sehr gut*]

Cleasby, Richard, Gudbrand Vigfússon and William A. Craigie: An Icelandic-English Dictionary (Oxford 1957, 2. Aufl.)

Gunnarsson, Freysteinn: Dönsk orðabók með íslenzkum þýðingum (Ísafoldarprentsmiðja, Reykjavík 1957, 2. Aufl.)

Holm, Gösta (Hrsg.): Svensk-isländsk ordbok/Sænsk-íslensk orðabók (Walter Ekstrand Bokförlag, Lund/Almenna Bókafélagið, Reykjavík 1982) [*Ein ausgezeichnetes Werk mit einer kurzen grammatischen Übersicht, die sich sehr gut zum schnellen Nachschlagen eignet*]

Ófeigsson, Jón: Þýzk-íslenzk orðabók (Ísafoldarprentsmiðja, Reykjavík 1953, 2. Aufl.) [*Sehr gut*]

Sigmundsson, Svavar (Hrsg.): Íslensk samheitaorðabók (Styrktarsjóður Þórbergs Þórðarsonar og Margrétar Jónsdóttur, Háskóla Íslands, Reykjavík 1985) [*Erstes Synonymwörterbuch des modernen Isländischen*]

Sörenson, Sören: Ensk-íslensk orðabók (Örn og Örlygur, Reykjavík 1984) [*Sehr gut*]

Toorn-Piebenga, G. A. van der: IJslands woordenboek: IJslands-Nederlands/Nederlands-IJslands (Van Goor Zonen, Amsterdam/Brussel 1985)

Zoëga, Geir T.: Íslenzk-ensk orðabók (Reykjavík 1942, 3. Aufl.)

Isländische Literatur

Barüske, Heinz (Hrsg.): Moderne Erzähler der Welt. Island (Horst Erdmann Verlag, Tübingen/Basel 1974)

Einarsson, Stefán: A history of Icelandic literature (The Johns Hopkins Press for the American-Scandinavian Foundation, New York 1957)

Einarsson, Stefán: Íslenzk bókmenntasaga 874–1960 (Snæbjörn Jónsson & Co., Reykjavík 1961) [*Umfangreichste und beste Übersicht über die isländische Literatur von 874 bis 1960*]
Jónsson, Finnur: Den oldnorske og oldislandske litteraturs historie I–III (København 1920–1924, 2. Aufl.)
Nordal, Sigurður: Íslenzk menning I (Reykjavík 1942) [*Sehr gute und einsichtsvolle Sicht auf die alte isländische Literatur*]
Pétursson, Hannes og Helgi Sæmundsson: Íslenzkt skáldatal a–l og m–ö (Bókaútgáfa Menningarsjóðs og Þjóðvinafélagsins, Reykjavík 1973–1976) [*Kurzgefaßte Übersicht über die isländische Literatur in Form einer Enzyklopädie*]
Steblin-Kamenskij, M. I.: The Saga Mind (Odense University Press, Odense 1973) [*Originelle und beachtliche Theorie zur Frage der Entstehung und der Wahrheit in den alten isländischen Familiensagas*]
Sveinsson, Einar Ól.: Íslenzkar bókmenntir í fornöld (Almenna Bókafélagið, Reykjavík 1962) [*Gute Übersicht über einen Teil der altisländischen Literatur*]
Vries, Jan de: Altnordische Literaturgeschichte, 2 Bände (Walter de Gruyter, Berlin 1964–1967, 2. Aufl.) [*Sehr gut*]

Lesetexte

Jansson, Sven B. F.; Gunnar Leijström og Sigurður Þórarinsson: Íslenzkir leskaflar. Ett urval av nyare isländsk prosa (Svenska Bokforlaget Norstedts, Stockholm 1949) [*Gut gewählte und kommentierte Auswahl von moderner isländischer Literatur*]

ABKÜRZUNGEN[1]

abl. = Ablaut; ablautend; Ablautklasse
Adj. adj. = Adjektiv
adj. = adjektivisch
Adv., adv. = Adverb
Akk., akk. = Akkusativ
Art., art. = Artikel
bes. = besonders
Dat., dat. = Dativ
def. = defektiv
Dem., dem. = Demonstrativ
e-ð = eitthvað = etwas
e-m = einhverjum = jemandem
e-n = einhvern = jemanden
e-r = einhver = jemand
e-s = einhvers = jemandes
F., f. = Femininum
Fut., fut. = Futur
Gen., gen. = Genitiv
Imp., imp. = Imperativ
Impf., impf. = Imperfekt
Ind., ind. = Indikativ
Indef., indef. (ind.) = indefinit, Indefinita
Inf., inf. = Infinitiv
Inter., inter. (int.) = interrogativ, Interrogativa
intr. = intransitiv
koll. = kollektiv
Komp., komp. = Komparativ
Kon., kon. = Konjunktion
Kond., kond. = Konditional
Konj., konj. = Konjunktiv

1 In den Wörterverzeichnissen werden alle Abkürzungen klein geschrieben.

Kons. = Konsonant
M., m. = Maskulinum
Med., med. = Medium (Mediopassiv)
N., n. = Neutrum
Nom., nom. = Nominativ
P., p. = Person
Parad. = Paradigma (Flexions- oder Konjugationsmuster)
Part., part. = Partizip
Part. präs. = Partizip Präsens
Perf., perf. = Perfekt
Pl., pl. = Plural
Plusq., plusq. = Plusquamperfekt
Pos., pos. = Positiv
Poss., poss. = Possessiv
P. P., p. p. = Partizip Perfekt
Präp., präp. = Präposition
Präs., präs. = Präsens
Pron., pron. = Pronomen
refl. = reflexiv
Sg., sg. = Singular
subst. = substantivisch
Subst., subst. = Substantiv
Sup., sup. = Superlativ
tr. = transitiv
unfl. = unflektierbar
ur. = unregelmäßig
V., v. = Verb
vgl. = vergleiche
vi. = intransitives Verb
vt. = transitives Verb
Z., z. = Zahlwort

PHONETIK

1.0 Schrift und Aussprache

Isländisch wird wie andere westeuropäische Sprachen mit den Buchstaben des lateinischen Alphabets geschrieben. Die Buchstaben ð þ æ sind dem Isländischen eigentümlich. Dagegen kommen die Buchstaben c q w und z in isländischen Texten nur in ausländischen Wörtern vor. Nachstehende Tabelle gibt die alphabetische Reihenfolge, die phonetische Transkription mit Beispielen und die Buchstabennamen an:

Tabelle 1. Das isländische Alphabet

Nr. Buchstabe Name Lautwert Beispiele

1. a [aː]
[aː]	ala [aːla] »ernähren«
[a]	alla [atla] »alle«
[au]	anga [auŋka] »riechen«
[öː]	laut [löːt] »Niederung, Vertiefung«
[ö]	rautt [röiht] »rot« (N.)
[ai:]	bagi [paiːjɪ] »Schaden«

2. á [auː]
[auː]	ál [auːl] »Aluminium«
[au]	áll [autl̥] »Aal«

3. b [pjeː]
[p]	ber [peːr] »nackt«
[pː]	Hebba [hepːa] (weibl. Eigenname)

4. d [tjeː]
[t]	dagur [taːɣʏr] »Tag«
[tː]	Edda [etːa] (weibl. Eigenname)

5. ð [eːð]
[ð]	eða [eːða] »oder«
[θ]	maðkur [maθkʏr] »Wurm«

6. e [eː]
[eː]	er [eːr] »ist«
[e]	ferð [ferð] »Reise«
[ei:]	mega [meiːɣa] »dürfen«

25

	[ei]	engi [eiɲcɪ]	»Wiese«
7. é [je:]	[je:]	él [je:l]	»Schneeschauer«
	[je]	þéttur [θjehtʏr]	»dick«
	[e:]	hér [çe:r]	»hier«
	[e]	hérna [çetna]	»hier«
8. f [ef:]	[f]	fara [fa:ra]	»gehen«
	[f:]	sóffi [souf:ɪ]	»Sofa«
	[v]	sofa [so:va]	»schlafen«
	[p]	svefn [svepn̩]	»Schlaf«
9. g [ce:]	[k]	gat [ka:t]	»Loch«
	[c]	gef [ce:v]	»(ich) gebe«
	[k:]	vagga [vak:a]	»schaukeln«
	[c:]	leggja [lec:a]	»legen«
	[kv]	guð [kvʏ:ð]	»Gott«
	[ɣ]	laga [la:ɣa]	»reparieren«
	[x]	lagt [laxt]	»hingelegt«
	[j]	bogi [poi:jɪ]	»Bogen«
10. h [hau:]	[h]	hafa [ha:va]	»haben«
	[ç]	hér [çe:r]	»hier«
11. i [ɪ:]	[ɪ:]	bitur [pɪ:tʏr]	»bitter«
	[ɪ]	inni [ɪn:ɪ]	»drin«
	[i]	Ingi [iɲcɪ]	(männl. Vorname),
		illur [itlʏr]	»schlecht«
12. í [i:]	[i:]	svín [svi:n]	»Schwein«
	[i]	þíddur [θit:ʏr]	»aufgetaut«
13. j [jo:ð]	[j]	já [jau:]	»ja«
14. k [kʰau:]	[kʰ]	kafa [kʰa:va]	»tauchen«
	[cʰ]	kæla [cʰai:la]	»abkühlen«
	[hk]	hakka [hahka]	»hacken«
	[hc]	hakki [hahcɪ]	»(ich) hacke« (Konj.)
	[k]	banka [pauŋka]	»klopfen«,
		reka [re:ka]	»treiben«
	[c]	reki [re:cɪ]	»Treibholz«
	[x]	ekta [exta]	»echt«
15. l [etl̥]	[l]	lá [lau:]	»lag«

	[l̥]	allt [al̥t] »alles«
	[lː]	villa [vɪlːa] »Villa«
	[tl]	villa [vitla] »Fehler«
	[tl̥]	öll [ötl̥] »alle« (N.)
16. m [emː]	[m]	má [mau:] »darf«
	[mː]	amma [amːa] »Großmutter«
	[m̥]	kempa [cʰem̥pa] »Held«
17. n [enː]	[n]	ná [nau:] »erreichen«
	[nː]	brenna [prenːa] »brennen«
	[n̥]	henti [hen̥tɪ] »warf«
	[tn̥]	einn [eitn̥] »ein«
	[ɲ]	enginn [eiɲcɪn] »niemand«
	[ɲ̥]	banki [pauɲ̥cɪ] »Bank«
	[ŋ]	einkum [eiŋkʏm] »vor allem«
	[ŋ]	langa [lauŋka] »Lust haben«
18. o [oː]	[oː]	og [oːɣ] »und«
	[o]	olli [otlɪ] »verursachte«
	[oiː]	bogi [poiːjɪ] »Bogen«
19. ó [ouː]	[ouː]	ól [ouːl] »gebar«
	[ou]	hóll [houtl̥] »Hügel«
20. p [pʰjeː]	[pʰ]	poki [pʰoːcɪ] »Sack«
	[hp]	hoppa [hohpa] »springen«
	[p]	spara [spaːra] »sparen«
	[f]	skipti [scɪftɪ] »wechselte«
21. r [erː]	[r]	refur [reːvʏr] »Fuchs«
	[rː]	þerra [θerːa] »trocknen«
	[r̥]	herti [her̥tɪ] »erhärtete«
22. s [esː]	[s]	saga [saːɣa] »Geschichte«
	[sː]	hissa [hɪsːa] »erstaunt«
23. t [tʰjeː]	[tʰ]	tala [tʰaːla] »sprechen«
	[ht]	hætta [haihta] »Gefahr«
	[t]	stóll [stoutl̥] »Stuhl«
24. u [ʏː]	[ʏː]	una [ʏːna] »gefallen«
	[ʏ]	ull [ʏtl̥] »Wolle«
	[u]	ungur [uŋkʏr] »jung«

27

25. ú [uː]	[uː]	úti [uːtɪ]	»draußen«
	[u]	fúss [fus:]	»Wut«
26. v [vafː]	[v]	vera [veːra]	»sein«
27. x [exs]	[xs]	lax [laxs]	»Lachs«
28. y [ɣfsɪlon ɪ:]	[ɪ:]	yfir [ɪːvɪr]	»über«
	[ɪ]	bytta [pɪhta]	»kleines Boot«
	[i]	þyngd [θiŋkt]	»Gewicht«
29. ý [ɣfsɪlon iː]	[iː]	sýna [siːna]	»zeigen«
	[i]	fýll [fitl̥]	»Eissturmvogel«
30. þ [θotn̥]	[θ]	þá [θauː]	»dann«
31. æ [aiː]	[aiː]	gæta [caiːta]	»aufpassen«
	[ai]	gætti [caihtɪ]	»paßte auf«
32. ö [öː]	[öː]	fölur [föːlʏr]	»blaß«
	[ö]	höll [hötl̥]	»Schloß«
	[öiː]	lögin [löiːjɪn]	»die Gesetze«
	[öi]	löng [löiŋk]	»lang« (F.)

1.1.0 Bemerkungen zur Lautschrift und zu einzelnen Lauten

Isländisch wird gewöhnlich mit einer Mischung bestehend aus den Zeichen des internationalen phonetischen Alphabets (API) und aus Zeichen, die auf einheimischer Tradition beruhen, phonetisch transkribiert. Eine einheitliche allgemein anerkannte phonetische Transkription gibt es nicht. Hier wird versucht, in möglichst enger Anlehnung an das internationale phonetische Alphabet zu transkribieren. Einige aus einheimischer Tradition übernommene Zeichen werden jedoch beibehalten, um die Abweichung von sonst üblichen Transkriptionen nicht übermäßig zu vergrößern. In diesem Buch bildet die südisländische Aussprache, die von zwei Dritteln der Bevölkerung verwendet wird, die Grundlage der phonetischen Beschreibung.

28

1.1.1 Verschlußlaute

Die orthographischen Verschlußlaute **b d g** sind stimmlos und unaspiriert. Sie klingen sehr ähnlich den französischen [p t k] in pas »Schritt«, tas »Haufen«, cas »Fall« (oder den deutschen **b d g** im Wortanlaut nach einer Pause) und werden in diesem Buch dementsprechend [p t c k] transkribiert.

Die einheimische Tradition benutzt im allgemeinen die Zeichen [ḅ ḍ ǧj ǧ]. Von diesen Lauten bereiten nur die palatalen Verschlußlaute dem deutschen Sprecher Schwierigkeiten. Das Zeichen [c] bezeichnet einen palatalen Verschlußlaut, der mit dem Zungenrücken im palatalen Bereich mit sehr großer Berührungsfläche artikuliert wird. Dieser Laut ist im Deutschen unbekannt. Deutsche interpretieren ihn anfangs meistens als **g+j**. Die Orthographie der Palatalen ist **g+j**, **k+j** oder die Kombination von **g, k** + **í, i, ý, y, e, ei, ey, æ**. Beispiele:

gjá [cau:] »Kluft«, kjósa [c^{h}ou:sa] »wählen«, gír [ci:r] »Schaltung«, kýr [c^{h}i:r] »Kuh«, get [ce:t] »kann«, ket [c^{h}e:t] »Fleisch«, Geir [cei:r] männl. Vorname, keyra [c^{h}ei:ra] »fahren«, kæla [c^{h}ai:la] »abkühlen« usw.

Die orthographischen **p t k** bezeichnen aspirierte Verschlußkonsonanten (wie im Deutschen **p t k** in Post, Tal, Kohle) nur wenn sie im Wortanlaut oder als erster Laut (Silbenanlaut) eines Gliedes im zusammengesetzten Wort stehen. Beispiele:

panna [p^{h}an:a] »Pfanne«
taka [t^{h}a:ka] »nehmen«
kynda [c^{h}ınta] »heizen«
kol [k^{h}o:l] »Kohle«
Hákot [hau:k^{h}o:t] Eigenname

In allen anderen Stellungen klingen sie wie **b d g** [p t c k], d. h. stimmlos und unaspiriert.

1.1.2 bb, dd, gg

Die orthographischen **bb, dd gg** bezeichnen lange Verschlußkonsonanten [p: t: c: k:]. Beispiele:
Stebbi [step:ɪ] männl. Vorname, Hedda [het:a] weibl. Vorname, leggja [lec:a] »hinlegen«, veggur [vek:ʏr] »Wand«
Die orthographischen **pp, tt, kk** dagegen bezeichnen nicht lange
Konsonanten, sondern sogenannte »präaspirierte« Konsonanten, d. h. eine Verbindung von [h] + Verschlußlaut (siehe 1.2.6).

1.1.3 Wenn **p t k** vor einem anderen stimmlosen Konsonanten
stehen, werden sie zu Engelauten, d. h. spirantisiert:
p wird zu [f]: skipta [scɪfta] »wechseln«, skips [scɪfs] »Schiffs«
t wird zu [θ] (selten): litka [lɪθka] »färben«
k wird zu [x]: taktu [tʰaxtʏ] »nimm«
In einigen Wörtern kann jedoch der erste Konsonant als Verschlußlaut erhalten bleiben. Die Bedingung dafür ist, daß der
vorangehende Vokal als lang erhalten bleibt (1.8.0):
skips [scɪ:ps] »Schiffs«, litka [lɪ:tka] »färben«

1.1.4 Die Kombination **fn, fl** wird als [pn, pl] (im Wortauslaut
[pn̥, pl̥]) ausgesprochen:
hafna [hapna] »ablehnen«, höfn [höpn̥] »Hafen«, afla [apla]
»fischen, skafl [skapl̥] »Schneehaufen«

1.1.5 Vor **j** verschwindet **g** in der Aussprache. Die Kombination
Vokal+**g**+**i** wird als Vokal+[jɪ] ausgesprochen, z. B.:
beygja [pei:ja] »Kurve«, bogi [poi:jɪ] »Bogen«
Vor **g**+**i** werden alle Vokale mit Ausnahme von [i u] als langer
Diphthong ausgesprochen. Statt [ɪi] wird jedoch häufig [i:] ausgesprochen. Statt [ʏi] wird häufig [y:] gehört: **hugi** [hʏi:jɪ] oder
[hy:jɪ] »dem Geist« (Dat. Sg. von **hugur**), z. B.:
megi [mei:jɪ] »dürfe«; bagi [pai:jɪ] »Schaden« usw.

1.2.0 Die Engelaute

Das Isländische hat folgende Engelaute: [f, v; θ, ð; s; ç, j; x, γ; h].
Von diesen Lauten kommen [θ ð γ] in der deutschen Sprache
nicht vor.

1.2.1 [f v] sind labiodentale Engelaute wie die entsprechenden
deutschen Laute in finden oder wollen (das deutsche [v] wird
meistens w geschrieben). Das [f] wird f geschrieben. Im Wort-
auslaut nach Vokal oder nach r wird f meistens als [v] ausge-
sprochen. Das [v] wird im Wortanlaut v geschrieben, in intervo-
kalischer Stellung und vor ð, g, r und in einigen Fällen nach
Konsonant jedoch als f. Beispiele:
fara [faːra] »fahren«, hörfa [hörva] »zurückweichen«, vísa
[viːsa] »zeigen«, sofa [soːva] »schlafen«, sofðu [sovðʏ]
»schlaf«, höfgi [hövcɪ] »schwerer Schlaf«, hafrar [havrar]
»Hafer«
Nach ú, á, ó verschwindet [v] häufig in der Aussprache, z. B.:
máfur [mauːʏr] »Möve«, hófur [houːʏr] »Huf«, ljúfur [ljuːʏr]
»gutmütig«
Für die Gruppen fn, fl siehe 1.1.4.

1.2.2. [θ ð] sind apikoalveolare Engelaute, sehr ähnlich den eng-
lischen [θ ð], [θ] stimmlos und [ð] stimmhaft, die orthogra-
phisch als th, z. B. in think »denken«, this »dieser«, bezeichnet
werden. Im Isländischen ist die Zungenspitze jedoch abwärts
und nicht aufwärts gerichtet wie im Englischen. Deshalb können
die isländischen [θ ð] kaum als dentale Engelaute bezeichnet
werden, obwohl solche Bezeichnung in vielen Büchern zu fin-
den ist. Das [θ] wird orthographisch als þ bezeichnet, im Inlaut
vor k jedoch als ð. Die Orthographie für [ð] ist ð. Beispiele:
þetta [θehta] »dies«, traðka [tʰraθka] »mit den Füßen treten«,
báðir [pauːðɪr] »beide«, sagði [saγðɪ] »sagte«

31

1.2.3 Das Isländische [s] (Orthographie s) ist immer ein stimmloser, apikoalveolarer Engelaut. Ein stimmhaftes s wie es im Wortanlaut im Deutschen (z.B. sagen [za:gən]) üblich ist, ist im Isländischen unbekannt. Beispiele:
segja [sei:ja] »sagen«, vissa [vɪs:a] »Gewißheit«

1.2.4 Die Engelaute [ç j] sind palatal [ç] stimmlos und [j] stimmhaft. [ç] lautet wie der deutsche ich-Laut in sicher. Es wird orthographisch mit hj oder hé bezeichnet. Beispiele:
hér [çe:r] »hier«, hjá [çau:] »bei«, jól [jou:l] »Weihnachten«

1.2.5 Die Engelaute [x ɣ] sind velar. [x] entspricht dem deutschen ach-Laut in lachen. Es wird orthographisch mit k oder g vor s oder t oder mit x bezeichnet, z.B.:
taktu [tʰaxtʏ] »nimm«, lagt [laxt] »gelegt«, lags [laxs] »Gesangs« (Gen. Sg.), flaksast [flaxsast] »flattern«, fax [faxs] »Mähne«
[ɣ] ist der dem [x] entsprechende stimmhafte Laut. Er kommt im Deutschen nicht vor. Er wird intervokalisch und im Wortauslaut durch g bezeichnet. Vor r und ð wird g ebenfalls als [ɣ] ausgesprochen, z.B.:
saga [sa:ɣa] »Geschichte«, vog [vo:ɣ] »Waage«, sagði [saɣðɪ] »sagte«, sigra [sɪɣra] »siegen«
Nach ú, á, ó verschwindet [ɣ] häufig in der Aussprache, z.B.:
nógur [nou:ʏr] »genug«, mágur [mau:ʏr] »Schwager«, ljúga [lju:a] »lügen«

1.2.6 Das isländische [h] ist ein stimmloser, glottaler Engelaut und wird im Inlaut in Wortzusammensetzungen und im Wortanlaut orthographisch als h wiedergegeben. Es lautet wie das deutsche h in haben, z.B.:
hopa [ho:pa] »zurückweichen«, óhóf [ou:houv] »Luxus, Überfluß«
In den Konsonantengruppen pp, tt, kk und p, t, k+l, n wird ein [h] vor dem Verschlußkonsonanten eingeschoben. Diese

Erscheinung wird in Beschreibungen des Isländischen häufig **Präaspiration** genannt, unterscheidet sich jedoch phonetisch gesehen in keiner Weise vom [h] in anderen Stellungen. Deutsche Sprecher müssen besonders darauf achten, das [h] in dieser Stellung nicht als [x ç] oder als stimmhaftes [ɦ] auszusprechen. Beispiele:

heppinn [hehpɪn] »glücklich«, hetta [hehta] »Kapuze«, bakki [pahcɪ] »Ufer«, bakka [pahka] »rückwärts fahren«, vopn [vohpn̥] »Waffe«, vatn [vahtn̥] »Wasser«, vakna [vahkna] »aufwachen«, epli [ehplɪ] »Apfel«, gutla [kʏhtla] »plätschern«, hekla [hehkla] »häkeln«

In den Anlautgruppen **hl-, hr-, hn-** verschwindet das **h** häufig in der Aussprache und der nachfolgende Konsonant wird stimmlos ausgesprochen:

hlaupa [l̥öi:pa] »laufen« (oder [hlöi:pa])
hrífa [r̥i:va] »Harke« (oder [hri:va])
hnífur [n̥i:vʏr] »Messer« (oder [hni:vʏr])

Die Anlautgruppe **hj-** wird als [ç] ausgesprochen (1.2.4). Die Anlautgruppe **hv-** wird als [kʰv] ausgesprochen. Daneben besteht jedoch eine geographisch begrenzte Aussprachevariante [xʷ-], z.B.:

hjálpa [çaul̥pa] »helfen«, hvar [kʰva:r] »wo« (oder seltener [xʷa:r])

1.3.0 Die Nasale

Das Isländische hat acht nasale Verschlußlaute, die orthographisch alle mit **n m** bezeichnet werden. Davon sind vier Nasalkonsonanten stimmlos. Die Aussprache der stimmlosen Nasale bereitet Ausländern im allgemeinen sehr viel Mühe. Dem Deutschen und den anderen großen Sprachen des Festlandes sind solche Laute unbekannt. Außerhalb des Isländischen kommen stimmlose Nasale in Europa nur im Färöischen und in den keltischen Sprachen vor.

1.3.1 Die stimmhaften Nasale

m ist ein bilabialer nasaler Verschlußkonsonant [m] wie das deutsche **m** in Mann. Es kommt in allen Stellungen innerhalb des Wortes vor, z. B.:

mega [meiːɣa] »dürfen«, koma [kʰoːma] »kommen«, kom [kʰoːm] »kam«

In intervokalischer Stellung und in finaler Stellung kann [m] lang sein. In diesem Falle wird es doppelt geschrieben:

amma [amːa] »Großmutter«, þramm [θramː] »Fußstapfen«

1.3.2 Das **n** hat drei Lautwerte:

a) Vor palatalen Verschlußlauten [c cʰ] wird es als palataler nasaler Konsonant [ɲ] realisiert, der dem Deutschen unbekannt ist, z. B.:

syngja [siɲca] »singen«, banginn [pauɲcɪn] »ängstlich«, banki [pauɲcʰɪ] (nordisländische Aussprache) »Bank«

b) Vor velaren Konsonanten [k kʰ] und in einigen Fällen, die relativ selten sind, vor [t s n] wird **n** velar ausgesprochen [ŋ]. Es lautet dann wie das **n** im deutschen Wort Klinge, z. B.:

ungur [uŋkʏr] »jung«, banka [pauŋkʰa] (nordisländische Aussprache) »klopfen«, lengd [leiŋkt] oder [leiŋt] »Länge«, lungna [luŋkna, luŋna] oder [lunːa] »Lungen« (Gen. Pl.), hangsa [hauŋksa] oder [hauŋsa] »die Zeit verbringen«

c) In allen anderen Stellungen ist **n** ein alveolarer Nasalkonsonant wie das deutsche **n** in nimm, z. B.:

ná [nauː] »erreichen«, knár [kʰnauːr] »geschickt«, án [auːn] »ohne«, snúa [snuːa] »drehen«

1.3.3 Die stimmlosen Nasale

Vor den orthographischen **p t k** im In- und Auslaut verlieren **m** und **n** in der südisländischen Aussprache ihre Stimmhaftigkeit

und werden zu den entsprechenden stimmlosen Konsonanten.
Im absoluten Auslaut nach stimmlosen Konsonanten verlieren
m und n im allgemeinen auch ihre Stimmhaftigkeit:
[m] wird zu [m̥]
[n] wird zu [n̥]
[ɲ] wird zu [ɲ̥]
[ŋ] wird zu [ŋ̥]
Beispiele:
a) Inlaut: kempa [cʰempa] »Held«, henta [hen̥ta] »passen, gele-
gen kommen«, hanki [hauɲ̥cɪ] »Haken«, banka [pauŋka]
langt [lauŋt] »weit« (Adv.)
b) Auslaut: lasm [lasm̥] »Kamerad« (umgangssprachlich), gagn
[kakn̥] »Nutzen« (Subst.)
Im Inlaut bilden sich somit phonologische Oppositionen zwi-
schen stimmhaften und stimmlosen Nasalen, z. B.:
kempa [cʰempa] »Held«, kemba [cʰempa] »kämmen«, henta
[hen̥ta] »passen«, henda [henta] »werfen«, bankinn [pauɲ̥cɪn]
»die Bank«, banginn [pauɲcɪn] »ängstlich«, banka [pauŋka]
»klopfen«, banga [pauŋka] »ängstlich« (F. Akk. Sg.)
In der nordisländischen Aussprache kommen stimmlose Nasale
nur im absoluten Auslaut vor. Im Inlaut werden die orthogra-
phischen p t k nach nasalen Konsonanten aspiriert und die Nasa-
len bleiben stimmhaft. Die eben zitierten Wörter lauten in
nordisländischer Aussprache:
kempa [cʰempʰa] »Held«, henta [hentʰa] »passen«, bankinn
[pauɲcʰɪn] »die Bank«, banka [pauŋkʰa] »klopfen«
Diese Aussprache wird jedoch nur von einer Minderheit der
Bevölkerung und in einem geographisch begrenzten Gebiet ver-
wendet. Auch bei den Liquiden (1.4.0) l r bilden sich phonologi-
sche Oppositionen zwischen stimmhaften und stimmlosen Kon-
sonanten:
halda [halta] »halten«, halta [hal̥ta] »lahm« (M. Akk. Sg.),
marga [marka] »viele« (M. Akk. Pl.), marka [mar̥ka] »mar-
kieren«

1.3.4 Die Gruppen nn, ll und rn, rl

In diesen Gruppen wird in fast allen Fällen ein [t] an die Stelle des ersten Konsonanten eingeschoben:

a) **nn, ll:** Der erste Konsonant wird zu einem stimmlosen [t]. Der zweite Konsonant bleibt erhalten, wird jedoch im Auslaut stimmlos [n̥ l̥], bleibt aber im Inlaut stimmhaft [n l], z.B.: einn [eitn̥] »ein«, einnar [eitnar] »einer« (F. Sg.), öll [ötl̥] »alle« (F. Sg.), öllum [ötlʏm] »allen« (Dat. Pl.)

b) **rn, rl:** Entweder schiebt sich zwischen die beiden Laute ein stimmloses [t] ein, oder ein solches tritt an die Stelle des jeweils ersten Lautes [r]; das n l wird wie unter a), im Auslaut stimmlos, bleibt aber stimmhaft im Inlaut:
fern [fertn̥] »vier Paare« Pl. fernir [fertnɪr]
fern [fetn̥] »vier Paare« Pl. fernir [fetnɪr]
karl [kʰartl̥] »Mann« Pl. karlar [kʰartlar]
karl [kʰatl̥] »Mann« Pl. karlar [kʰatlar]

Langes [n:] kommt nach **a, u, e, o, ö, i** vor, am häufigsten jedoch in Eigennamen, in Lehnwörtern und **immer** in Formen des bestimmten Artikels (2.1.1). Langes [l:] kommt faktisch nur in Lehnwörtern und in Eigennamen vor:
vinna [vɪn:a] »arbeiten«, unna [ʏn:a] »lieben«, kenna [cʰen:a] »lehren«, Anna [an:a] weibl. Vorname, Ellí [el:i] weibl. Vorname, villa [vɪl:a] »Villa«, brúnni [prun:ɪ] »der Brücke« Dat. Sg. von brú »Brücke«

1.4.0 Die Liquiden

Die Konsonanten l r werden als Liquide bezeichnet. Im Deutschen gibt es nur stimmhafte Liquiden, obwohl l gelegentlich im Auslaut seinen Stimmton verlieren kann (z.B. in dem Eigennamen **Trakl** [tʰrakl̥]). Im Isländischen bestehen zwischen stimmhaften und stimmlosen Liquiden phonologische Oppositionen (1.3.3).

36

1.4.1 Das isländische l ist eine apikoalveolare Laterale wie das deutsche l in lassen. Es ist stimmhaft in den meisten Stellungen, z. B.:

láta [lau:ta] »lassen«, ala [a:la] »ernähren«, ól [ou:l] »Riemen«
Im Inlaut vor **p t k** sowie im absoluten Auslaut nach stimmlosen Konsonanten wird l stimmlos [l̥], z. B.:

hjálpa [çaul̥pa] »helfen«, haltur [hal̥tʏr] »lahm«, hálka [haul̥ka] »Glätte«, ull [ʏtl̥] »Wolle«, basl [pasl̥] »Schwierigkeit, schwierige Arbeit«, rugl [rʏkl̥] »Unsinn«
Über die Anlautgruppe hl- siehe 1.2.6 und über die Gruppen ll, rl siehe 1.3.4.

1.4.2 Das isländische **r** ist eine gerollte, apikoalveolare Vibrante [r]. Es ist somit sehr verschieden von dem deutschen **r**, das im allgemeinen eine uvulare bzw. pharyngale Vibrante [R] ist. Das isländische **r** ist in den meisten Stellungen stimmhaft und kann sowohl lang als auch kurz vorkommen, z. B.:

rá [rau:] »Rahe«, bara [pa:ra] »nur«, bar [pa:r] »trug«, færri [fair:ɪ] »weniger«, barr [par:] »Nadel« (botanisch)
Vor **s p t k** im Inlaut wird **r** immer stimmlos [r̥] und auch im Auslaut nach Verschlußkonsonanten:

hárs [haur̥s] »Haares« (Gen. Sg.), harpa [har̥pa] »Harfe«, varta [var̥ta] »Warze«, harka [har̥ka] »Härte«, sötr [sötr̥] »geräuschvolles Trinken«
Über die Anlautgruppe hr- siehe 1.2.6 und über die Gruppe rl siehe 1.3.4.

1.5.0 Die Vokale

Alle isländischen Vokale können lang oder kurz sein (1.8.0). Im Gegensatz zu den deutschen Vokalen, die einen deutlichen Klangfarbenunterschied als Folge der Quantitätsunterschiede aufweisen, unterscheidet nur die Quantität die langen und kurzen Vokale im Isländischen, ohne daß hörbare Klangfarbenunterschiede auftreten. Auch die Diphthonge sind unter denselben Bedingungen wie die Vokale lang oder kurz. Da das Deutsche keine kurzen Diphthonge kennt, muß der deutsche Sprecher, der Isländisch lernen möchte, besonders auf die Aussprache der kurzen Diphthonge (die in der Anfangszeit von Ausländern häufig gar nicht als Diphthonge gehört werden) achten. Ausländische Phonetiker beschreiben häufig die langen isländischen Vokale als diphthongiert. Eine solche Diphthongierung ist für das isländische Ohr nicht hörbar. Der Lernende sollte deshalb darauf achten, daß alle isländischen Vokale nicht diphthongiert ausgesprochen werden.

1.5.1 [a] ist ein offener hinterer Vokal wie das deutsche **a** in haben. Es wird in der Orthographie mit **a** bezeichnet, z.B.:
ala [a:la] »ernähren«, alla [atla] »alle«

1.5.2 [ö] ist ein sehr offener vorderer gerundeter Vokal. Er klingt ähnlich wie das deutsche **ö** in **hören**, obwohl er artikulatorisch offener ist, z.B.:
böl [pö:l] »Übel«, böll [pöl:] »Bälle, Tanzveranstaltungen«
In der Orthographie wird es mit **ö** bezeichnet.

1.5.3 [ʏ] ist ein vorderer, gerundeter Vokal mittleren Öffnungsgrades. Ihn gibt es im Deutschen nicht. Er ist sehr ähnlich dem Vokal in den schwedischen Wörtern **hus** »Haus« und **nu** »jetzt«. Die Orthographie ist **u**, z.B.:
skulu [skʏ:lʏ] »sollen«, skuld [skʏlt] »Schuld«

1.5.4 [e] ist ein ungerundeter, vorderer Vokal mittleren Öffnungsgrades. Er klingt ähnlich wie das deutsche offene [ɛ] in herb, wird jedoch artikulatorisch etwas geschlossener gebildet. Die Orthographie ist **e** oder **é** in der Verbindung [je] oder nach [ç], z.B.:
kem [cʰe:m] »komme«, él [je:l] »Schneeschauer«, hér [çe:r] »hier«, kenna [cʰen:a] »lehren«, élja [jelja] »Schneeschauer« (Gen. Pl.), hérna [çetna] »hier«.

1.5.5 [ɪ] ist ein geschlossener, ungerundeter, vorderer Vokal. Er klingt wie das i in bitte, aber im Gegensatz zu dem deutschen Vokal, der nur kurz vorkommt, kann der isländische Vokal kurz oder lang sein. Die Orthographie ist i oder y, z. B.:

biti [pɪ:tɪ] »Bissen«, synda [sɪnta] »schwimmen«

1.5.6 [i] ist ein geschlossener, ungerundeter, vorderer Vokal. Er wird weiter vorne gebildet als das [ɪ], hat aber denselben Öffnungsgrad. Er klingt wie langes deutsches ie in bieten. Die Orthographie ist í, ý und seltener i, y (1.5.14), z. B.:

sína [si:na] »seine« (Akk. Pl.), sýna [si:na] »zeigen«, fínn [fitn̥] »fein«, illur [itl̥ʏr] »schlecht«

1.5.7 [u] ist ein geschlossener, gerundeter, hinterer Vokal. Er klingt wie das deutsche u in gut. Die Orthographie ist ú, seltener u (1.5.14), z. B.:

úti [u:tɪ] »draußen«, fúss [fus:] »Wut«

1.5.8 [o] ist ein gerundeter, hinterer Vokal mittleren Öffnungsgrades. Er klingt ähnlich wie das offene deutsche [ɔ] in hoffen, wird jedoch etwas geschlossener gebildet. Der deutsche Sprecher muß besonders darauf achten, das isländische [o] nicht so geschlossen wie das lange deutsche [o:] in Ofen auszusprechen. Die Orthographie ist o, z. B.:

koma [kʰo:ma] »kommen«, soltinn [sol̥tɪn] »hungrig«

1.5.9 [ai] ist ein vorderer Diphthong ähnlich wie der deutsche Diphthong ei in beide. Die Orthographie ist æ, in einigen seltenen Fällen jedoch a vor gi, z. B.:

fæla [fai:la] »wegjagen«, fældi [failtɪ] »jagte weg«, hagi [hai:jɪ] »Weide«

1.5.10 [au] ist ein hinterer, gerundeter Diphthong wie das deutsche au in faul. Die Orthographie ist á, seltener a (1.5.14), z. B.:

ál [au:l] »Aluminium«, háll [hautl̥] »glatt«

1.5.11 [ei] ist ein vorderer, ungerundeter Diphthong bestehend aus den Vokalen [e+i]. Er kommt im Deutschen nur dialektal vor, z. B. im Zahlwort **ein**, das [ei:n] oder [eɪ:n] statt des üblichen [aɪ:n] ausgesprochen wird. Die Orthographie ist **ei, ey** oder seltener **e** (1.5.14), z. B.:

eiga [ei:ɣa] »besitzen«, eyra [ei:ra] »Ohr«, einn [eitn̥] »ein«

1.5.12 [öi] ist ein gerundeter, vorderer Diphthong bestehend aus den Vokalen [ö+i]. Dieser Diphthong kommt im Deutschen nicht vor. Die Orthographie ist **au** oder **ö** vor **gi, ng, nk** (1.5.14), z. B.:

laug [löi:ɣ] »Schwimmbecken«, rautt [röiht] »rot« (N. Sg.), lögin [löi:jɪn] »die Gesetze«

1.5.13 [ou] ist ein hinterer, gerundeter Diphthong. Er klingt ähnlich wie das deutsche geschlossene **o** in Hof, wird jedoch mit etwas deutlicherem Gleitlaut ausgesprochen. Die Orthographie ist **ó**, z. B.:

ól [ou:l] »Riemen«, tónn [tʰoutn̥] »Ton«

1.5.14 **Die Aussprache der Vokale vor ng und nk**

Vor den orthographischen Verbindungen **ng** und **nk**, die mit velarem bzw. palatalem Nasal ausgesprochen werden (1.3.2 und 1.3.3), werden die Vokale folgendermaßen realisiert:

i, y > í [i]: syngja [siɲca] »singen«, fingur [fiŋkʏr] »Finger«
u > ú [u]: ungur [uŋkʏr] »jung«
a > á [au]: anga [auŋka] »riechen«
ö > au [öi]: löng [löiŋk] »lang« F. Nom. Sg. von langur
e > ei [ei]: lengi [leiɲcɪ] »lange Zeit« (Adv.)

Nur in seltenen Fällen treten andere Vokale vor **ng** und **nk** auf. In den meisten Fällen handelt es sich um zusammengesetzte oder abgeleitete Wörter. Einige dieser Wörter können mit [n] oder mit palatalem bzw. velarem Nasal ausgesprochen werden, z. B.:

vangá [vaŋkau] oder [vankau] »Unaufmerksamkeit«
vingast [vɪŋkast] oder [vɪnkast] »sich befreunden«
kvongast [kʰvoŋkast] »heiraten, Frau nehmen«

1.6.0 Das Lautsystem

Das Lautsystem des modernen Isländischen hat die folgende
Form:

Tabelle 2. Das Konsonantensystem

	Bilabiale	Labiodentale	Alveodentale	Palatale	Velare	Glottale
Verschlußlaute						
nicht aspiriert	p		t	c	k	
aspiriert	pʰ		tʰ	cʰ	kʰ	
Nasale						
stimmlos	m̥		n̥	ɲ̊	ŋ̊	
stimmhaft	m		n	ɲ	ŋ	
Frikative und Liquide						
stimmlos		f	θ s l̥ r̥	ç	x	h
stimmhaft		v	ð l r	j	ɣ	

In diesem System fallen besonders das Fehlen von stimmhaften
Verschlußlauten und das Vorhandensein einer Stimmhaftig-
keitskorrelation der Nasalen und Liquiden auf. Das Vokalsy-
stem hat artikulatorisch die Form, die in Tabelle 3 schematisch
dargestellt wird.

Tabelle 3. Das Vokalsystem

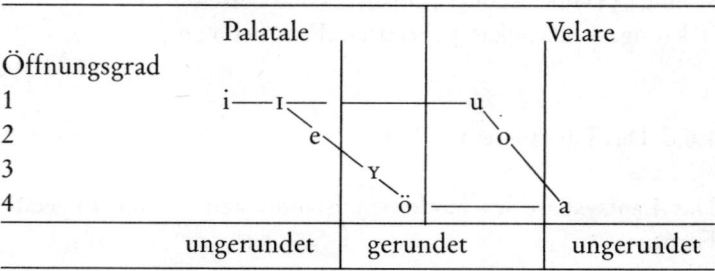

Öffnungsgrad	Palatale		Velare
1	i—ɪ—	—u	
2	e	o	
3	Y		
4	ö—	—a	
	ungerundet	gerundet	ungerundet

Die Öffnungsgrade der einzelnen Vokale entsprechen nicht genau denen der deutschen Vokale. Das isländische [a]wird trotz seiner hellen Klangfarbe ziemlich weit hinten gebildet und kann als pharyngal bezeichnet werden. Das [i] wird weiter nach vorne gebildet als das [ɪ]. In diesem System fällt besonders die Asymmetrie auf: im palatalen Bereich werden fünf Vokale gebildet, aber nur drei im velaren Bereich. Ferner ist zu bemerken, daß dem Isländischen reduzierte Vokale (wie das deutsche Schwa [ə] in hatte, bitten usw.) völlig fehlen. Alle isländischen Vokale müssen klar und deutlich ausgesprochen werden, unabhängig von ihrer Stellung im Verhältnis zum Akzent.

Andere allgemeine Aspekte der isländischen Aussprache

1.7.0 Akzent

Isländische Wörter haben fast ausnahmslos den Akzent auf der ersten Silbe. Das Akzentzeichen ′ über einigen Vokalen bedeutet nicht einen Akzent, sondern eine Änderung der vokalischen Klangfarbe, wie aus der vorstehenden Beschreibung der Aussprache zu entnehmen ist. In zusammengesetzten Wörtern wird entweder nur das erste Element des Wortes betont, oder jedes Glied behält seine ursprüngliche Akzentuierung bei:
a) nur ein Akzent
′meðmæli »Gutachten«, ′tilmæli »Bitte«, ′hafgola »Meeresbrise«, ′hjólbarði »Autoreifen«

42

b) zwei Akzente

'skýjakl`júfur »Wolkenkratzer«, 'háh`ýsi »Hochhaus«, 'gróðurh`ús »Treibhaus«, 'stjórnarr`áð »Regierungssitz«, 'borgarmö`rk »Stadtgrenze«, 'húsmæðrask`óli »Haushalts-schule«

Der zweite Akzent wird häufig als Nebenakzent bezeichnet, obwohl er kaum vom Hauptakzent zu unterscheiden ist. Wenn mehrere unakzentuierte Silben aufeinander folgen, wird die Silbe mit ungrader Zahl etwas stärker als die Silbe mit grader Zahl betont:

'mönnunùm »den Männern«, 'skopuðu`st »(sie) verhöhn-ten«, 'ofarle`ga »weit oben«

Die Präfixe **hálf-** »halb«, **ó-** »un-«, **all-** »ganz, sehr, ziemlich« und **jafn-** »gleich« können unbetont bleiben. Die moderne Spra-che neigt jedoch dazu, sie ebenso zu betonen wie die erste Silbe anderer Wörter:

hálftómur oder 'hálft`ómur »halbleer«

ógætinn oder 'óg`ætinn »unvorsichtig«

allstór oder 'alls`tór »ziemlich groß«

jafnstór oder 'jafns`tór »gleich groß«

Der isländische Akzent wird als Intensitätsakzent bezeichnet wie der Akzent der deutschen Sprache.

1.8.0 Quantität

Jeder betonte Vokal oder Diphthong im Isländischen ist entwe-der lang oder kurz. Unbetonte Vokale oder Diphthonge sind neutral im Hinblick auf die Quantität. Sie können objektiv so lang wie die langen Vokale sein, aber erfüllen trotzdem nicht die Funktion der Langvokale in der Sprache.

Ist der betonte Vokal oder Diphthong lang, muß ein kurzer Konsonant folgen; d.h. der Silbentyp ist /V:C/ (Konsonanten, die **vor** dem akzentuierten Vokal stehen, haben keinen Einfluß auf die quantitativen Verhältnisse). Ist der betonte Vokal oder

43

Diphthong kurz, folgt entweder ein langer Konsonant oder eine Gruppe von zwei oder mehr Konsonanten; d. h. der Silbentyp ist /VCC/.

Quantitativ gesehen existieren nur diese zwei Silbentypen im modernen Isländischen, das somit keine reine Quantitätssprache wie Finnisch, Ungarisch oder Japanisch ist. Im Isländischen herrscht das Prinzip der komplementären Länge wie es aus dem Schwedischen, dem Norwegischen und einigen deutschen (z. B. bayerischen) Dialekten bekannt ist. Die Quantitätsfrage ist entscheidend für die richtige Aussprache. Zwischen langen und kurzen Vokalen lassen sich Qualitätsunterschiede zwar spektrographisch nachweisen, sind aber unhörbar. Der deutsche Sprecher muß besonders darauf achten, die isländischen Langvokale nicht diphthongiert auszusprechen. Ferner muß betont werden, daß zwischen langen und kurzen Vokalen im Isländischen nur Quantitätsunterschiede bestehen, aber keine Qualitätsunterschiede. Der deutsche Sprecher sollte deshalb die Qualitätsfrage anfangs sehr sorgfältig berücksichtigen, weil im Deutschen erhebliche Qualitätsunterschiede die Folge der Vokalquantität sind.

Zu der allgemeinen Regel, daß die Langvokale nur in offener Silbe vorkommen, gibt es einige Ausnahmen. Langvokale treten in folgenden geschlossenen Silben auf:

1. Wenn zwei Konsonanten dem akzentuierten Vokal folgen und der erste Konsonant **p t k s** und der zweite Konsonant **v j r** ist, bleibt der akzentuierte Vokal lang, z. B.: Esja (Eigenname), vekja »aufwecken«, uppgötva [-kö:tva] »entdecken«, tvisvar »zweimal«, vökva »bewässern«, skopra »rollen«, titra »zittern«, akrar »Äcker«, hásra »heisere« (Gen. Pl. von hás »heiser«).

2. Im Gen. Sg. der Substantive, die in ihrem Stammauslaut ein kurzes **p t k** haben und auf **-s** (im Gen. Sg.) enden, bleibt der Langvokal im Gen. erhalten, wenn der Verschlußlaut in der Aussprache beibehalten wird: ráps [rau:ps] »Herumgehens«, báts [pau:ts] »(des) Boots«, skaks [ska:ks] »(des) Fischens«,

skips [scɪːps] »(des) Schiffs«. Wenn der Verschlußlaut in der Aussprache wegfällt oder zu einem Engelaut (Frikativa) wird, wird der Vokal verkürzt: báts [paus:] »(des) Boots«, skips [scɪfs] »(des) Schiffs«.

In abgeleiteten und zusammengesetzten Wörtern, deren erstes Glied einen Langvokal hat und auf **p t k s** endet, bleibt der Vokal im allgemeinen lang: lauslega [löiːsleɣa] »locker« (Adv.), slaklega [slaːkleɣa] »ungenau« (Adv.), matmál [maːtmaul] »Essenszeit«, kauplaus [kʰöiːplöis] »unbezahlt«. Das gilt auch für **vitkast** »weise werden« und **litka** »färben«, obwohl sie nicht als Zusammensetzungen anzusehen sind. Zu der eben formulierten Regel gibt es einige Ausnahmen. So haben die Wörter **kaupmaður** [kʰöihpmaðʏr] »Kaufmann«, **kaupfélag** [kʰöifːjelaɣ] »kooperative Handelsgesellschaft«, **kaupstaður** [kʰöifstaðʏr] »Stadt, Handelsplatz«, **bitlingur** [pɪhtliŋkʏr] »Nebenverdienst (häufig im Sinne einer politischen Begünstigung)«, **vitlaus** [vɪhtlöis] »verrückt« fast immer einen kurzen Vokal.

Wenn das erste Glied einen Langvokal hat und auf einem anderen Konsonanten endet, wird der akzentuierte Vokal meistens verkürzt: tilbúinn [tʰɪlpuɪn] »bereit«, viðkoma [vɪðkʰoma] »Nachwuchs«, hafkuldi [havkʰʏltɪ] »Meereskälte«.

In vielen zusammengesetzten Wörtern kann der Vokal der ersten Silbe sowohl kurz als auch lang sein. Daß hier Regeln aufgestellt werden können, erscheint kaum möglich. Es handelt sich um freie Aussprachevarianten, an die keine stilistische Variation geknüpft zu sein scheint, z. B.:

Dalvík [taːl-] oder [tal-] (Ortsname), holskefla [hoːl-] oder [hol-] »große Welle, Wellenberg«, bálkuldi [pauːl-] oder [paul-] »große Kälte«, Ísland [iːs-] oder [is-] »Island« usw.

Außer den eben aufgezählten allgemeinen Ausnahmen gibt es in geringer Zahl auch noch besondere Ausnahmen:

1. In den Wörtern **sötr** »geräuschvolles Trinken«, **pukr** »Verbergen«, **snupr** »Vorwurf« und einigen anderen, die demselben morphologischen Typ angehören, ist der Vokal immer

45

lang. Da die Wörter dieses Typs im Gen. Sg. mit -s enden (sötrs, pukrs, snuprs usw.), sind sie die einzigen Wörter in der Sprache, die einen langen Vokal vor **drei** Konsonanten haben.

2. Einige Wörter stellen Minimalpaare dar (d. h. sie werden nur durch ein phonetisches Merkmal unterschieden), die nur durch Vokallänge unterschieden werden:

   taplaus [tʰa:plöis] »ohne Verlust«, tafllaus [tʰaplöis] »ohne Schachbrett«

   Bei den verhältnismäßig wenigen Minimalpaaren dieser Art pflegt nur eines der beiden Wörter vorzukommen, während das andere nur selten gebraucht wird.

3. In den Wörtern **um** »für«, **fram** »vorwärts« und **en** »aber« ist der Vokal stets kurz.

1.8.1 Die phonetische Realisierung der konsonantischen Quantität

Die im vorangehenden Paragraphen (1.8.0) geschilderten Verhältnisse der konsonantischen Quantität gelten uneingeschränkt nur für die nordisländische Aussprache, wie phonetische Untersuchungen, die in den letzten Jahren durchgeführt wurden, gezeigt haben. Die Verhältnisse im Südisländischen sind sehr viel komplizierter. Bei einigen südisländischen Sprechern ist die konsonantische Quantität kaum vorhanden, bei anderen weniger ausgeprägt als im Nordisländischen. Auf jeden Fall ist sicher, daß es in der phonetischen Realisierung der Quantität große Schwankungen gibt. Doch ist hervorzuheben, daß die Vibrante **r** bei allen Sprechern sowohl lang als auch kurz vorkommt:

bara [pa:ra] »nur«, barra [par:a] »Nadeln« (Gen. Pl.), Þura [θY:ra] (weibl. Vorname), þurra [θYr:a] »trockene« (Gen. Pl. von þurr »trocken«)

Dagegen ist in der Vokalquantität keine vergleichbare Schwankung zu bemerken. Alle Sprecher, bei denen es untersucht worden ist, unterscheiden lange und kurze Vokale. Für das praktische Erlernen der Sprache haben solche individuellen Schwankungen keine Bedeutung. In jeder Sprache ist die individuelle Variation immer sehr groß. Um die richtige isländische Aussprache zu erlernen, müssen allerdings die im Paragraph 1.8.0 dargelegten Regeln gelernt werden.

1.8.2 Die Halblänge

In einigen phonetischen Beschreibungen des Isländischen, sowie in einigen Lehrbüchern, wird von halblangen Konsonanten vor einem anderen Konsonanten gesprochen. Diese Konsonanten werden als solche häufig mit einem Punkt hinter dem betreffenden Konsonanten transkribiert:

kuldi [kʰʏl.tɪ] »Kälte«

Es stimmt zwar, daß solche Konsonanten meßbar länger sind als dieselben Konsonanten an zweiter Stelle einer Konsonantengruppe, aber es darf angenommen werden, daß es sich um eine automatische Folge der Akzentuierung der ersten Silbe handelt. Es liegt daher bei der Halblänge eine Verlängerung vor, die von selbst eintritt, sobald richtig betont wird (Akzentlänge). Solche »automatische Phänomene« brauchen nicht gesondert gelernt zu werden und können in der Sprache keine distinktive Funktion übernehmen. Deshalb braucht die Halblänge, die eine völlig andere Funktion (in erster Linie eine rhythmische) als die Quantität erfüllt, nicht ausdrücklich in die phonetische Transkription aufgenommen zu werden.

1.9.0 Die Silbentrennung

Die Regeln der Silbentrennung entsprechen nur teilweise den in der deutschen Sprache üblichen Regeln. Im Isländischen gilt die

Hauptregel, daß in nicht zusammengesetzten Wörtern vor dem Vokal getrennt wird, z. B.:

Gunn-ar (männl. Vorname), hús-un-um »den Häusern«, fall-ið »gefallen«, bænd-ur »Bauern«, þann-ig »auf diese Weise«
In zusammengesetzten Wörtern wird zwischen den Kompositionsgliedern getrennt:
bænda-býli »Bauernhof«, ó-hóf »Luxus«, aðal-gata »Hauptstraße«, Akureyrar-bær »(die) Stadt Akureyri«, Reykjavíkur-borg »(die) Stadt Reykjavík«

1.9.1 Bemerkungen zu dem Buchstaben »z«

Mit einer Verfügung hat das isländische Erziehungsministerium (Menntamálaráðuneytið) den Buchstaben z aus der isländischen Orthographie eliminiert. Das z verschwindet also in allen isländischen Wörtern und wird durch s ersetzt. Nur in Eigennamen bleibt z erhalten, z. B. in Zoëga, und in Fremdwörtern.

1.10.0 Leseübungen zur Aussprache[1] und deutsche Übersetzung[2]

1.

Norðanvindurinn og sólin
norðanvɪntʏrɪn o sou: lɪn

Einu sinni deildu norðanvindurinn og sólin um, hvort þeirra
ei:nʏ sɪn:ɪ teiltʏ norðanvɪntʏrɪn o sou:lɪn ʏm kʰvoɻt θeir:a
væri sterkara. Þau sáu þá mann í hlýrri kápu á ferð á veginum.

vai:rɪ steɻkara θöi sau:ʏ θau: man: i hlir:ɪ kʰau:pʏ au ferð au vei:
jɪnʏm

Þeim kom þá saman um, að það þeirra skyldi teljast sterkara,
θei:m kʰo:m θau: sa:man ʏm a θa θeir:a scɪltɪ tʰeljas(t) steɻkara
sem gæti neytt ferðamanninn til þess að fara úr kápunni.
se:m cai:tɪ neiht ferðaman:ɪn tʰɪl θes: a fa:ra u:r kʰau:pʏnɪ.

Norðanvindurinn tók þá til að blása af öllum mætti, en því
norðanvɪntʏrɪn tʰou:k θau: tʰɪl a plau:sa av ötlʏm maihtɪ en θvi:
meira sem hann blés, því þéttara vafði ferðamaðurinn kápunni
mei:ra se:m han: plje:s θvi: θjehtara vavðɪ ferðamaðʏrɪn
kʰau:pʏnɪ

að sér; og að lokum gafst norðanvindurinn upp. Svo fór
a sje:r o a lo:kʏm kafst norðanvɪntʏrɪn ʏhp svo: fou:r
sólin að skína og það varð hlýtt. Þá fór ferðamaðurinn undir
sou:lɪn a sci:na o θa varθ hliht θau: fou:r ferðamaðʏrɪn ʏntɪr
eins úr kápunni. Norðanvindurinn varð þá að kannast við,
eins u:r kʰau:pʏnɪ norðanvɪntʏrɪn varθ θau: a kʰan:ast vɪð
að sólin væri sterkari en hann.
a sou:lɪn vai:rɪ steɻkarɪ en han:.

1 Unter dem Text steht die phonetische Transkription, die die Aussprache bei
normaler Sprechgeschwindigkeit wiedergibt. Laute in Klammern können im
Kontext fakultativ ausgesprochen werden.
2 Die Übersetzung strebt nur eine sinngemäße Wiedergabe an.

49

Der Nordwind und die Sonne

Einst stritten sich Nordwind und Sonne, wer von ihnen beiden
der stärkere wäre, als ein Wanderer, der in einen warmen Mantel
gehüllt war, des Weges daher kam. Sie wurden einig, daß derje-
nige für den stärkeren gelten sollte, der den Wanderer zwingen
würde, seinen Mantel abzunehmen. Der Nordwind blies mit
aller Macht, aber je mehr er blies, desto fester hüllte sich der
Wanderer in seinen Mantel ein. Endlich gab der Nordwind den
Kampf auf. Nun erwärmte die Sonne die Luft und es wurde
warm und schon nach wenigen Augenblicken zog der Wanderer
seinen Mantel aus. Da mußte der Nordwind zugeben, daß die
Sonne von ihnen beiden der stärkere war.

2.

Á flugvellinum
au flʏɣvetlɪnʏm

Farþegaflugvélin er nýlent á Keflavíkurflugvelli eftir
farθeɣaflʏɣvjelɪn eːr niːleṇt au cʰeplavikʏrflʏɣvetlɪ eftɪr
þriggja tíma flug frá Kaupmannahöfn. Farþegar ganga frá
θrɪcːa tʰiːma flʏːɣ frau: kʰöihpmanːahöpṇ farθeɣar kauŋka frau:
borði og koma inn í flugstöðina. Þar er útlendingaeftirlitið
porðɪ o kʰoːma ɪnː i flʏxstöðɪna θaːr eːr utlentiŋkaeftɪrlɪtɪð
og starfsmenn þess stimpla í vegabréfin. Síðan fara
o starfsmenː θesː stɪṃpla i veːɣaprjeːvɪn siːðan faːra
ferðamennirnir í gegnum tollinn. »Hefurðu nokkuð að telja
ferðamenːɪtnɪr i ceknʏm tʰotlɪn heːvʏrðʏ nohkʏð a tʰelja
fram?« spyr tollvörðurinn og ferðamaðurinn svarar: »Nei,
fram spɪːr tʰotlvörðʏrɪn o ferðamaːðʏrɪn svaːrar neiː
ég hef aðeins eina vínflösku með.« »Allt í lagi, takk fyrir«,
jeː heːv aːðeins eiːna viːnflöskʏ með aḷt i laiːjɪ tʰahk fɪːrɪr
segir tollvörðurinn. Ferðamennirnir ganga síðan út úr
seiːjɪr tʰotlvörðʏrɪn ferðamenːɪtnɪr kauŋka siːðan uːt uːr

flugstöðinni, hitta vini og kunningja, sem bíða þeirra
flyxstöðını hıhta vı:nı o kʰyn:ıɲca se:m pi:ða θeir:a
fyrir utan eða leita sér að leigubíl eða áætlunarbíl
fı:tır y:tan e:ða lei:ta sje:r a lei:ɣypil e:ða au:aihtlynarpil
til að halda áfram ferðinni til Reykjavíkur eða til
tʰı:l a halta au:fram ferðını tʰı:l rei:cavikyr e:ða tʰı:l
annarra staða á landinu.
an:ara sta:ða au lantıny

Auf dem Flughafen

Das Passagierflugzeug ist soeben im Flughafen Keflavík nach
dreistündigem Flug von Kopenhagen gelandet. Die Passagiere
gehen von Bord und kommen in das Flughafengebäude. Dort ist
die Ausländerbehörde und ihre Angestellten stempeln die Pässe.
Daraufhin gehen die Reisenden durch den Zoll. »Haben Sie
etwas zu deklarieren?«, fragt der Zollbeamte und der Reisende
antwortet: »Nein, ich habe nur eine Flasche Wein mit.« »Alles in
Ordnung, danke schön«, sagt der Zollbeamte. Die Reisenden
verlassen daraufhin das Flughafengebäude, treffen Freunde und
Bekannte, die auf sie draußen warten oder suchen eine Taxe oder
einen Bus, um die Reise nach Reykjavík oder nach anderen
Orten des Landes fortzusetzen.

3.
Á veitingahúsi
au vei:tiŋkahusı

Tveir ferðamenn eru á gangi á götu í Reykjavík. Þeir
tʰvei:r ferðamen: e:ry au kauɲcı au kö:ty i rei:cavik θei:r
koma að veitingahúsi og ákveða að setjast inn og fá sér
kʰo:ma a vei:tiŋkahusı o au:kʰveða a se:tjast ın: o fau: sje:r
kaffibolla. Þeir fara inn og finna sér borð. Er þeir
kʰaf:ıpotla θei:r fa:ra ın: o fın:a sje:r porð e:r θei:r

eru sestir, kemur þjónn til þeirra og spyr, hvers þeir
eːrʏ sestɪr cheːmʏr θjoutn̥ thɪl θeirːa o spɪːr khver̥s θeiːr
óski. Annar þeirra pantar kaffibolla með rjóma, en hinn
ouscɪ anːar θeirːa phan̥tar khafːɪpotla meːð rjouːma en hɪn
pantar molakaffi og sandkökusneið. Meðan ferðamennirnir
phan̥tar moːlakhafːɪ o santkhöːkʏsneið meːðan ferðamenːɪtnɪr
drekka kaffið, horfa þeir á fólkið, sem gengur um í
trehka khafːɪð horva θeiːr au foul̥cɪð seːm ceiŋkʏr ʏm i
Austurstræti. Síðan borga þeir reikninginn og halda áfram
öistʏrstraiːtɪ siːðan porka θeiːr reihkniɲcɪn o halta auːfram
göngu sinni um borgina.
köiŋkʏ sɪnːɪ ʏm porcɪna.

Im Restaurant
Zwei Touristen gehen auf einer Straße in Reykjavík. Sie kommen
zu einem Restaurant und beschließen, hineinzugehen und eine
Tasse Kaffee zu trinken. Sie gehen hinein und suchen sich einen
Tisch aus. Als sie Platz genommen haben, kommt der Kellner zu
ihnen und fragt, was sie wünschen. Der eine bestellt eine Tasse
Kaffee mit Sahne, aber der andere bestellt eine Tasse Kaffee mit
Zuckerwürfeln und eine Scheibe Sandkuchen. Während die
Touristen den Kaffee trinken, betrachten sie die Leute, die durch
die Austurstræti spazieren. Daraufhin bezahlen sie die Rech-
nung und setzen ihren Spaziergang durch die Stadt fort.

4.
Í verslun
i ver̥slʏn

Í Reykjavík eru margs konar verslanir, bæði stórar og
i reiːcavik eːrʏ mar̥s khoːnar ver̥slanɪr paiːðɪ stouːrar o
smáar. Jóhanna gerir innkaupin venjulega í stórri kjörbúð.
smauːar jouːhana ceːrɪr ɪnkhöiːpɪn venjʏleɣa i stourːɪ chörpuð

52

Þar standa vörurnar verðmerktar í hillum og viðskiptavinurinn
θaːr stanta vöːrʏtnar verðmer̥tar i hɪtlʏm o vɪ(ð)scɪftavɪːnʏrɪn
gengur að þeim, velur sjálfur það, sem hann ætlar að kaupa
ceiŋkʏr a θeiːm veːlʏr sjaulvʏr θa seːm hanː aihtlar a kʰöiːpa
og raðar því í innkaupavagn eða kerru, sem hann ekur frá
o raːðar θviː i ɪnkʰöiːpavakn̥ eːða cʰerːʏ seːm hanː eːkʏr frau
hillu til hillu. Þegar Jóhanna hefur valið það, sem
hɪtlʏ tʰɪl hɪtlʏ θeːɣar jouːhana heːvʏr vaːlɪð θaː seːm
hún ætlar að kaupa, gengur hún að afgreiðsluborðinu.
huːn aihtlar a kʰöiːpa ceiŋkʏr huːn að avkreiðslʏporðɪnʏ
Afgreiðslustúlkan reiknar saman upphæðina og stimplar
avkreiðslʏstul̥kan reihknar saːman ʏhphaiðɪna o stɪm̥plar
hana í búðarkassann. Jóhanna borgar og raðar síðan
haːna i puːðarkʰasːan jouːhana þorkar o raːðar siːðan
vörunum í körfu sína og gengur heim á leið.
vöːrʏnʏm i kʰörvʏ siːna o ceiŋkʏr heiːm au leiːð.

Im Kaufhaus

In Reykjavík gibt es viele Arten von Geschäften, sowohl große
als auch kleine. Jóhanna kauft im allgemeinen in einem großen
Supermarkt (Selbstbedienungsladen) ein. Dort stehen die Waren
mit den Preisangaben in Regalen, und der Kunde geht heran,
wählt selbst das, was er kaufen will und legt es in einen Einkaufs-
wagen oder in eine Karre, die er von Regal zu Regal schiebt. Als
Jóhanna das gewählt hat, was sie kaufen will, geht sie zur Kasse.
Die Verkäuferin rechnet die Summe zusammen und tippt sie in
die Kasse ein. Jóhanna bezahlt und ordnet die Waren in ihren
Korb ein und begibt sich auf den Weg nach Hause.

5.

Íslensk jafnréttisboð
islensk japņrjehtɪspoð

1. Líf manna hefur gildi í sjálfu sér óháð mannvirðingum.
   liːv manːa heːvʏr cɪltɪ i sjaulvʏ sjeːr ouːhauð manvɪrðiŋkʏm.
2. Menn skulu hafa jöfnum höndum allt það, er þeir fá gæða.
   menː skʏːlʏ haːva jöpnʏm höntʏm aḷt θaː: eːr θeiːr fauː caiːða.
3. Segja skal kost og löst á hverjum hlut.
   seiːja skaːl kʰost o löst au kʰverjʏm hlʏːt.
4. Hafa skal það, er sannara reynist.
   haːva skaːl θaː: eːr sanːara reiːnɪst.
5. Einhvers staðar verða vondir að vera.
   eiŋkʰveṛs staːðar verða vontɪr a veːra.

Isländische Gleichberechtigungsgebote
1. Das Leben des Menschen hat an sich einen Wert unabhängig von der Stellung (des einzelnen).
2. Jeder soll das gleiche Recht haben, die erworbenen Vorteile zu genießen.
3. Man soll über jedes Ding die Vor- und Nachteile aussagen.
4. Man soll immer die Wahrheit vertreten.
5. Irgendwo müssen die Schlechten sich doch aufhalten.

GRAMMATIK

2.0 Morphologie der isländischen Gegenwartssprache

Die Morphologie der isländischen Sprache ist wesentlich komplexer als diejenige anderer germanischer Sprachen. Das folgt aus dem Umstande, daß das Isländische sich in dieser Hinsicht langsamer als die anderen germanischen Sprachen entwickelt hat. Die deutsche Sprache hat in ihrer Morphologie vieles, was an die isländische Morphologie erinnert. Häufig werden aber einander entsprechende Kategorien im Isländischen und Deutschen verschieden ausgedrückt.

2.1.0 Die Wortklassen

2.1.1 Der Artikel

Das Isländische kennt nur den bestimmten Artikel, der einem Adjektiv vor- oder einem Substantiv nachgestellt wird. Dieser Artikel hat vier Kasus und drei grammatische Geschlechter. Die Flexionsformen sind:

		M.	F.	N.
Sg.	Nom.	hinn	hin	hið
	Akk.	hinn	hina	hið
	Dat.	hinum	hinni	hinu
	Gen.	hins	hinnar	hins
Pl.	Nom.	hinir	hinar	hin
	Akk.	hina	hinar	hin
	Dat.		hinum	
	Gen.		hinna	

(Im Unterschied zum Deutschen werden die Fälle gemäß der isländischen Tradition in der Reihenfolge Nom., Akk., Dat., Gen. aufgezählt.) Wenn der Artikel einem Substantiv nachgestellt wird, fällt das Anlauts-h des Artikels immer weg. Außerdem treten folgende Änderungen auf:

1. Wenn die Kasusendung des Substantivs auf die Vokale a i u é auslautet, fällt auch das i des Artikels weg: bóndi-nn »der Bauer«, dúkka-n »die Puppe«, húfu-na »die Mütze« (Akk. Sg.), tré-ð »der Baum«. Nach anderen Vokalen kann das i des Artikels erhalten bleiben: brú-in »die Brücke«, á-in »der Fluß«. Diese Regel ist nicht ausnahmslos, z.B. in hlé-ið »die Unterbrechung« bleibt das i des Artikels erhalten.

2. Nach -r im Pl. der M. und F. fällt das i des Artikels gleichfalls weg: hestar-nir »die Pferde«, konur-nar »die Frauen«.

3. Ebenfalls fällt das i des Artikels nach -s im Pl. einiger F. weg: mýs-nar »die Mäuse«, lýs-nar »die Läuse«.

4. Das i des Artikels fällt im Dat. Sg. im M. und N. immer weg: hól-num »dem Hügel«, vegg-num »der Wand«, hver-num »der heißen Quelle«, búi-nu »dem Bauernhof«. Im F. bleibt -i des Artikels erhalten: í ferðinni »auf der Reise«. Im Dat. Pl. fällt das i des Artikels ebenfalls immer weg: bæjunum »den Städten«, húsu-num »den Häusern«.

5. Im Akk., Dat. und Gen. Sg. der F. fällt das i des Artikels nach Vokal weg: á-na »den Fluß«, á-nni »dem Fluß«, lilju-nnar »der Lilie«, lygi-nnar »der Lüge«.

Auch treten bei der Hinzufügung des suffigierten Artikels am Substantiv einige Änderungen auf:

1. Die Endung -m der Substantive im Dat. Pl. geht bei Suffixierung des Artikels verloren:
hestum »Pferden« > hestu-num »den Pferden«
börnum »Kindern« > börnu-num »den Kindern«

2. Die Endung -a im Gen. Pl. der Substantive geht nach den Vokalen -á, -ó, -ú vor dem suffigierten Artikel verloren:

áa »Flüsse« › á-nna »der Flüsse«
brúa »Brücken«, › brú-nna »der Brücken«
skóa »Schuhe« › skó-nna »der Schuhe«

3. Feminina und Neutra (2.2.2, 2.2.3), deren Stamm auf Kons.+r (auf -ur erweitert) endet, behalten das -r vor dem Vokal des Artikels:

lifur »Leber« › lifr-in »die Leber«
hreiður »Nest« › hreiðr-ið »das Nest«

Als Beispiele für den bestimmten Artikel, der an Substantive angehängt wird, sei hier die Flexion der Subst. maður »Mann«, kona »Frau« und barn »Kind« angeführt:

Sg.	Nom.	maður-inn	kona-n	barn-ið
	Akk.	mann-inn	konu-na	barn-ið
	Dat.	manni-num	konu-nni	barni-nu
	Gen.	manns-ins	konu-nnar	barns-ins
Pl.	Nom.	mennir-nir	konur-nar	börn-in
	Akk.	menn-ina	konur-nar	börn-in
	Dat.	mönnu-num	konu-num	börnu-num
	Gen.	manna-nna	kvenna-nna	barna-nna

Wenn ein Adjektiv vor dem Substantiv steht, kann der Artikel vor dem Adjektiv stehen. Diese Stellung gilt jedoch schriftsprachlich als ein etwas gehobener Stil. In der Umgangssprache und der gewöhnlichen geschriebenen Sprache steht der Artikel nach dem Substantiv:

Gehobene Schriftsprache	Umgangssprache und gewöhnliche Schriftsprache
hinn góði maður	góði maðurinn »der gute Mann«
hin góða kona	góða konan »die gute Frau«
hið góða barn	góða barnið »das gute Kind«

2.2.0 Das Substantiv

Das Substantiv kennt drei grammatische Geschlechter und wird in vier Kasus im Sg. und Pl. flektiert. Nach der Endung des Gen. Sg. werden die Flexionen in zwei Gruppen eingeteilt:
1. Endet der Gen. Sg. auf -s oder -r wird die Flexion als **stark** bezeichnet.
2. Endet der Gen. Sg. auf einen Vokal, wird von **schwacher** Flexion gesprochen.

In den nachfolgenden Paragraphen werden die wichtigsten Flexionsparadigmen der Substantive dargestellt. Die Paradigmen werden durchgehend von 1 bis 60 numeriert. Diese Nummern erscheinen im Wörterverzeichnis nach der Genusbezeichnung des Substantivs und weisen auf das Paradigma hin, nach dessen Muster das entsprechende Substantiv flektiert wird. Schwierigkeiten bereitet anfangs, daß die entsprechenden Substantive im Deutschen und Isländischen häufig nicht dasselbe grammatische Geschlecht haben. Es ist leider hier unmöglich Regeln anzugeben. Das grammatische Geschlecht muß für jedes Substantiv einzeln gelernt werden.

Starke Flexion der Substantive

2.2.1 Maskulina

Die starke Flexion der Maskulina kann in drei Hauptgruppen zusammengefaßt werden und in eine Gruppe unregelmäßiger Substantive. Innerhalb jeder Gruppe gibt es einige Varianten. Als Grundlage der Klassifizierung dienen die Kasusendungen im Gen. Sg. und im Nom. Pl.

Gruppe 1A (Paradigmen 1 bis 7)
In dieser Gruppe endet der Gen. Sg. auf -s und Akk. Pl. auf -a. Einige Substantive dieser Gruppe haben jedoch -ar im Gen. Sg.

oder können beide Endungen haben, z. B.: hláturs oder hlátrar
»(des) Lachens«. Nom. Pl. endet auf -ar. Beispiele:
heimur »Welt«, himinn »Himmel«, akur »Acker«, læknir
»Arzt«, söngur »Gesang«

		1	2	3	4	5
Sg.	*Nom.*	heimur	himinn	akur	læknir	söngur
	Akk.	heim	himin	akur	lækni	söng
	Dat.	heimi	himni	akri	lækni	söng
	Gen.	heims	himins	akurs	læknis	söngs
Pl.	*Nom.*	heimar	himnar	akrar	læknar	söngvar
	Akk.	heima	himna	akra	lækna	söngva
	Dat.	heimum	himnum	ökrum	læknum	söngvum
	Gen.	heima	himna	akra	lækna	söngva

Wörter, die auf -all, -ill, -ull, -ann, -inn, -unn enden, werden
wie **himinn** flektiert, z. B.: aðall »Adel«, engill »Engel«, böggull
»Paket«, aftann »Abend«, drottinn »Gott«, jötunn »Riese«. Das
Wort **skór** »Schuhe« hat folgende Pluralformen: Nom. skór,
Akk. skó, Dat. skóm und Gen. skóa. Wörter, die **a** als Stamm-
vokal haben (Beispiel **akur**) ändern das **a** zu **ö** im Dat. Pl.
In diese Gruppe gehören auch die unregelmäßigen Wörter **sjór**
»See (F.), Meer« und **snjór** »Schnee«. Ihre Flexion lautet:

		6	7
Sg.	*Nom.*	sjór (sær)	snjór (snær, snjár)
	Akk.	sjó (sæ)	snjó (snæ, snjá)
	Dat.	sjó (sæ)	snjó (snævi, snjávi)
	Gen.	sævar, sjávar	snjós snævar (snjávar)
Pl.	*Nom.*	sjóir »Wellen«	snjóar »Schnee auf der Erde,
	Akk.	sjói	örtlich gefallene Schneemenge«
	Dat.	sjóum	snjóa
	Gen.	sjóa	snjóum
			snjóa

In Klammern sind Formen, die weniger häufig gebraucht werden. In literarischen Texten können in einigen Kasus noch andere Formen auftreten, die hier nicht aufgeführt sind. Zu beachten ist die Bedeutungsänderung dieser Wörter im Pl. Der Gen. Sp. **sjós** wird praktisch nur in der Redewendung **til sjós** »auf See, zur See, Seemann sein« verwendet.

Gruppe 1 B (Paradigmen 8 bis 11)

In dieser Gruppe endet Gen. Sg. auf **-s** oder beide Endungen **-s, -ar** sind möglich. Dat. Sg. endet auf **-i** oder hat keine Endung. Nom. Pl. endet auf **-ir**. Beispiele:
gestur »Gast«, dalur »Tal«, veggur »Wand«, hver »heiße Quelle«

		8	9	10	11
Sg.	*Nom.*	gestur	dalur	veggur	hver
	Akk.	gest	dal	vegg	hver
	Dat.	gesti	dal	vegg	hver
	Gen.	gests	dals	veggs oder veggjar	hvers
Pl.	*Nom.*	gestir	dalir	veggir	hverir
	Akk.	gesti	dali	veggi	hveri
	Dat.	gestum	dölum	veggjum	hverum
	Gen.	gesta	dala	veggja	hvera

Gruppe 1 C (Paradigmen 12 bis 16)

Gen. Sg. endet auf **-ar** und Nom. Pl. auf **-ir**. Dat. Sg. endet fast immer auf **-i**. Beispiele:
fundur »Versammlung, Sitzung«, köttur »Katze«, fjörður »Fjord«, sonur »Lohn«, háttur »Art, Weise; Art und Weise; Richtung«.

		12	13	14	15	16
Sg.	Nom.	fundur	köttur	fjörður	sonur	háttur
	Akk.	fund	kött	fjörð	son	hátt
	Dat.	fundi	ketti	firði	syni	hætti
	Gen.	fundar	kattar	fjarðar	sonar	háttar
Pl.	Nom.	fundir	kettir	firðir	synir	hættir
	Akk.	fundi	ketti	firði	syni	hætti
	Dat.	fundum	köttum	fjörðum	sonum	háttum
	Gen.	funda	katta	fjarða	sona	hátta

Sonur kann im Nom. Sg. auch die Form **son** haben. In der heutigen Sprache wird diese Form jedoch fast ausschließlich als Suffix in Personennamen verwendet: Jóns**son**, Einars**son**, Jóhanns**son** usw. **Fundur** ist in dieser Gruppe ein Beispiel für Wörter ohne Umlaut. **Köttur** und **fjörður** sind Beispiele für Wörter, in deren Flexion u-Umlaut im Nom., Akk. Sg. und im Dat. Pl. und i-Umlaut im Dat. Sg. und Nom., Akk. Pl. auftritt. In **fjörður** findet außerdem eine Brechung statt: ö-Brechung im Nom., Akk. Sg. und im Dat. Pl. und a-Brechung im Gen. Sg. und Pl.; in **sonur** und **háttur** findet i-Umlaut im Dat. Sg. und im Nom., Akk. Pl. statt. Als Folge dieser Änderungen wechselt der Wurzelvokal in den einzelnen Kasusformen. Die Wörter **hlutur** »Ding«, **staður** »Ort«, **kostur** »Vorteil« werden nach dem Paradigma 12 flektiert, haben jedoch kein -i im Dat. Sg.

Unregelmäßige starke Maskulina (Paradigmen 17 bis 22)
Völlig unregelmäßige Flexion haben folgende sechs Wörter:
faðir »Vater«, bróðir »Bruder«, vetur »Winter«, fótur »Fuß«, fingur »Finger«, maður »Mann«

	17	18	19	20	21	22
Sg. *Nom.*	faðir	bróðir	vetur	fótur	fingur	maður
Akk.	föður	bróður	vetur	fót	fingur	mann
Dat.	föður	bróður	vetri	fæti	fingri	manni
Gen.	föður	bróður	vetrar	fótar	fingurs	manns
Pl. *Nom.*	feður	bræður	vetur	fætur	fingur	menn
Akk.	feður	bræður	vetur	fætur	fingur	menn
Dat.	feðrum	bræðrum	vetrum	fótum	fingrum	mönnum
Gen.	feðra	bræðra	vetra	fóta	fingra	manna

Mit dem Artikel lautet der Gen. Sg. von **faðir, bróðir** in der Umgangssprache häufig **föðursins, bróðursins**. Der Nom. Pl. **menn** heißt mit Artikel **mennirnir**.

2.2.2 Feminina

Gruppe 2 A (Paradigmen 23 bis 28)

Gen. Sg. endet auf **-ar** oder **-r**. Nom. und Akk. Pl. enden auf **-ar** oder **-r**. Beispiele:
skál »Schale«, kerling »alte Frau«, hildur »Kampf«, á »Fluß«, stöð »Station« skel »Muschel«

	23	24	25	26	27	28
Sg. *Nom.*	skál	kerling	hildur	á	stöð	skel
Akk.	skál	kerlingu	hildi	á	stöð	skel
Dat.	skál	kerlingu	hildi	á	stöð	skel
Gen.	skálar	kerlingar	hildar	ár	stöðvar	skeljar
Pl. *Nom.*	skálar	kerlingar	hildar	ár	stöðvar	skeljar
Akk.	skálar	kerlingar	hildar	ár	stöðvar	skeljar
Dat.	skálum	kerlingum	hildum	ám	stöðvum	skeljum
Gen.	skála	kerlinga	hilda	áa	stöðva	skelja

Gruppe 2 B (Paradigmen 29 bis 33)

Gen. Sg. endet auf **-ar**. Nom. und Akk. Pl. enden auf **-ir**. Beispiele:

ást »Liebe«, sök »Schuld«, verslun »Geschäft«, gjöf »Geschenk«, vöntun »Mangel«

		29	30	31	32	33
Sg.	*Nom.*	ást	sök	verslun	gjöf	vöntun
	Akk.	ást	sök	verslun	gjöf	vöntun
	Dat.	ást	sök	verslun	gjöf	vöntun
	Gen.	ástar	sakar	verslunar	gjafar	vöntunar
Pl.	*Nom.*	ástir	sakir	verslanir	gjafir	vantanir
	Akk.	ástir	sakir	verslanir	gjafir	vantanir
	Dat.	ástum	sökum	verslunum	gjöfum	vöntunum
	Gen.	ásta	saka	verslana	gjafa	vantana

Sök, gjöf und **vöntun** sind Beispiele für Wörter, die u-Umlaut in ihrer Flexion haben. Ohne Umlaut sind Nom., Akk. und Gen. Pl. Zu bemerken ist, daß bei Wörtern, die nach dem Paradigma 33 flektiert werden, auch der Suffixvokal vom Umlaut erfaßt wird. In **verslun** (31) wird nur der Suffixvokal durch den Umlaut verändert, aber der Wurzelvokal ist konstant in allen Kasusformen.

Gruppe 2 C (Paradigmen 34 bis 37)
Gen. Sg. endet auf **-ar** oder **-ur**. Nom., Akk. Pl. enden auf **-ur** oder **-r**. Beispiele:
bók »Buch«, brú »Brücke«, mörk »Wald; 1/2 Pfund«, nótt »Nacht«.

		34	35	36	37
Sg.	*Nom.*	bók	brú	mörk	nótt
	Akk.	bók	brú	mörk	nótt
	Dat.	bók	brú	mörk	nótt (nóttu)
	Gen.	bókar	brúar	merkur	nætur
Pl.	*Nom.*	bækur	brýr	merkur	nætur
	Akk.	bækur	brýr	merkur	nætur
	Dat.	bókum	brúm	mörkum	nóttum (nætrum)
	Gen.	bóka	brúa	marka	nótta

Die meisten Feminina variieren im Sg. nur im Gen. Ausnahmen bilden nur die Wörter auf -ur und -ing im Nom. Sg. der Gruppe 2 A. Besondere Fälle sind die Wörter **brúður** »Braut« und **vættur** »Gespenst«. Sie werden im Sg. wie **hildur** (25) und im Pl. wie **ást** (29) flektiert. Die größte Zahl der Feminina wird in der starken Flexion wie **ást** (29) flektiert. Das Wort **sól** (29) »Sonne« hat Gen. Pl. **sólna**. Der Pl. ist sonst normal: sólir (Nom., Akk.) und sólum (Dat.).

Unregelmäßige starke Feminina (Paradigmen 38 bis 42)
Die Wörter **kýr** »Kuh«, **ær** »Mutterschaf«, **móðir** »Mutter«, **dóttir** »Tochter« und **systir** »Schwester« haben eine unregelmäßige Flexion.

		38	39	40	41	42
Sg.	*Nom.*	kýr	ær	móðir	dóttir	systir
	Akk.	kú	á	móður	dóttur	systur
	Dat.	kú	á	móður	dóttur	systur
	Gen.	kýr	ær	móður	dóttur	systur
Pl.	*Nom.*	kýr	ær	mæður	dætur	systur
	Akk.	kýr	ær	mæður	dætur	systur
	Dat.	kúm	ám	mæðrum	dætrum	systrum
	Gen.	kúa	áa	mæðra	dætra	systra

2.2.3 Neutra

Gruppe 3 (Paradigmen 43 bis 50)
Die starken Neutra enden im Gen. Sg. alle auf -s. In den meisten Fällen sind Nom. und Akk. gleich in Sg. und Pl. (Ausnahmen sind Paradigmen 47, 49 und 50). Dat. Sg. endet meistens auf -i. Beispiele:

blóm »Blume«, ber »Beere«, tré »Baum«, hreiður »Nest«, vald »Macht«, kvæði »Gedicht«, meðal »Arznei; Mittel«, sumar »Sommer«

	43	44	45	46	47	48	49	50
Sg. *Nom.*	blóm	ber	tré	hreiður	vald	kvæði	meðal	sumar
Akk.	blóm	ber	tré	hreiður	vald	kvæði	meðal	sumar
Dat.	blómi	beri	tré	hreiðri	valdi	kvæði	meðali	sumri
Gen.	blóms	bers	trés	hreiðurs	valds	kvæðis	meðals	sumars
Pl. *Nom.*	blóm	ber	tré	hreiður	völd	kvæði	meðöl[1]	sumur
Akk.	blóm	ber	tré	hreiður	völd	kvæði	meðöl	sumur
Dat.	blómum	berjum	trjám	hreiðrum	völdum	kvæðum	meðölum oder meðulum	sumrum
Gen.	blóma	berja	trjáa	hreiðra	valda	kvæða	meðala	sumra

Das Wort **altari** (49) »Altar« hat folgende Pluralformen: Nom., Akk. **ölturu**, Dat. **ölturum**, Gen. **altara**.

Schwache Flexion der Substantive

Substantive der schwachen Flexion enden im Gen. Sg. auf einem Vokal, **-a, -i, -u** (selten **-ó**).

2.2.4 Maskulina

Gruppe 4 (Paradigmen 51 bis 54)

Nom. Sg. endet auf **-i** und andere Kasus des Sg. enden auf **-a**. Nom. Pl. endet auf **-r**. Beispiele:

hani »Hahn«, einyrki »Einsiedler, Einzelbauer«, eigandi »Besitzer, Eigentümer«

Eine Sonderklasse bilden einige Wörter der Umgangssprache, die auf **-ó** enden. Sie sind im Sg. unflektierbar (einige sind auch im Pl. unflektierbar), wenn sie ohne Artikel stehen (der Artikel wird dann in Kasus flektiert), können jedoch **-s** im Gen. Sg. vor dem Artikel nehmen strætós-ins »des Busses«. Als Beispiel wird hier das Wort **strætó** »Bus (im Stadtverkehr)« angegeben.

1 Im Nom./Akk. Pl. existiert auch die Form **meðul**.

65

		51	52	53	54
Sg.	Nom.	hani	einyrki	eigandi	strætó
	Akk.	hana	einyrkja	eiganda	strætó
	Dat.	hana	einyrkja	eiganda	strætó
	Gen.	hana	einyrkja	eiganda	strætó
Pl.	Nom.	hanar	einyrkjar	eigendur	strætóar
	Akk.	hana	einyrkja	eigendur	strætóa
	Dat.	hönum	einyrkjum	eigendum	strætóum
	Gen.	hana	einyrkja	eigenda	strætóa

Das Wort **bóndi** (53) »Bauer« hat im Pl. Umlaut: **bændur** (Nom., Akk.), **bændum** (Dat.), **bænda** (Gen.).

2.2.5 Feminina

Gruppe 5 (Paradigmen 55 bis 58)

Nom. Sg. endet auf **-a** oder **-i**. Gen. Sg. endet auf **-u** oder **-i**. Nom. und Akk. Pl. enden auf **-ur** oder **-ar**. Beispiele: tunga »Zunge«, lilja »Lilie«, lygi »Lüge«, saga »Geschichte«

		55	56	57	58
Sg.	Nom.	tunga	lilja	lygi	saga
	Akk.	tungu	lilju	lygi	sögu
	Dat.	tungu	lilju	lygi	sögu
	Gen.	tungu	lilju	lygi	sögu
Pl.	Nom.	tungur	liljur	lygar	sögur
	Akk.	tungur	liljur	lygar	sögur
	Dat.	tungum	liljum	lygum	sögum
	Gen.	tungna	lilja	lyga	sagna

Das Wort **kona** (55) »Frau« lautet im Gen. Pl. **kvenna**. Die meisten Feminina, die im Nom. Sg. auf **-i** enden, haben keinen Pl., z. B. **gleði** »Freude«, **athygli** »Aufmerksamkeit«

66

usw. Das Wort **ævi** (57) »Leben, Lebenszeit« hat folgende Formen im Pl.: Nom., Akk. **ævir**, Dat. **ævum**, Gen. **æva**.

2.2.6 Neutra

Gruppe 6 (Paradigmen 59 bis 60)
Zur Gruppe der schwachen Neutra gehören nur wenige Wörter. Sie enden in allen Kasus im Sg. auf **-a** und im Nom. und Akk. Pl. auf **-u**. Im Gen. Pl. kann in einigen dieser Wörter ein **n** vor der Genitivendung **-a** eingeschoben werden. Beispiele: auga »Auge«, hjarta »Herz«

	59	60
	59	60
Sg. *Nom.*	auga	hjarta
Akk.	auga	hjarta
Dat.	auga	hjarta
Gen.	auga	hjarta
Pl. *Nom.*	augu	hjörtu
Akk.	augu	hjörtu
Dat.	augum	hjörtum
Gen.	augna	hjarta oder hjartna

Andere Wörter, die zu dieser Gruppe gehören, sind: nýra »Niere«, lunga »Lunge«, eyra »Ohr«, eista »Hoden«, milta »Milz«, hnoða »Bällchen aus Wolle, Knaul«, bjúga »Wurst«. In diese Gruppe sind zwei häufig gebrauchte Lehnwörter aufgenommen worden: firma »Firma« und skema »Schema«.

2.2.7 In der komplizierten Flexion der Substantive, die hier in 60 Paradigmen dargestellt wurde, lassen sich einige Regelmäßigkeiten erkennen. Im Pl. ist die Kasusdifferenzierung im allgemeinen geringer als im Sg. Der Dat. Pl. endet in allen Flexionen ausnahmslos auf **-um** (nach Vokal gelegentlich auf **-m**) und Gen. Pl. endet auf **-a**, dem gelegentlich auch ein Konsonant vor-

geschoben wird. Maskulina, die auf -ar im Nom. Pl. enden,
enden auf -a im Akk. Pl. Maskulina, die auf -ir im Nom. Pl.
enden, enden auf -i im Akk. Pl. Feminina, die auf -ar im Nom. Pl.
enden, enden auf -ar im Akk. Pl. Feminina, die auf -ir bzw. -ur im
Nom. Pl. enden, enden auch auf -ir bzw. -ur im Akk. Pl.

2.3.0 Adjektive

Die drei grammatischen Geschlechter der Adjektive werden in
vier Kasus, im Sg. und Pl. flektiert. Im allgemeinen kann das-
selbe Adjektiv sowohl starke als auch schwache Flexion haben.
In der starken Flexion endet der Gen. Sg. auf die Konsonanten -s
oder -r, in allen Kasus der schwachen Flexion dagegen mit einem
Vokal. Starke Flexion haben die Adjektive, wenn sie ein Sub-
stantiv ohne bestimmten Artikel bezeichnen:
    góður maður »ein guter Mann« oder »guter Mann«
    góð kona »eine gute Frau« oder »gute Frau«
    gott barn »ein gutes Kind« oder »gutes Kind«
Auch in der prädikativen Stellung sind die Adjektive immer stark:
    maðurinn er góður »der Mann ist gut«
    konan er góð »die Frau ist gut«
    barnið er gott »das Kind ist gut«
Schwache Flexion haben die Adjektive, wenn sie ein Substantiv
mit bestimmtem Artikel kennzeichnen:
    góði maðurinn »der gute Mann«
    góða konan »die gute Frau«
    góða barnið »das gute Kind«
In der literarischen Sprache und in der Alltagssprache kann ein
starkes Adjektiv gelegentlich ein Substantiv mit bestimmtem
Artikel kennzeichnen:
    blátt hafið skein í sólinni »das blaue Meer strahlte in der
    Sonne«
Das stark flektierte Adjektiv, das mit einem Substantiv mit
bestimmten Artikel verwendet wird, bezeichnet eine absolute

(oder individuelle) Eigenschaft. Demgegenüber bezeichnet das schwach flektierte Adjektiv entweder eine allgemeine Eigenschaft oder einen Vergleich, z. B.:

veika barnið »das kranke Kind« (aber nicht das gesunde Kind usw.).

Positiv und Superlativ können stark und schwach flektiert werden, der Komparativ aber nur schwach.

2.3.1 Starke Flexion der Adjektive

Paradigma 1: ríkur »reich«

	Sg.			Pl.		
	M.	F.	N.	M.	F.	N.
Nom.	ríkur	rík	ríkt	ríkir	ríkar	rík
Akk.	ríkan	ríka	ríkt	ríka	ríkar	rík
Dat.	ríkum	ríkri	ríku		ríkum	
Gen.	ríks	ríkrar	ríks		ríkra	

Auf diese Weise werden die meisten Adjektive, die auf **-ur** enden, und ebenfalls diejenigen, deren Stamm auf **-r, -s, -n** endet, flektiert, z. B.:

dýr »teuer«, stór »groß«, fús »bereitwillig«, jafn »gleich«, hás »heiser«, sannur »wahr« (mit Umlaut in den entsprechenden Formen)

Paradigma 2: fagur »schön«

	Sg.			Pl.		
	M.	F.	N.	M.	F.	N.
Nom.	fagur	fögur	fagurt	fagrir	fagrar	fögur
Akk.	fagran	fagra	fagurt	fagra	fagrar	fögur
Dat.	fögrum	fagurri	fögru		fögrum	
Gen.	fagurs	fagurrar	fagurs		fagurra	

69

Auf diese Weise werden die Adjektive flektiert, deren -r dem Stamm angehört, z. B.:

magur »dünn«, digur »dick«, vitur »weise«, snotur »nett, hübsch«

Als Wurzelvokal kann nur a umgelautet werden.

Paradigma 3: blár »blau«

	Sg.			Pl.		
	M.	F.	N.	M.	F.	N.
Nom.	blár	blá	blátt	bláir	bláar	blá
Akk.	bláan	bláa	blátt	bláa	bláar	blá
Dat.	bláum	blárri	bláu		bláum	
Gen.	blás	blárrar	blás		blárra	

Auf diese Weise werden die Adjektive flektiert, deren Stammvokal -á, -ó, -ú ist, z. B.:

hár »hoch«, mjór »dünn«, trúr »treu«

Paradigma 3 a: nýr »neu«

	Sg.			Pl.		
	M.	F.	N.	M.	F.	N.
Nom.	nýr	ný	nýtt	nýir	nýjar	ný
Akk.	nýjan	nýja	nýtt	nýja	nýjar	ný
Dat.	nýjum	nýrri	nýju		nýjum	
Gen.	nýs	nýrrar	nýs		nýrra	

Auf die gleiche Weise werden die Adjektive flektiert, deren Stammvokal -ý oder -æ ist und deren -r dem Stamm nicht angehört, z. B.:

hlýr »warm«, gegnsær »durchsichtig«

Auch **miður** »mitten« wird nach diesem Paradigma flektiert.

Paradigma 4: boginn »krumm, gebogen«

	Sg.			**Pl.**		
	M.	F.	N.	M.	F.	N.
Nom.	boginn	bogin	bogið	bognir	bognar	bogin
Akk.	boginn	bogna	bogið	bogna	bognar	bogin
Dat.	bognum	boginni	bognu		bognum	
Gen.	bogins	boginnar	bogins		boginna	

Nach diesem Paradigma werden zweisilbige Adjektive flektiert,
die auf **-inn** enden, sowie Partizipien von beinahe allen starken
Verben, z. B.:
   heppinn »glücklich«, fundinn »gefunden«, farinn »gefahren«

Paradigma 5: seinn »spät«

	Sg.			**Pl.**		
	M.	F.	N.	M.	F.	N.
Nom.	seinn	sein	seint	seinir	seinar	sein
Akk.	seinan	seina	seint	seina	seinar	sein
Dat.	seinum	seinni	seinu		seinum	
Gen.	seins	seinnar	seins		seinna	

Auf diese Art werden die Adjektive flektiert, die auf **-nn** (einsil-
bige) und **-ll** enden, z. B.:
   sæll »glücklich«, brúnn »braun«, vesall »erbärmlich«

Paradigma 6: lítill »klein«

	Sg.			**Pl.**		
	M.	F.	N.	M.	F.	N.
Nom.	lítill	lítil	lítið	litlir	litlar	lítil
Akk.	lítinn	litla	lítið	litla	litlar	lítil
Dat.	litlum	lítilli	litlu		litlum	
Gen.	lítils	lítillar	lítils		lítilla	

71

Außer **lítill** wird nur **mikill** »groß« nach diesem Paradigma flektiert. In **mikill** tritt jedoch graphisch keine Änderung des Wurzelvokals ein.

Paradigma 7: talinn »angesehen, gezählt«, P. P. von telja »zählen«

	Sg.			**Pl.**		
	M.	F.	N.	M.	F.	N.
Nom.	talinn	talin	talið	taldir	taldar	talin
Akk.	talinn	talda	talið	talda	taldar	talin
Dat.	töldum	talinni	töldu		töldum	
Gen.	talins	talinnar	talins		talinna	

Auf diese Weise werden die Partizipien der schwachen Verben flektiert, die im M. auf -**inn** enden. Dieselbe Flexion haben auch:
galinn »verrückt«, alinn »ernährt«
In den drei Geschlechtern sind jeweils die Dat. und die Gen. im Pl. der Adjektive identisch.

2.3.2 Schwache Flexion der Adjektive

Die schwache Flexion der Adjektive ist sehr ähnlich derjenigen der schwachen Substantive (2.2.4, 2.2.5, 2.2.6). Im Sg. wird das M. wie hani (51), das F. wie tunga (55) und das N. wie hjarta (60) flektiert. Im Pl. enden alle Kasus der drei Geschlechter auf -**u**. Beispiele:
ríkur »reich«, fagur »schön«

	M.	F.	N.		M. F. N.
Sg. Nom.	ríki	ríka	ríka	*Pl.*	ríku
Andere Kasus	ríka	ríku	ríka		ríku
Sg. Nom.	fagri	fagra	fagra	*Pl.*	fögru
Andere Kasus	fagra	fögru	fagra		fögru

2.3.3 Unflektierbare Adjektive

Adjektive, die auf -a, -i, -ó enden sind unflektierbar, z. B.:
aflvana »kraftlos«, hugstola »melancholisch, niedergeschla-
gen«, hissa »erstaunt«, nútíma »zeitgenössisch, modern«,
hugsi »nachdenklich«, sveitó »bäuerlich«
Die Part. Präs., die gelegentlich als Adjektive verwendet wer-
den, sind in der modernen Sprache ebenfalls unflektierbar:
megandi »mächtig«

2.3.4 Steigerung der Adjektive

Der Komparativ wird vom Positiv mit der Endung -(a)ri und der
Superlativ mit -(a)stur gebildet. Bei einigen Adjektiven kann der
Wurzelvokal im Komparativ und Superlativ durch Umlaut geän-
dert werden, z. B.:

	Positiv	Komparativ	Superlativ
a) -ari, -astur	ríkur »reich«	ríkari	ríkastur
b) -ri, -stur	grannur »mager«	grennri	grennstur
	stór »groß«	stærri	stærstur
c) -ri, -astur	fallegur »schön«	fallegri	fallegastur
	seinn »spät«	seinni (ri › ni)	seinastur
	blár »blau«	blárri	bláastur
	nýr »neu«	nýrri	nýjastur

Einige Adjektive haben zwei Formen im Komparativ und im
Superlativ, z. B.:

Positiv	Komparativ	Superlativ
frægur »berühmt«	frægari	frægastur
	frægri	frægstur
þykkur »dick«	þykkari	þykkastur
	þykkri	þykkstur
djúpur »tief«	dýpri	dýpstur
	djúpari	djúpastur

Vorangestellt wird die häufiger gebrauchte Form.
Die unflektierbaren Adjektive auf **-a, -i, -ó** sowie die Part. Präs.
werden mit den Adverbien **meira** »mehr« und **mest** »am meisten« gesteigert, z. B.:

aflvana »kraftlos«	meira aflvana	mest aflvana
hugsi »nachdenklich«	meira hugsi	mest hugsi
sveitó »taktlos«	meira sveitó	mest sveitó
megandi »mächtig«	meira megandi	mest megandi
huggandi »beruhigend«	meira huggandi	mest huggandi

2.3.5 Unregelmäßige Steigerung

Folgende Adjektive werden unregelmäßig gesteigert:

Positiv	Komparativ	Superlativ
gamall »alt«	eldri	elstur
góður »gut«	betri	bestur
lítill »klein«	minni	minnstur
margur »viele«	fleiri	flestur
mikill »groß«	meiri	mestur
vondur »schlecht« illur »schlecht« slæmur »schlimm«	verri	verstur

2.3.6 Schwache Flexion des Komparativs

Der Komparativ wird nur schwach flektiert, aber seine Flexion
unterscheidet sich von der schwachen Flexion des Positivs. Beispiel:

ríkari »reicher«

	M.	F.	N.		M.F.N.
Sg. Nom.	ríkari	ríkari	ríkara	*Pl.*	ríkari
Andere Kasus	ríkari(-a)	ríkari	ríkara		ríkari

Besonders im Gen. Sg. kann beim M. die Endung fakultativ -a sein: hús ríkara mannsins »Haus des reicheren Mannes«. Der Komparativ **fleiri** »mehr« hat im Dat. Pl. die Form **fleirum**. Das Superlativ wird wie der Positiv je nach dem Substantiv, das er kennzeichnet, stark oder schwach flektiert.

2.3.7 Substantivierte Adjektive

Adjektive können substantiviert werden, werden dann aber im Isländischen äußerst selten mit dem bestimmten Artikel gebraucht:

heyrðu góðu**rinn** »hör mal, du Schlingel; hör mal, mein Guter«

Das substantivierte Adjektiv kann ohne jede Bestimmung erscheinen:

haltur ríður hrossi »ein Lahmer reitet ein Pferd«

illur á sér ills von »ein Schlimmer erwartet nur Schlimmes«

Das häufigste Mittel der Substantivierung des Adjektivs ist jedoch das Demonstrativ **sá** »der, dieser« (2.5.4):

sá **stóri** kemur »der Große kommt«

hann hitti þann **rétta** »er traf den Richtigen« (oder »er zog das große Los«)

2.4.0 Das Zahlwort

Nach den Ordnungszahlen wird, wenn sie in Ziffern geschrieben werden, gewöhnlich ein Punkt gesetzt. Kardinalzahlen erscheinen ohne Punkt.

Kardinalzahlen	Ordnungszahlen
0 núll N.	
1 einn M., ein F., eitt N.	1. fyrsti M., fyrsta F., N.
2 tveir M., tvær F., tvö N.	2. annar M., önnur F., annað N.
3 þrír M., þrjár F., þrjú N.	3. þriðji M., þriðja F., N.
4 fjórir M., fjórar F., fjögur N.	4. fjórði M., fjórða F., N.
5 fimm	5. fimmti M., fimmta F., N.
6 sex	6. sjötti, sétti, -a usw.
7 sjö	7. sjöundi
8 átta	8. áttundi
9 níu	9. níundi
10 tíu	10. tíundi
11 ellefu	11. ellefti
12 tólf	12. tólfti
13 þrettán	13. þrettándi
14 fjórtán	14. fjórtándi
15 fimmtán	15. fimmtándi
16 sextán	16. sextándi
17 sautján, seytján	17. sautjándi, seytjándi
18 átján	18. átjándi
19 nítján	19. nítjándi
20 tuttugu	20. tuttugasti
21 tuttugu og einn	21. tuttugasti og fyrsti
30 þrjátíu	30. þrítugasti
40 fjörutíu	40. fertugasti
50 fimmtíu	50. fimmtugasti
60 sextíu	60. sextugasti
70 sjötíu	70. sjötugasti
80 áttatíu	80. áttugasti
90 ní(u)tíu	90. nítugasti
100 hundrað	100. hundraðasti
101 hundrað og einn	101. hundraðasti og fyrsti
120 hundrað og tuttugu	120. hundrað og tuttugasti
200 tvö hundruð	200. tvö hundraðasti

Kardinalzahlen

1 000 þúsund
1 500 fimmtán hundruð, eitt þúsund
og fimm hundruð
10 000 tíu þúsund
1 000 000 (ein) milljón

Ordnungszahlen

1 000. þúsundasti
1 500. fimmtán hundraðasti
10 000. tíu þúsundasti
1 000 000. milljónasti

Í dag er 30. janúar 1978 = þrítugasti janúar nítján hundruð sjötíu og átta »heute ist der 30. Januar 1978«.

2.4.1 Flexion der Zahlwörter

Die Zahlwörter sind, ausgenommen **hundrað**, **þúsund** und **milljón**, Adjektive. **Hundrað** ist Subst. N. und **þúsund** ist entweder N. oder F. **Milljón** ist Subst. F. **Þúsund** und **milljón** werden nach dem Paradigma 29 flektiert (als N. wird **þúsund** zusätzlich nach dem Paradigma 43 flektiert).
Die Flexion der ersten vier Kardinalzahlen ist folgendermaßen:

1. einn »ein«

	Sg.			Pl.		
	M.	F.	N.	M.	F.	N.
Nom.	einn	ein	eitt	einir	einar	ein
Akk.	einn, einan	eina	eitt	eina	einar	ein
Dat.	einum	einni	einu		einum	
Gen.	eins	einnar	eins		einna	

Die Akkusativform **einan** (Sg. M.) wird meistens nur prädikativ gebraucht: ég sá hann einan »ich sah ihn, wo er allein war«, aber: ég sá hann einn »ich allein sah ihn«. Wenn **einn** mit **sá** substantiviert wird (2.3.7), hat es schwache Flexion: hann er **sá eini** »er ist der einzige«, **sú eina** »die einzige«, það **eina** »das einzige« (það **eitt** »das allein«).

2. tveir »zwei«

		M.	F.	N.
Pl.	*Nom.*	tveir	tvær	tvö
	Akk.	tvo	tvær	tvö
	Dat.		tveim	
	Gen.		tveggja	

3. þrír »drei«

		M.	F.	N.
Pl.	*Nom.*	þrír	þrjár	þrjú
	Akk.	þrjá	þrjár	þrjú
	Dat.		þrem(ur)	
	Gen.		þriggja	

4. fjórir »vier«

		M.	F.	N.
Pl.	*Nom.*	fjórir	fjórar	fjögur
	Akk.	fjóra	fjórar	fjögur
	Dat.		fjórum	
	Gen.		fjögra, fjögurra	

Ab 5 werden die Kardinalzahlen nicht mehr flektiert, es sei denn, daß es sich um zusammengesetzte Zahlen handelt, deren letzte Ziffer wieder eine der Zahlen 1 bis 4 ist; diese Zahlen werden dann flektiert, als ob sie allein stünden (einn, ein, eitt usw.). Die

Ordnungszahlen werden wie schwache Adjektive (2.3.2) flektiert, mit Ausnahme von **annar** »der zweite, der andere«, das stark flektiert wird:

Sg.	M.	F.	N.	**Pl.**	M.	F.	N.
Nom.	annar	önnur	annað		aðrir	aðrar	önnur
Akk.	annan	aðra	annað		aðra	aðrar	önnur
Dat.	öðrum	annarri	öðru			öðrum	
Gen.	annars	annarrar	annars			annarra	

Bemerkung:
Wenn Ordnungszahlen von einer komplexen Zahl gebildet werden, haben die letzten zwei Zahlen Ordnungszahlsuffixe: 152. hundrað **fimmtugasti og annar** »einhundertzweiundfünfzigste«.
Die Uhrzeit wird folgendermaßen angegeben:
  klukkan er tólf »es ist 12 Uhr«
  klukkan er hálf ellefu »es ist 10 Uhr 30; halb elf«
  klukkuna vantar korter (fimmtán mínútur) í ellefu »es ist 10 Uhr 45; 15 Minuten vor 11«
  klukkan er tíu mínútur yfir tíu (oder: tíu mínútur gengin í ellefu) »es ist 10 Uhr 10; 10 Minuten nach 10 Uhr«

2.5.0 Das Pronomen

2.5.1 Die persönlichen Pronomina

1. Person

Sg.	*Nom.*	ég, eg »ich«	**Pl.**	við »wir«	vér »wir«
	Akk.	mig		okkur	oss
	Dat.	mér		okkur	oss
	Gen.	mín		okkar	vor

Die Form **vér** (der ursprüngliche Plural) ist ein Honorativplural (»plural majestatis«), der nur noch in literarischer oder sehr förmlicher Rede gebraucht wird.

2. Person:

		Sg.		Pl.		
Sg.	*Nom.*	þú »du«	**Pl.**	þið »ihr«	þér »Sie«	
	Akk.	þig		ykkur	yður	
	Dat.	þér		ykkur	yður	
	Gen.	þín		ykkar	yðar	

Der jetzige Plural þið ist ein alter Dual (wie auch **við** in der ersten Person). Die Honorativform þér, die der alte Plural ist, wird heute praktisch nicht mehr benutzt. In Island duzen sich seit dem Zweiten Weltkrieg alle, unabhängig von der gesellschaftlichen Stellung der Gesprächspartner und auch davon, ob sie sich kennen oder nicht.

3. Person:

		M.	F.	N.
Sg.	*Nom.*	hann »er«	hún »sie«	það »es«
	Akk.	hann	hana	það
	Dat.	honum	henni	því (þí)
	Gen.	hans	hennar	þess
Pl.	*Nom.*	þeir »sie«	þær »sie«	þau »sie«
	Akk.	þá	þær	þau
	Dat.		þeim	
	Gen.		þeirra	

Die Form þí (Dat. N. Sg.) ist in der gesprochenen Sprache häufig, wird aber nur selten geschrieben.

2.5.2 Das reflexive Pronomen

Das reflexive Pronomen hat, wie übrigens auch im Deutschen keinen Nominativ. Es lautet im Akk. **sig** »sich«, im Dat. **sér** und im Gen. **sín**. Diese Formen gelten sowohl für Sg. als auch für Pl.

2.5.3 Die Possessivpronomina

Die Possessivpronomina sind **minn** »mein«, **þinn** »dein«, **sinn** »sein« und beziehen sich auf die Personalpronomina **ég, þú, hann, hún, það** und **þeir**. Sie können sowohl substantivisch als auch adjektivisch verwendet werden. **Sinn** kann sich nur auf das Subjekt des Satzes beziehen: hann tók bókina sína »er nahm sein (eigenes) Buch«; Þeir tóku bókina sína »sie nahmen ihr Buch« und þeir tóku bækurnar sínar »sie nahmen ihre Bücher«. Als plurale Possessiva wird der Gen. der Personalpronomina verwendet: okkar »unser«, ykkar »euer«, þeirra »ihr«. Die Gen. **hans, hennar, þess** beziehen sich auf eine dritte Person, die nicht Subjekt des Satzes ist: hann tók bókina hennar »er nahm ihr Buch«. Das flektierbare honorative Possessivpronomen **vor** »unser« und der Gen. **yðar** »Ihr« werden heute kaum noch gebraucht.
Die Flexion von **minn, þinn, sinn** ist identisch. Als Beispiel wird hier die Flexion von **minn** angegeben. Besonders muß auf die regelmäßige Änderung des Wurzelvokals in einigen Flexionsformen geachtet werden:

		M.	F.	N.		M.	F.	N.
Sg.	*Nom.*	minn	mín	mitt	**Pl.**	mínir	mínar	mín
	Akk.	minn	mína	mitt		mína	mínar	mín
	Dat.	mínum	minni	mínu			mínum	
	Gen.	míns	minnar	míns			minna	

81

Das Possessivpronomen steht in der Regel **nach** dem zugehörigen Substantiv:

bókin mín oder bók mín »mein Buch«
hesturinn þinn oder hestur þinn »dein Pferd«
bíllinn hans oder bíll hans »sein Wagen«
húsið okkar oder hús okkar »unser Haus«

Die Flexion von **vor** »unser« ist folgendermaßen:

		M.	F.	N.		M.	F.	N.
Sg.	*Nom.*	vor	vor	vort	**Pl.**	vorir	vorar	vor
	Akk.	vorn	vora	vort		vora	vorar	vor
	Dat.	vorum	vorri	voru			vorum	
	Gen.	vors	vorrar	vors			vorra	

In der heutigen Sprache wird **vor**, wie schon gesagt, kaum noch gebraucht. In sehr förmlicher Rede (z. B. in feierlichen, offiziellen Ansprachen) kann dieses Pronomen jedoch gelegentlich vorkommen:

þjóð **vor** berst fyrir tilveru sinni »Unser Volk steht im Kampf um seine Existenz«

2.5.4 Die Demonstrativpronomina

Das Isländische hat drei Demonstrativa: sá »der«, þessi »dieser«, hinn »jener, (der) andere«. **Hinn** wird wie der Artikel flektiert (2.1.1), mit Ausnahme des N., das im Nom. und Akk. Sg. **hitt** heißt. Die beiden anderen Demonstrativa werden folgendermaßen flektiert:

1. sá »der«

		M.	F.	N.		M.	F.	N.
Sg.	*Nom.*	sá	sú	það	**Pl.**	þeir	þær	þau
	Akk.	þann	þá	það		þá	þær	þau
	Dat.	þeim	þeirri	því (þí)		þeim		
	Gen.	þess	þeirrar	þess		þeirra		

2. þessi »dieser«

		M.	F.	N.		M.	F.	N.
Sg.	*Nom.*	þessi	þessi	þetta	**Pl.**	þessir	þessar	þessi
	Akk.	þennan	þessa	þetta		þessa	þessar	þessi
	Dat.	þessum	þessari	þessu		þessum		
	Gen.	þessa	þessarar	þessa		þessara		

Sogenannte unbestimmte Demonstrativpronomina sind: sjálfur »selbst«, samur »derselbe«, slíkur »solcher« þvílíkur »welch ein«. Sie werden wie Adjektive flektiert (2.3.1, 2.3.2).

2.5.5 Die Relativpronomina

In der Umgangssprache wird ausschließlich das nicht flektierende Relativpronomen **sem** »der, die, das; welcher, welche, welches« gebraucht. Im Gegensatz zum deutschen Pronomen kann das isländische Relativpronomen niemals nach einer Präposition stehen. Im Relativsatz steht die Präposition am Ende des Satzes:

maðurinn, **sem** sá hann »der Mann, der ihn sah«

húsið, **sem** ég bý í »das Haus, in dem ich wohne«

In der gesprochenen spontanen Sprache wird häufig ein zusammengesetztes Relativpronomen **sem að** verwendet:

taktu eftir því, **sem að** ég segi »beachte, was ich eben sage«

Die Schriftsprache verfügt außerdem über das Pronomen **er** »der, die, das«, das ebenfalls unveränderlich ist:

húsið, **er** hann býr í »das Haus, in dem er wohnt«

2.5.6 Die Interrogativpronomina

Die Interrogativpronomina sind **hver** »wer«, **hvor** »wer von beiden« (nur wenn von zweien gesprochen wird) und **hvílíkur** »solcher, solch ein« und außerdem das unflektierbare **hvaða** »was für ein«. **Hvílíkur** wird adjektivisch flektiert. Die Flexion von **hver** ist folgendermaßen:

		M.	F.	N.	
Sg.	*Nom.*	hver	hver	hvert (adj.)	hvað (subst.)
	Akk.	hvern	hverja	hvert	hvað
	Dat.	hverjum	hverri	hverju	
	Gen.	hvers	hverrar	hvers	
Pl.	*Nom.*	hverjir	hverjar	hver	
	Akk.	hverja	hverjar	hver	
	Dat.		hverjum		
	Gen.		hverra		

Hvor wird wie das Possessiv **vor** (2.5.3) flektiert.

2.5.7 Die Indefinitpronomina

Das Isländische besitzt eine große Zahl indefiniter Pronomina. Die wichtigsten sind die folgenden:

einn »einer«, fáeinir »einige, nur wenige« (Pl.), neinn »nicht einer, keiner« (wird nur in Verbindung mit Negativen gebraucht (3.3.5)), einhver »jemand«, nokkur »einer, ein gewisser«, sumir »einige« (Pl.), annar »anderer«, annarhvor »einer von beiden«, annarhver »einer von vielen«, annartveggja »einer von beiden«, hvortveggja »jeder von beiden«, hver, sérhver »jeder«, hvor, sérhvor »jeder von beiden«, hvorugur »keiner von beiden«, báðir »beide«, enginn »niemand, keiner«, ýmis »irgendwer; verschieden; bald der eine, bald der andere«, maður »man«, allur »all(e)«, allur saman »ganz; völlig; alles«

Einn, fáeinir und neinn werden wie das Zahlwort **einn** (2.4.1), sumir und hvorugur wie das Adj. **ríkur** (2.3.1, Parad. 1) flektiert. **Nokkur** »einer, ein gewisser« wird folgendermaßen flektiert:

	M.	F.	N.
Sg. *Nom.*	nokkur	nokkur	nokkurt (adj.) nokkuð (subst.)
Akk.	nokkurn	nokkra	nokkurt nokkuð
Dat.	nokkrum	nokkurri	nokkru
Gen.	nokkurs	nokkurrar	nokkurs
Pl. *Nom.*	nokkrir	nokkrar	nokkur
Akk.	nokkra	nokkrar	nokkur
Dat.		nokkrum	
Gen.		nokkurra	

Annar wird wie das gleichlautende Zahlwort flektiert (2.4.1); **hver, einhver** und **sérhver** wie das interrogative Pronomen **hver** (2.5.6). Im Nom. Sg. hat **einhver** im N. die Formen **eitthvert** (adj.) und **eitthvað** (subst.). Von **annarhver** und **annarhvor** werden beide Teile flektiert, jedoch in **annartveggja** und **hvortveggja** nur der erste Teil. **Ýmis** »irgendwer; verschieden; bald der eine, bald der andere« wird folgendermaßen flektiert:

	M.	F.	N.		M.	F.	N.
Sg. *Nom.*	ýmis	ýmis	ýmist	**Pl.**	ýmsir	ýmsar	ýmis
Akk.	ýmsan	ýmsa	ýmist		ýmsa	ýmsar	ýmis
Dat.	ýmsum	ýmissi	ýmsu			ýmsum	
Gen.	ýmiss	ýmissar	ýmiss			ýmissa	

Báðir »beide« wird folgendermaßen flektiert:

	M.	F.	N.
Pl. *Nom.*	báðir	báðar	bæði
Akk.	báða	báðar	bæði

Dat.	báðum
Gen.	beggja

Enginn »niemand, keiner« hat zweifache (im Gen. Sg. M. und N. sogar dreifache) Flexion für fast alle Kasus:

	M.	F.	N.
Sg. *Nom.*	enginn, engi	engin, engi	ekkert, ekki
Akk.	engan, öngvan	enga, öngva	ekkert, ekki
Dat.	engum, öngvum	engri, öngri	engu, öngvu
Gen.	einskis, einkis engis	engrar, öngrar	einskis, einkis, engis
Pl. *Nom.*	engir, öngvir	engar, öngvar	engin
Akk.	enga, öngva	engar, öngvar	engin

Dat.	engum, öngvum
Gen.	engra, öngra

Die Formen mit **e-** gehören sowohl der Schrift- als auch der Umgangssprache an. Die Formen mit **ö-** werden selten geschrieben und gehören fast ausschließlich der Umgangssprache an, in der sie dafür aber sehr häufig sind.

Zu den Indefinitpronomina sollte auch das Wort **maður** »man« und der Pl. **menn** »man« gerechnet werden. Obwohl es an sich Substantiv ist (2.2.1, Paradigma 22) und als solches auch in der pronominalen Verwendung flektiert wird, hat es eine pronominale Verwendung, die genau dem deutschen »man« entspricht. Als Pronomen kann **maður** allerdings keinen Artikel nehmen:

maður getur ekki beðið endalaust »man kann nicht endlos warten«

hann lætur **mann** bíða »er läßt einen warten«

þegar bíllinn **manns** er bilaður, verður maður að ganga »wenn der Wagen (von einem) eine Panne hat, muß man zu Fuß gehen«

menn vænta þess ekki »man erwartet es nicht«

Als Adjektive werden **allur** »all« (Pl. **allir**) und **allur saman** »all, ganz, völlig, alles« flektiert (2.3.1):

allir eru heima »alle sind zu Hause«

þeir eru allir saman hér »sie sind alle (zusammen) hier«

hann er allur saman blautur »er ist völlig naß«

þetta er allt saman ómögulegt »das ist völlig unmöglich«

2.6.0 Das Verb

In der Konjugation des Verbs werden folgende Kategorien ausgedrückt:

1. **Tempus:** Präsens und Imperfekt werden mit besonderen Endungen gebildet; andere Tempora werden mit Hilfsverben gebildet.
2. **Modus:** Das Isländische hat folgende Modi: Imperativ, Indikativ und Konjunktiv, die nach Personen konjugiert werden; Infinitiv und Partizipien (Präs. und Perf.), die nach der Person unveränderlich sind. Sie können wie im Deutschen als Adjektive mit Kasusendungen flektiert werden, substantivisch im Satz oder als Verben in durch Zusammensetzung gebildeten Tempora auftreten. Von diesen Modi, die das Deutsche ebenso kennt, ist zu bemerken, daß der Konjunktiv im Isländischen häufiger gebraucht wird als im Deutschen (3.5.1).
3. **Handlungsart (Vox):** Das Verb hat drei Handlungsarten: Aktiv, Passiv und Medium (Mediopassiv).
4. **Zahl:** In der Verbkonjugation werden Sg. und Pl. unterschieden.

5. **Person:** Das isländische Verb drückt durch Endungen und hinzugefügte Pronomina die 1., 2. und 3. Person aus.

2.6.1 Hauptklassen der Verben

Die isländischen Verben werden in zwei Hauptklassen, schwache und starke Verben, eingeteilt. Die Zahl der schwachen Verben ist größer als die der starken. Die ersteren sind durch die Endungen -ði, -di, -ti, -aði im Imperfekt und durch die Endungen -ður, -dur, -tur, -aður, -inn im M. des P.P. gekennzeichnet. Die starken Verben haben verschiedene Ablauterscheinungen in ihrem Stamm und keine besondere Endung im Imperfekt.

2.6.2 Grundformen des Verbs

Wie die deutschen Verben haben auch die isländischen Grundformen, von denen die anderen Formen abgeleitet werden. Beim starken Verb gibt es vier Grundformen; als Beispiel wird hier das Verb **bjóða** »bieten« angeführt:

1. **Infinitiv:** bjóða. Davon werden abgeleitet:
   a) Präsens Indikativ: ég býð, við bjóðum
   b) Präsens Konjunktiv: ég bjóði, við bjóðum
   c) Imperativ: bjóð oder bjóddu
   d) Partizip Präsens: bjóðandi
   e) Futur und Konditional mit dem Hilfsverb **munu**

2. **Imperfekt 1.P.Sg.:** bauð. Davon werden die Formen des Impf.Sg. abgeleitet: ég bauð, þú bauðst, hann bauð.

3. **Imperfekt 1.P.Pl.:** buðum. Davon werden abgeleitet:
   a) Der Plural des Imperfekts: við buðum, þið buðuð, þeir buðu

b) **Imperfekt Konjunktiv** (häufig mit i-Umlaut): ég byði, þú byðir usw.

4. **Partizip Perfekt**: boðið. Davon werden die zusammengesetzten Tempora mit den Hilfsverben **hafa** und **vera** gebildet.

Die schwachen Verben haben nur drei Grundformen. Beispiel: saga »sägen«

1. **Infinitiv**: saga
2. **Imperfekt**: sagaði
3. **Partizip Perfekt**: sagað

Die Präterito-Präsentia und die Reduplikationsverben haben vier Grundformen wie das starke Verb. Beispiele: Muna »sich erinnern«, róa »rudern«

1. **Infinitiv**: muna, róa
2. **Präsens Indikativ**: ég man, ég ræ
3. **Imperfekt Indikativ**: ég mundi, ég reri
4. **Partizip Perfekt**: munað, róið

Auch bei diesen Verben wird der Konjunktiv Präsens von dem Stamm des Infinitivs abgeleitet:

ég muni, ég rói usw.

2.6.3 Konjugation der Hilfsverben

Da nur Präsens und Imperfekt mit Endungen gebildet werden, müssen andere Zeitformen mit Hilfsverben gebildet werden. Diese Verben sind ihrer Form nach den deutschen Hilfsverben vergleichbar, werden aber in mancher Hinsicht in anderer Weise gebraucht als im Deutschen. Die eigentlichen Hilfsverben sind **vera** »sein«, **hafa** »haben«, **verða** »werden«, **munu** »werden« (nur für die Bildung des Futurums und des Konditionals). Modale Hilfsverben sind:

skulu »sollen«, **geta** »können«, **vilja** »wollen«, **mega** »dürfen«, **fara** »gehen, beginnen« und **taka** »nehmen, beginnen« Die Verben **munu** und **skulu** sind defektiv. Sie haben weder

Imperativ noch Partizipien und keine zusammengesetzte Tempora. Sie haben aber eine charakteristische zusätzliche Form des Infinitivs im Imperfekt.

Die Konjugation der eigentlichen Hilfsverben lautet folgendermaßen:

1. hafa »haben«

Indikativ Konjunktiv Imperativ Partizip Infinitiv

Präsens

	Indikativ	Konjunktiv	Imperativ	Partizip	Infinitiv
Sg. 1. P.	ég hef, hefi	hafi		hafandi	(að) hafa
2. P.	þú hefur, hefir	hafir	haf (hafðu)		
3. P.	hann hefur, hefir	hafi			
Pl. 1. P.	við höfum	höfum	höfum		
2. P.	þið hafið	hafið	hafið		
3. P.	þeir hafa	hafi			

Imperfekt

Sg. 1. P.	ég hafði	hefði
2. P.	þú hafðir	hefðir
3. P.	hann hafði	hefði
Pl. 1. P.	við höfðum	hefðum
2. P.	þið höfðuð	hefðuð
3. P.	þeir höfðu	hefðu

Perfekt

Sg. 1. P.   ég hef haft   hafi haft   haft   (að) hafa
usw. »ich habe gehabt«   »gehabt« haft

Plusquamperfekt

Sg. 1. P.   ég hafði haft hefði haft
usw. »ich hatte gehabt; hätte gehabt«

Indikativ Konjunktiv Imperativ Partizip Infinitiv

Futur

		Indikativ	Konjunktiv		Infinitiv
Sg.	1. P.	ég mun	muni		(að) munu
	2. P.	þú munt	munir		hafa
	3. P.	hann mun	muni		
Pl.	1. P.	við munum	munum		
	2. P.	þið munuð	munið		
	3. P.	þeir munu	muni		

(hafa ... hafa)

Futur II

Sg.	1. P.	ég mun hafa	muni hafa	(að) munu
		haft usw.	haft usw.	hafa haft

»ich werde gehabt haben«

Konditional

Sg.	1. P.	ég mundi (myndi)
	2. P.	þú mundir (myndir)
	3. P.	hann mundi (myndi)
Pl.	1. P.	við mundum (myndum)
	2. P.	þið munduð (mynduð)
	3. P.	þeir mundu (myndu)

(að) mundu hafa / hafa

Konditional II

Sg.	1. P.	ég mundi (myndi)	(að) mundu
		hafa haft usw.	hafa haft

»ich würde gehabt
haben«

2. vera »sein«

Präsens[1]

		Indikativ	Konjunktiv	Imperativ	Partizip	Infinitiv
Sg.	1. P.	ég er »bin«	sé (veri)[1] »sei«		verandi	(að) vera
	2. P.	þú ert	sért (verir)	ver (vertu)		
	3. P.	hann er	sé (veri)			
Pl.	1. P.	við erum	séum (verum)	verum		
	2. P.	þið eruð	séuð (verið)	verið		
	3. P.	þeir eru	séu (veri)			

1 Die in Klammern stehenden Formen werden fast ausschließlich als Optativ
verwendet: veri hann hamingjusamur »möge er glücklich sein«.

Indikativ Konjunktiv Imperativ Partizip Infinitiv

Imperfekt

		Indikativ	Konjunktiv
Sg.	*1. P.*	ég var »war«	væri »wäre«
	2. P.	þú varst	værir
	3. P.	hann var	væri
Pl.	*1. P.*	við vorum	værum
	2. P.	þið voruð	væruð
	3. P.	þeir voru	væru

Perfekt

Sg. *1. P.* ég hef verið   hafi verið   verið (að) hafa
»ich bin gewesen; sei gewesen« usw.   verið

Plusquamperfekt

Sg. *1. P.* ég hafði   hefði
verið   verið usw.
»war gewesen; wäre gewesen«

Futur

Sg. *1. P.* ég mun vera   muni vera   (að) munu
»werde sein« usw.   vera

Futur II

Sg. *1. P.* ég mun   muni hafa   (að) munu
hafa verið   verið   hafa verið
»werde gewesen sein« usw.

Konditional

Sg. *1. P.*   ég mundi vera   (að) mundu
»ich würde sein« usw.   vera

Konditional II

Sg. *1. P.*   ég mundi hafa verið   (að) mundu
hafa verið
»ich würde gewesen sein« usw.

92

3. verða »werden«

Indikativ Konjunktiv Imperativ Partizip Infinitiv

Präsens

Sg.			
1. P.	ég verð »werde«	verði	verðandi (að) verða
2. P.	þú verður	verðir	verð
3. P.	hann verður	verði	

Pl.		
1. P.	við verðum	verðum verðum
2. P.	þið verðið	verðið verðið
3. P.	þeir verða	verði

Imperfekt

Sg.		
1. P.	ég varð »wurde«	yrði »würde«
2. P.	þú varðst	yrðir
3. P.	hann varð	yrði

Pl.		
1. P.	við urðum	yrðum
2. P.	þið urðuð	yrðuð
3. P.	þeir urðu	yrðu

Perfekt

Sg. 1. P. ég hef orðið   hafi orðið   orðið (að) hafa
»bin geworden; sei geworden«   orðið

Plusquamperfekt

Sg. 1. P. ég hafði   hefði orðið
orðið »war geworden;
wäre geworden« usw.

Futur

Sg. 1. P. ég mun verða   muni verða   (að) munu
»werde werden« usw.   verða

93

Indikativ Konjunktiv Imperativ Partizip Infinitiv

Futur II

Sg. *1. P.* ég mun hafa muni hafa orðið (að) munu
orðið »werde geworden sein« usw. hafa orðið

Konditional

Sg. *1. P.* ég mundi (myndi) (að) mundu
verða »würde werden« usw. verða

Konditional II

Sg. *1. P.* ég mundi (myndi) (að) mundu
hafa orðið »ich hafa orðið
würde geworden sein«
usw.

4. munu »werden« und 5. skulu »sollen«

Indikativ	Konjunktiv	Infinitiv

Präsens

Sg. *1. P.* ég mun, skal muni, skuli (að) munu, skulu
2. P. þú munt, skalt munir, skulir
3. P. hann mun, skal muni, skuli

Pl. *1. P.* við munum, skulum munum, skulum
2. P. þið munuð, skuluð munið, skulið
3. P. þeir munu, skulu muni, skuli

Imperfekt

Sg. *1. P.* ég mundi (myndi), skyldi (að) mundu,
2. P. þú mundir (myndir), skyldir skyldu
3. P. hann mundi (myndi), skyldi

Pl. *1. P.* við mundum (myndum), skyldum
2. P. þið munduð (mynduð), skylduð
3. P. þeir mundu (myndu), skyldu

Die Verben **munu** und **skulu** sind defektiv und haben nur die oben angeführten Formen. Zu beachten ist die charakteristische Infinitivendung auf **-u** und die Infinitivform im Imperfekt. Nur diese zwei Verben und das Verb **vilja** »wollen« haben eine solche Infinitivform im Imperfekt. Diese Form endet bei **vilja** auch auf **-u**, d. h. **vildu**.

2.6.4 Bemerkungen zu den Hilfsverben

1. **Hafa** ist das wichtigste Hilfsverbum. Mit **hafa** werden alle zusammengesetzten Tempora gebildet mit Ausnahme des einfachen Futurums und des Konditionals. **Hafa** wird außerdem als selbständiges Verbum gebraucht: hann hefur bílinn »er hat den Wagen«. Das deutsche Verbum **haben** bedeutet häufig »besitzen«. Diese Bedeutung ist beim isländischen Verbum seltener. Deutsche müssen darauf achten, daß das isländische **hafa** als Hilfsverb in vielen Fällen dem deutschen **sein** entspricht:
hann hefur verið »er ist gewesen«
hann hefur komið »er ist gekommen«
2. **Vera** »sein« ist das Hilfsverb des Passivs (siehe 2.6.10, Konjugationsbeispiel kalla »rufen«) bei transitiven Verben:
hann er tekinn fastur »er wird verhaftet«, hann er kallaður »er wird gerufen«, hún er kölluð »sie wird gerufen«
Außerdem ist **vera** Hilfsverb bei einigen intransitiven Verben der Bewegung: hann er kominn »er ist gekommen« (und ist noch da); hann er farinn »er ist weggegangen« (und ist noch nicht anderswo angekommen). Die Bezeichnung eines Zustandes mit dem Hilfsverb **vera** + **intr. V.** bedeutet immer, daß auch eine subjektive Willensregung mitberücksichtigt wird.
Bei einigen Verben kann **vera** auch Formen mit dem Part. Präs. bilden. In einigen dieser Fälle ist es möglich, sehr feine Unterschiede subjektiver Einschätzung auszudrücken, z. B.:

hann er genginn (P. P.) »er ist weggegangen« (oder »er ist gestorben«)

hann er gangandi (Part. Präs.) »er ist zu Fuß unterwegs; zu Fuß gekommen«

hann hefur gengið þar »er ist dort gegangen (einmal, mehrere Male usw.)«

Das Part. Präs. von einigen Verben der Bewegung kann gelegentlich auch für die Zustandsbezeichnung mit **vera** benutzt werden:

hann **er hoppandi** í garðinum »er springt im Garten herum«

hann **er siglandi** á vatninu »er segelt auf dem See«

Die intr. Verben bilden aber auch zusammengesetzte Tempora mit **hafa**. Die mit **hafa** gebildeten Tempora bezeichnen Vergangenheit und nicht einen Zustand:

hann hefur komið »er ist gekommen (einmal oder mehrmals in der Vergangenheit und ist jetzt nicht hier)«, aber hann er kominn »er ist gekommen (und ist jetzt hier)«

Als Beispiel für die Konjugation eines intransitiven Verbs mit **vera** wird hier **vera kominn** »gekommen sein« angegeben:

Präs. ég er kominn »ich bin gekommen« usw. in anderen Personen

Impf. ég var kominn »ich war gekommen«

Perf. ég hef verið kominn »ich war gekommen«

Plusq. ég hafði verið kominn »ich war gekommen«

Fut. ég mun (vera/verða) kominn »ich werde gekommen sein«

Fut. II. ég mun hafa verið kominn »ich werde gekommen sein«

Kond. ég mundi (vera/verða) kominn »ich würde gekommen sein«

Kond. II. ég mundi hafa verið kominn »ich würde gekommen sein«

Im Fut. und Kond. kann der Inf. **vera** oder **verða** wegfallen.

Die durative Bezeichnung (Dauer einer Aktion) wird im Isländischen mit der Umschreibung **vera að** + **Inf.** bezeichnet.

Für diese Form gibt es, was die Konstruktion betrifft, nichts Entsprechendes in irgendeiner europäischen Sprache. Es handelt sich somit um eine Eigenart des modernen Isländischen, die im täglichen Sprachgebrauch zudem häufig auftritt. Hinsichtlich der Bedeutung entspricht sie der englischen Konstruktion **be** + **Part. Präs.** und der spanischen **estar** + **Gerundium**:

Engl. he is reading

Span. él está leyendo

Isl. hann er að lesa

»er liest (jetzt), er ist dabei zu lesen, befindet sich beim Lesen« oder »er ist beim Lesen«

Die Form **vera að** + **Inf.** wird in allen Tempora gebraucht. Sie bezeichnet in erster Linie die Dauer einer Handlung, kann aber auch Simultaneität (Gleichzeitigkeit) und Emphase ausdrücken. Im Fut. kann **vera að** durch **verða að** ersetzt werden, und bedeutet dann entweder die Wahrscheinlichkeit oder die Notwendigkeit der Handlung:

ég mun verða að lesa bókina »ich werde (wahrscheinlich) das Buch lesen (müssen)«

In der gesprochenen Sprache wird das Hilfsverb **munu** meistens weggelassen:

ég verð að lesa »ich werde (dann wahrscheinlich) beim Lesen sein« oder »ich muß lesen«

Verben, die von ihrem semantischen Inhalt her einen Zustand bezeichnen, können selbstverständlich nicht mit **vera að** benutzt werden. Beispiele für solche Verben sind z. B.:

sitja »sitzen«, dvelja »sich aufhalten«, liggja »liegen«, standa »stehen«, búa »wohnen«, vaka »wach sein«

Die zu Ende geführte oder vollendete Handlung wird durch die Umschreibung **vera búinn að** + **Inf.** bezeichnet. **Búinn** ist ursprünglich das Part. Perf. von **búa** »wohnen; vorbereiten«, hat sich aber von dem Verb gelöst und seine ursprüngliche Bedeutung verloren. **Búinn** bezeichnet nur die Vollendung, hat aber dabei seine Flexion als Partizip bewahrt:

hann er búinn að borða ⎫   ⎧ er ⎫
hún er búin að borða   ⎬ ⎨ sie ⎬ hat gegessen
það er búið að borða   ⎭   ⎩ es ⎭

Mit Verben und Substantiven, die Bewegung ausdrücken, kann **búinn** bezeichnen, daß alles bereit ist:

þeir voru búnir ⎧ til ferðar
⎨ að leggja af stað »sie waren
⎩ zum Aufbruch bereit«

Für diese Bedeutung, die seltener ist, gebraucht die gesprochene Sprache meistens das Adjektiv **tilbúinn** »bereit«:

þeir voru tilbúnir til ferðar »sie waren zum Aufbruch bereit«

3. **Verða** »werden« kann als Hilfsverb des Passivs mit transitiven Verben benutzt werden. Das normale Verb zur Bildung des Passivs ist jedoch **vera**. Wenn **verða** das Passiv bildet, bedeutet es immer, daß in der Handlung ein Wollen oder ein Zwang entscheidend mitspielt:

hann verður tekinn »er wird festgenommen (es ist fest beabsichtigt, ihn festzunehmen)« aber:

hann er tekinn »er ist festgenommen worden« (einfache Feststellung eines Tatbestands)

Oft sind **verða** und **vera** jedoch austauschbar, ohne daß ein großer semantischer Unterschied besteht.

4. **Munu** »werden« und **skulu** »sollen«. Diese Verben sind morphologisch unvollständig, da ihnen folgende Modi und Tempora fehlen: die beiden Partizipien, der Imperativ und die zusammengesetzten Tempora. Eine weitere morphologische Besonderheit ist, wie schon gesagt, die Infinitivendung auf **-u**. Diese Verben (und ebenfalls das Verb **vilja** »wollen«) haben auch eine besondere Form des Inf. im Impf., die ebenfalls auf **-u** endet: að mundu, að skyldu, að vildu. Beispiel:

hann kvaðst koma vildu; hann sagði, að hann vildi koma »er sagte, daß er kommen wollte«

hann sagðist koma mundu »er sagte, daß er kommen würde«

Munu ist ausschließlich Hilfsverb im Fut. und Kond. und **kann**

nicht selbständig verwendet werden. Es bezeichnet nicht nur eine reine Handlung in der Zukunft, sondern weist zudem auf deren Ungewißheit hin:

hann mun koma »er wird (voraussichtlich) kommen«

In der gesprochenen Sprache bezeichnet die Präsensform die einfache Zukunft (neben der Bezeichnung des Präsens):

hann kemur »er kommt; er wird bestimmt kommen«

Skulu »sollen« bezeichnet die Pflicht, die feste Absicht oder den Zwang etwas zu tun:

hann skal koma »er muß kommen; wird zu kommen gezwungen; ist gezwungen zu kommen«

2.6.5 Modale Hilfsverben

Modale Hilfsverben sind: vilja »wollen«, mega »dürfen«, fara »gehen; beginnen«, geta »können« und seltener taka »nehmen; beginnen«. **Vilja, mega, fara, skulu** und **taka** stehen vor dem Infinitiv. Bei **vilja, skulu** und **mega** steht der Infinitiv ohne das Infinitivzeichen **að**:

hann vill koma »er will kommen«

hann má koma »er darf kommen«

Fara bedeutet den Beginn einer Handlung in Gegenwart, Vergangenheit oder Zukunft. Dieser Gebrauch von **fara** ist besonders kennzeichnend für die gesprochene Sprache:

ég fer að sofa »ich gehe schlafen«

ég fór að sofa »ich ging schlafen«

ég mun fara að sofa »ich werde (wahrscheinlich) schlafen gehen«

ég fór að lesa »ich begann zu lesen« usw.

Bei Verben der Bewegung steht **fara** mit Part. Präs. und bezeichnet die Dauer der vom Bewegungsverb ausgedrückten Handlung und gleichzeitig die Bewegungsrichtung **vom** Ort, an dem man sich zum Beginn der Bewegung befindet:

ég fer gangandi »ich gehe zu Fuß«

ég fer hlaupandi »ich laufe«

Mit derselben Bedeutung wird auch **koma** »kommen« gebraucht, jedoch bezogen **zu** einem Ziel hin:

ég kem hlaupandi »ich komme gelaufen«

Der Begriff Bewegungsverb muß hier auf Verben, die einen emotionalen Zustand bezeichnen, ausgedehnt werden:

hann fór/kom grátandi »er ging/kam weinend«

hann fór/kom syrgjandi »er ging/kam trauernd«

Geta »können« steht vor dem P.P. des einfachen Verbs, aber vor dem Infintiv der zusammengesetzten Tempora, wenn **hafa** das Hilfsverb ist.:

hann getur **komið** »er kann kommen«

hann getur **hafa komið** »er kann gekommen sein«, aber:

hann getur **verið kominn** »er kann gekommen sein« (Zustand)

Taka »nehmen« bezeichnet als modales Hilfsverb den Beginn einer Handlung. Es ist seltener als **fara**, das in derselben Bedeutung verwendet wird:

úti var tekið að rökkva »draußen begann es dunkel zu werden«

hann tók að hlaupa »er begann zu laufen«

2.6.6 Die Präterito-Präsentia

Folgende Verben gehören der Gruppe der Präterito-Präsentia an, deren Präs. (wie das Impf. bei starken Verben) ohne Endung gebildet wird: vilja »wollen«, mega »dürfen«, vita »wissen«, kunna »können«, unna »lieben«, þurfa »brauchen«, muna »sich erinnern«, eiga »besitzen«. Die Konjugation dieser Verben lautet:

Indikativ vita kunna unna þurfa muna mega eiga vilja

Präsens

	vita	kunna	unna	þurfa	muna	mega	eiga	vilja
Sg. 1.P.	veit	kann	ann	þarf	man	má	á	vil
2.P.	veist	kannt	annt	þarft	manst	mátt	átt	vilt
3.P.	veit	kann	ann	þarf	man	má	á	vill
Pl. 1.P.	vitum	kunnum	unnum	þurfum	munum	megum	eigum	viljum
2.P.	vitið	kunnið	unnið	þurfið	munið	megið	eigið	viljið
3.P.	vita	kunna	unna	þurfa	muna	mega	eiga	vilja

Indikativ vita kunna unna þurfa muna mega eiga vilja

Imperfekt

	vissi	kunni	unni	þurfti	mundi	mátti	átti	vildi
Sg. 1.P.	vissi	kunni	unni	þurfti	mundi	mátti	átti	vildi
2.P.	vissir	kunnir	unnir	þurftir	mundir	máttir	áttir	vildir
3.P.	vissi	kunni	unni	þurfti	mundi	mátti	átti	vildi
Pl. 1.P.	vissum	kunnum	unnum	þurftum	mundum	máttum	áttum	vildum
2.P.	vissuð	kunnuð	unnuð	þurftuð	munduð	máttuð	áttuð	vilduð
3.P.	vissu	kunnu	unnu	þurftu	mundu	máttu	áttu	vildu

Perfekt
Sg. 1.P. hef   kunnað unnað þurft   munað mátt   átt   viljað
vitað usw.

Plusquamperfekt
Sg. 1.P. hafði kunnað unnað þurft   munað mátt   átt   viljað
vitað usw.

Konjunktiv

Präsens
Sg. 1.P. ég viti kunni unni þurfi muni megi eigi vilji
-ir, -i, -um, -ið, -i usw.

Imperfekt
Sg. 1.P. ég vissi kynni ynni þyrfti myndi mætti ætti vildi
-ir, -i, -um, -uð, -u usw.

Part. Präsens
vitandi kunnandi unnandi þurfandi munandi megandi eigandi viljandi

Part. Perfekt
vitað kunnað unnað þurft munað mátt átt viljað
(unnt)

101

Fut. und Kond. werden mit dem Hilfsverb **munu** gebildet, und die zusammengesetzten Tempora werden mit **hafa** gebildet. Nur die Verben **vita, unna, muna** und **eiga** haben einen Imperativ:

	vita	unna	muna	eiga
Imperativ				
Sg. *2. P.*	vit, vittu	unn, unntu	mun, mundu	eigðu
Pl. *1. P.*	vitum	unnum	munum	eigum
2. P.	vitið	unnið	munið	eigið

2.6.7 Schwache Verben

Schwach werden die Verben genannt, die das Imperfekt mit einer der Endungen -ði, -di, -ti, aði und das P.P. im M.Sg. mit einer der Endungen -ður, -dur, -tur, -aður, -inn bilden. Diese Verben haben, wie schon gesagt, nur drei Grundformen (2.6.2). Bei der Konjugation können verschiedene Änderungen im Verbalstamm vorkommen, z.B. Umlaut des Wurzelvokals. Die schwachen Verben werden nach ihrem Stamm im Präs. Ind. in vier Gruppen eingeteilt. Es muß jedoch betont werden, daß bei vielen Verben Unregelmäßigkeiten auftreten, die sich weitgehend einer Klassifizierung entziehen und deshalb bei den entsprechenden Verben gesondert zu erlernen sind. Nachstehende Klassifizierung gibt daher nur einen Rahmen an, innerhalb dessen es zahlreiche Ausnahmen gibt.

1. Gruppe
Beispiel: dvelja »sich aufhalten«, dval-di, dval-ið
Die Verben dieser Gruppe haben ein -j- im Inf. und im Ind. Präs. im Pl. (við dvel-j-um), im Konj. (ég dvel-j-i) und im Part. Präs. (dvel-j-andi). Die vom Inf. abgeleiteten Formen weisen häufig einen Umlautvokal auf, der in den anderen Formen des Verbs nicht erscheint. Andere Beispiele für Verben dieser Gruppe sind:

Infinitiv	Imperfekt	Part. Perfekt
telja »zählen«	taldi	talið
selja »verkaufen«	seldi	selt
vekja »aufwecken«	vakti	vakið
spyrja »fragen«	spurði	spurt
skilja »verstehen«	skildi	skilið
leggja »legen«	lagði	lagt

2. Gruppe

Beispiel: deila »trennen, dividieren«, deil-di, deil-t
Die Verben dieser Gruppe haben entweder einen Diphthong gefolgt von einem Konsonanten oder einen Monophthong gefolgt von zwei Konsonanten nach dem Wurzelvokal, z. B.:

Infinitiv	Imperfekt	Part. Perfekt
dæma »beurteilen«	dæmdi	dæmt
læra »lernen«	lærði	lært
byggja »bauen«	byggði	byggt
fella »fällen«	felldi	fellt
senda »senden«	sendi	sent
virða »schätzen«	virti	virt
æpa »schreien«	æpti	æpt

Zu dieser Gruppe gehören einige unregelmäßige, jedoch sehr häufige Verben wie z. B.:

Infinitiv	Imperfekt	Part. Perfekt
kaupa »kaufen«	keypti	keypt
sækja »holen«	sótti	sótt
þykja »scheinen, fühlen«	þótti	þótt
yrkja »dichten«	orti	ort

Zu dieser Gruppe rechnen wir die Verben, die im Inf. auf -á enden, z. B. fá »bekommen«, ná »erreichen«.

103

3. Gruppe

Beispiel: lifa »leben«, lif-ði, lif-að

Viele Verben dieser Gruppe sind intransitiv. Im allgemeinen haben sie keinen Umlaut; es gibt jedoch einige Verben, die häufig gebraucht werden und Umlaut haben:

Infinitiv	Imperfekt	Part. Perfekt
horfa »anschauen«	horfði	horft
hafa »haben«	hafði	haft
trúa »glauben«	trúði	trúað
vaka »wach sein«	vakti	vakið (vakað)
una »zufrieden sein«	undi	unað
góna »starren«	góndi	gónt (gónað)
segja »sagen«	sagði	sagt
þegja »schweigen«	þagði	þagað

Die Verben **segja** und **þegja** haben Umlaut. Bei einigen Verben erscheint der Umlaut nur im Impf. Konj. z.B.:

þora »wagen«, þorði, þorað; Impf. Konj. þyrði
þola »ertragen«, þoldi, þolað; Impf. Konj. þyldi

Verben, die **a** als Wurzelvokal haben, verändern das **a** zu ö vor **u** in der Endung, z. B.: vaka »wach sein« hat 1. P. Pl. Präs. Ind. við vökum.

4. Gruppe

Beispiel: kalla »rufen«, kall-aði, kall-að

Hierher gehören die meisten schwachen Verben, die wie **kalla** konjugiert werden. Verben, die als Wurzelvokal ein **a** haben, haben einen Umlaut zu ö vor **u**. Das Impf. endet auf **-aði** und das Präs. Konj. hat keinen Umlaut vor **i**: ég kalli »ich rufe« (Konj.). Diese Gruppe ist sehr produktiv und die meisten verbalen Neubildungen werden ihr zugeordnet.

Als Beispiel für die Konjugation der schwachen Verben diene hier die Konjugation von **kalla**; das Konjugationsbeispiel ist hier das Aktiv des Verbs.

104

Indikativ Konjunktiv Imperativ Partizip Infinitiv

Präsens

Sg. 1. P. ég kalla   kalli   kallandi (að) kalla
     2. P. þú kallar   kallir   kallaðu
     3. P. hann kallar   kalli
Pl. 1. P. við köllum   köllum köllum
     2. P. þið kallið   kallið   kallið
     3. P. þeir kalla   kalli

Imperfekt

Sg. 1. P. ég kallaði
     2. P. þú kallaðir
     3. P. hann kallaði   wie
Pl. 1. P. við kölluðum   Impf.
     2. P. þið kölluðuð   Ind.
     3. P. þeir kölluðu

Perfekt

Sg. 1. P. hef kallað hafi kallað   kallað   (að) hafa
        usw.   kallað

Plusquamperfekt

Sg. 1. P. hafði kallað hefði kallað
        usw.

Futur

Sg. 1. P. mun kalla muni kalla   (að) munu
        usw.   kalla

Futur II

Sg. 1. P. mun hafa   muni hafa   (að) munu
        kallað   kallað usw.   hafa kallað

Konditional

Sg. 1. P. mundi (myndi)   (að) mundu
        kalla usw.   kalla

Konditional II

Sg. 1. P. mundi (myndi)   (að) mundu
        hafa kallað usw.   hafa kallað

2.6.8 Bemerkungen zu den schwachen Verben

1. Bei den schwachen Verben besteht **kein** Unterschied zwischen Indikativ und Konjunktiv im Imperfekt.
2. Die Gruppen 1 bis 3 der schwachen Verben haben im Präs. Sg. Ind. folgende Endungen:

		1. Gruppe	2. und 3. Gruppe
Sg.	*1. P.*	–	-i
	2. P.	-ur (-rð, -ð, -t oder –)	-ir
	3. P.	-ur (-r, –)	-ir

Beispiel:

ég dvel	deil-i
þú dvel-ur	deil-ir
hann dvel-ur	deil-ir

3. Im Imperativ sind die Endungen:

		1. und 2. Gruppe		3. Gruppe	
Sg.	*2. P.*	–	dvel	-, -i	þeg-i »schweig«
Pl.	*1. P.*	-um	dvelj-um	-um	þegj-um
	2. P.	-ið	dvelj-ið	-ið	þeg-ið

2.6.9 Flexion des Partizips Perfekt

Wenn das Part. Perf. adjektivisch gebraucht wird, wird es wie ein Adjektiv flektiert. Partizipien, die im M. auf -(a)ður enden, werden wie **fagur** (2.3.1, Parad. 2) flektiert. Der Suffixvokal fällt jedoch im Partizip nie weg. Partizipien der starken Verben, die auf -inn im M. enden, werden wie **boginn** (2.3.1, Parad. 4) oder wie **talinn** (2.3.1, Parad. 7) flektiert. Als Beispiel für das Part. Perf. wird hier die Flexion von **kallaður** »gerufen« angeführt:

		M.	F.	N.
Sg.	Nom.	kallaður	kölluð	kallað
	Akk.	kallaðan	kallaða	kallað
	Dat.	kölluðum	kallaðri	kölluðu
	Gen.	kallaðs	kallaðrar	kallaðs
Pl.	Nom.	kallaðir	kallaðar	kölluð
	Akk.	kallaða	kallaðar	kölluð
	Dat.		kölluðum	
	Gen.		kallaðra	

2.6.10 Das Passiv

Das Passiv wird mit dem Hilfsverb **vera** »sein« gebildet. Seltener wird es mit **verða** »werden« gebildet und weist dann immer auf eine Beteiligung des Wollens hin. Als Konjugationsbeispiel dient hier das Passiv von **kalla, vera kallaður** »gerufen werden«. Die Konjugation von **vera** und **verða** ist im Paragraph 2.6.3 dargestellt worden:
    vera kallaður »gerufen werden«

Indikativ	Konjunktiv	Imperativ	Partizip	Infinitiv
Präsens				
ég er kallaður	sé kallaður	vertu	verandi	(að) vera
(kölluð, kallað)		kallaður	kallaður	kallaður
usw.				
Imperfekt				
ég var kallaður	væri kallaður			
(kölluð, kallað)				
usw.				

Indikativ	Konjunktiv	Imperativ	Partizip	Infinitiv

Perfekt

ég hef verið	hafi verið		hafandi	(að) hafa
kallaður	kallaður		verið	verið
(kölluð, kallað)			kallaður	kallaður
usw.				

Plusquamperfekt

ég hafði verið	hefði verið
kallaður	kallaður
(kölluð, kallað)	
usw.	

Futur

ég mun vera	muni vera		(að) munu
kallaður	kallaður		vera
(kölluð, kallað)			kallaður
usw.			

Futur II

ég mun hafa	muni hafa		(að) munu
verið	verið		hafa verið
kallaður	kallaður		kallaður
(kölluð, kallað)			
usw.			

Konditional

	ég mundi (myndi)	(að) mundu
	vera kallaður	vera kallaður
	(kölluð, kallað) usw.	

Konditional II

	ég mundi (myndi)	(að) mundu
	hafa verið	hafa verið
	kallaður	kallaður
	(kölluð, kallað)	
	usw.	

108

Im Passiv wird das Partizip im grammatischen Geschlecht nach dem Subjekt des Satzes flektiert:

hann er **kallaður** »er wird gerufen«

hún er **kölluð** »sie wird gerufen«

það (barnið) er **kallað** »es (das Kind) wird gerufen«

2.6.11 Das Medium (Mediopassiv)

Besonders kennzeichnend für das Isländische ist das Medium, das mit der Endung -st gebildet wird. Das -st ist aus dem alten Reflexivpronomen **sik** »sich« hervorgegangen, das angehängt an das Verb durch Wegfall des Vokals zu -sk und später zu -st wurde. Im Isländischen ist diese Form, die keine unmittelbare Entsprechung im Deutschen hat, besonders häufig. Die Grundbedeutung des Mediums ist die, daß die vom Verb ausgedrückte Handlung sich auf das Subjekt des Satzes, d. h. den Handelnden selbst bezieht. Diese Bedeutung ist bei einigen Verben noch deutlich sichtbar. Vergleiche:

Aktiv: ég klæði barnið »ich ziehe das Kind an«

Medium: ég klæðist »ich ziehe mich an«

Passiv: barnið er klætt (af mér) »das Kind wird (von mir) angezogen«

In vielen Fällen ist diese ursprüngliche Grundbedeutung nicht mehr zu erkennen, sondern das Medium hat eine eigene Bedeutung entwickelt, die in einigen Fällen erheblich von der Bedeutung des Verbs im Aktiv oder im Passiv abweichen kann. Im folgenden werden die wichtigsten Bedeutungen des Mediums schematisch angegeben. Die Aktiv- und Mediumform desselben Verbs werden nebeneinander gestellt, um den Bedeutungsunterschied zwischen den beiden Formen hervortreten zu lassen.

1. **Reflexive Bedeutung:** Die Handlung bezieht sich auf das Subjekt des Satzes, das die Handlung ausführt:

klæða »anziehen«, klæðast »sich anziehen«

snúa »drehen«, snúast »sich drehen«

In dieser Bedeutung kann auch das reflexive Pronomen verwendet werden: klæða sig »sich anziehen«, snúa sér »sich drehen« gæta sín »auf sich (selbst) aufpassen«. Bei den reflexiven Verben kann das reflexive Pronomen entweder im Akk., Dat. oder Gen. stehen.

2. **Reziprozität:** Diese Bedeutung besteht nur im Plural, da die Reziprozität mindestens zwei Personen voraussetzt:
hitta »treffen«, hittast »sich treffen, einander treffen«
leiða »leiten, führen«, leiðast »Arm in Arm gehen«
tala »sprechen«, talast við, (til) »mit(zu)einander sprechen«
heilsa »begrüßen«, heilsast »sich begrüßen«
þeir hittust í gær »sie haben sich gestern getroffen«

3. **Passiv:** Das Medium kann rein passive Bedeutung haben und in einigen Fällen in freier Variation mit dem Passiv stehen:
fæða »gebären«, fæðast »geboren werden«
hann fæddist 1879 oder hann var fæddur 1879 »er wurde 1879 geboren«

4. **Die zeitliche Dimension:** Das Medium kann in einigen Fällen die zeitliche Dimension der Handlung (eine Art durativen oder imperfekten Aspekts) bezeichnen:
spyrja »fragen«, spyrjast fyrir (um) »(nach etwas) fragen«
Aktiv: hann spyr hana »er fragt sie«
Medium: hann spyrst fyrir um hana = hann er að spyrja um hana »er fragt nach ihr«
Passiv: hann er spurður um hana »er wird nach ihr gefragt«
Die Bedeutung kann in einigen Fällen, besonders in der 3. P. Sg., der des Passivs sehr nahe kommen:
það spyrst = það er spurt »man wird erfahren«
Von den Verben, die diese Bedeutungsnuance im Medium haben, sind besonders die folgenden zu nennen:
hræða »erschrecken«, hræðast »sich fürchten, im Schrecken verharren«
kvelja »quälen«, kveljast »sich quälen«
gleðja »freuen«, gleðjast »sich freuen, erfreut sein«
minna »erinnern«, minnast »sich erinnern«

110

þrífa »säubern«, þrífast »gedeihen«

skamma »beschimpfen«, skammast »schimpfen«, skammast
sín »sich schämen«

5. **Das Erreichen eines Ziels:** Bei einigen Verben bedeutet das
   Medium, daß die vom Verb bezeichnete Handlung zu Ende
   geführt und dabei ein Ziel erreicht wird (perfektiver Aspekt).
   Der Bedeutungsunterschied in einigen Fällen so groß, daß die
   Sprecher das Aktiv und das Medium desselben Verbs als völ-
   lig verschiedene Verben empfinden:

   gera »tun«, gerast »geschehen«

   sýna »zeigen«, sýnast »scheinen«

   virða »schätzen«, virðast »scheinen«

   koma »kommen«, komast »ankommen; kommen«

   taka »nehmen«, takast »gelingen«

   fara »gehen«, farast »untergehen; vernichtet werden«

   búa »wohnen«, búast við »erwarten«, búast til »sich vorbe-
   reiten«

   anda »atmen«, andast »sterben«

   láta »lassen«, látast »sterben« (**látast** hat auch die Bedeutung
   »sich verstellen«)

   ætla »vorhaben«, ætlast til »von anderem etwas erwarten«

   Die Verben **heppnast** »gelingen« und **lukkast** »gelingen«, die
   semantisch zu dieser Gruppe gehören, kommen nur in der
   Mediumform vor.

6. **Unbestimmte Bedeutung:** In einigen Fällen läßt sich dem
   Medium keine bestimmte Bedeutung im Hinblick auf das
   Aktiv zuordnen:

   dvelja, dveljast »sich aufhalten«

   biðja, biðjast »bitten«

   mæla, mælast »sagen«

   Beispiel: hann mælti vel oder honum mæltist vel »er sprach
   gut«

7. **Verben, die nur im Medium vorkommen (mediale Ver-
   ben):** In solchen Fällen läßt sich meistens keine bestimmte
   mediale Bedeutung feststellen:

111

eldast »alt werden, altern«
ferðast »reisen«
óttast »fürchten«
hnýsast (í) »nachforschen«
skjátlast »sich irren«
leiðast »sich unwohl fühlen, sich langweilen«
iðrast »bereuen«
Zu beachten ist ferner, daß verhältnismäßig wenige Verben im Medium ein direktes Objekt haben können. Beispiele sind jedoch **óttast** und **hræðast** »fürchten«, die ein direktes Objekt haben:

> hann óttast drauginn »er fürchtet das Gespenst«
> hann hræðist hundinn »er fürchtet den Hund«

Bei einigen medialen Verben kann es vorkommen, daß das reflexive Pronomen auch als Objekt erscheint:

> hann blygðast sín (hann skammast sín) »er schämt sich«

2.6.12 Konjugationsbeispiel für das Medium: kallast »genannt werden«

Nur die 1. P. wird angegeben (ausgenommen der Imp., für den alle Formen aufgeführt werden). Die anderen Personen werden nach dem Beispiel von **kalla** (2.6.7) konjugiert.

Indikativ Konjunktiv Imperativ Partizip Infinitiv

Präsens

Indikativ	Konjunktiv	Imperativ	Partizip	Infinitiv
ég kallast	kallist	kallastu	(kein)	(að) kallast
		köllumst		
		kallist		

Imperfekt
ég kallaðist   kallaðist

112

Indikativ	Konjunktiv	Imperativ	Partizip	Infinitiv

Perfekt

ég hef kallast	hafi kallast		kallast	(að) hafa kallast

Plusquamperfekt

ég hafði kallast	hefði kallast			

Futur

ég mun kallast	muni kallast			(að) munu kallast

Futur II

ég mun hafa kallast	muni hafa kallast			(að) munu hafa kallast

Konditional

	ég mundi (myndi) kallast			(að) mundu kallast

Konditional II

ég mundi (myndi) hafa kallast

2.6.13 Bemerkungen zu den Formen des Mediums

1. Die Endung **-st** wird ohne Änderungen an die Personen-
endung des Verbs angehängt. Allerdings ist zu bemerken, daß
ein **-r** in der Personenendung des Verbs vor **-st** wegfällt:
   hann kallar »er ruft« › **kallast,**
   hann kemur »er kommt« › **kemst,**
   hann heyrir »er hört« › **heyrist.**
2. Wenn dabei **-ð, -d, -t** in Kontakt mit **-st** kommen, verschwin-
den die Dentalen in der Aussprache und in der Schrift:
   þið kallið »ihr ruft« wird zu kallið+st › kallist

3. Mediale Verben haben in der modernen Sprache kein Partizip Präsens und viele von ihnen haben auch keinen Imperativ.
4. In der gesprochenen Sprache wird die Endung -um in der 1. P. Pl. häufig an die mediale Endung -st angehängt: við köllumst »wir werden genannt« wird zu **við köllustum**. Im Imperativ wird das Pronomen auch an das -st angehängt (vgl. 2.6.17): kallastu »sei genannt«, kallisti »seid genannt«. Diese Formen werden als vulgär angesehen und erscheinen kaum in der Schriftsprache und auch nicht in der sorgfältig gesprochenen Sprache.

2.6.14 Starke Verben

Stark werden die Verben genannt, die Ablauterscheinungen in ihren verschiedenen Formen aufweisen. Sie bilden das Imperfekt ohne Endung. Außer den Ablauterscheinungen, die aus der indogermanischen Ursprache stammen, weisen die starken Verben häufig einen Umlaut in einzelnen Personen auf. Die starken Verben werden in 7 Ablautreihen eingeteilt:

1. **Ablautreihe:** í – ei/é – i – i (e)
   bíða »warten« – beið – biðum – beðið
   líða »leiden« – leið – liðum – liðið
   bíta »beißen« – beit – bitum – bitið
   stíga »treten« – steig (sté) – stigum – stigið
2. **Ablautreihe:** jó/jú/ú – au – u – o
   bjóða »bieten« – bauð – buðum – boðið
   ljúka »beenden« – lauk – lukum – lokið
   súpa »trinken« – saup – supum – sopið
3. **Ablautreihe:** e/i/ja/ö/y – a/ö – u – o/u
   bresta »bersten« – brast – brustum – brostið
   spinna »spinnen« – spann – spunnum – spunnið
   gjalda »zahlen« – galt – guldum – goldið
   hrökkva »zerbrechen« – hrökk – hrukkum – hrokkið

syngja »singen« – söng – sungum – sungið
4. **Ablautreihe:** e/o – a/o – á/o – o/u
   bera »tragen« – bar – bárum – borið
   koma »kommen« – kom – komum – komið
   sofa »schlafen« – svaf – sváfum – sofið
5. **Ablautreihe:** é/e/i – a/á – á – e/é
   gefa »geben« – gaf – gáfum – gefið
   éta »fressen« – át – átum – étið
   liggja »liegen« – lá – lágum – legið
6. **Ablautreihe:** a/e/á/o/ey/æ – ó – ó/u – a/e/á/a
   fara »fahren« – fór – fórum – farið
   taka »nehmen« – tók – tókum – tekið
   hefja »beginnen« – hóf – hófum – hafið
   deyja »sterben« – dó – dóum – dáið
   hlæja »lachen« – hló – hlógum – hlegið
   slá »schlagen« – sló – slógum – slegið
7. **Ablautreihe:** In diese Reihe gehören Verben, die im
   Impf. Sg. oder Pl. é – é oder jó/ó – ju/u haben:
   heita »heißen« – hét – hétum – heitið
   falla »fallen« – féll – féllum – fallið
   auka »zunehmen« – jók – jukum – aukið
   vaxa »wachsen« – óx – uxum – vaxið

Im Präs. Ind. haben die starken Verben dieselben Endungen wie
die schwachen Verben der Gruppe 1, d. h. –, **-ur** im Sg. und
-um, -ið, -a im Pl. Es kommen jedoch andere Varianten der
Suffixe im Sg. vor, die von dem Auslautvokal des Wortstammes
abhängig sind. Sie werden in der folgenden Tabelle zusammen-
gefaßt:

Endung des Wortstammes		1. P.	2. P.	3. P.
Vokal	fá »bekommen«	– (fæ)	-rð (færð)	-r (fær)
-r	fara »fahren«	– (fer)	-ð (ferð)	– (fer)
-s	lesa »lesen«	– (les)	-t (lest)	– (les)
-n	skína »scheinen«	– (skín)	– (skín)	– (skín)
-x	vaxa »wachsen«	– (vex)	– (vex)	– (vex)

115

Im Präs. Ind. Sg. der starken Verben kommt auch i-Umlaut des Wurzelvokals vor:

1. **jó, jú, ú** werden zu **ý**:   sjóða »kochen« ég sýð
                                        ljúka »beenden« ég lýk
                                        snúa »drehen« ég sný

2. **a, o** werden zu **e**:   aka »fahren« ég ek
                                        koma »kommen« ég kem

3. **á, ó** werden zu **æ**:   ráða »bestimmen« ég ræð
                                        gróa »wachsen« ég græ (2.6.16)

4. **au** wird zu **ey**:   hlaupa »laufen« ég hleyp

2.6.15 Konjugationsbeispiel der starken Verben

Fara »fahren, reisen, gehen, sich begeben«

	Indikativ	Konjunktiv	Imperativ	Partizip	Infinitiv
Präsens					
Sg. *1. P.*	ég fer	fari		farandi	(að) fara
2. P.	þú ferð	farir	far, farðu		
3. P.	hann fer	fari			
Pl. *1. P.*	við förum	förum	förum		
2. P.	þið farið	farið	farið		
3. P.	þeir fara	fari			
Imperfekt					
Sg. *1. P.*	ég fór	færi			
2. P.	þú fórst	færir			
3. P.	hann fór	færi			
1. P.	við fórum	færum			
2. P.	þið fóruð	færuð			
3. P.	þeir fóru	færu			

Indikativ Konjunktiv Imperativ Partizip Infinitiv

Perfekt

Sg. *1. P.* ég hef   hafi farið   farið   (að) hafa
farið usw.   farið

Plusquamperfekt

Sg. *1. P.* ég hafði   hefði farið
farið usw.

Futur

Sg. *1. P.* ég mun fara   muni fara   (að) munu fara

Futur II

Sg. *1. P.* ég mun hafa   muni hafa   (að) munu hafa
farið usw.   farið   farið

Konditional

Sg. *1. P.*   ég mundi (myndi)   (að) mundu
                       fara usw.   fara

Konditional II

Sg. *1. P.*   ég mundi (myndi)   (að) mundu
                       hafa farið usw.   hafa farið

Wie viele Verben der Bewegung kann **fara** auch mit **vera** konjungiert werden (2.6.4), wenn es den Zustand nach abgeschlossener Handlung bezeichnet:
    hann er farinn »er ist gegangen«

2.6.16 Reduplikationsverben

Außer den unregelmäßigen Hilfsverben und den Präterito-Präsentia (2.6.3, 2.6.6) gibt es einige Verben, die ihr Imperfekt durch Reduplikation bilden. In der modernen Sprache sind nur die vier folgenden häufig:

Infinitiv	Präsens	Imperfekt	Part. Perfekt
róa »rudern«	ræ	réri (reri)	róið
gróa »wachsen«	græ	gréri (greri)	gróið
núa »reiben«	ný	néri (neri)	núið
snúa »drehen«	sný	snéri (sneri)	snúið

2.6.17 Allgemeine Bemerkungen zum Imperativ

Der isländische Imperativ kommt nur in der 2. P. Sg. und Pl. und als hortative Form in der 1. P. Pl. vor. Im Unterschied zum deutschen Imperativ, der meistens ohne Pronomen verwendet wird, ist die bloße Verbform ohne nachgestelltes Pronomen im Isländischen sehr selten. Sie wird kaum je in der gesprochenen Sprache verwendet, und in der Schriftsprache überwiegt auch die Form mit dem nachgestellten Pronomen. In der 2. P. Sg. geschehen einige Lautveränderungen, wenn das Pronomen angehängt wird. Der Vokal [u] des Pron. þú wird zu [ʏ] und der Konsonant þ wird zu ð oder er wird an den vorangehenden Konsonanten assimiliert, wie aus der folgenden Tabelle hervorgeht:

Lautkombination	Beispiele
Vokal+þ > Vok.+ð	slá þú »schlage!« wird zu sláðu
ð+þ > dd[t:]	bíð þú »warte!« wird zu bíddu
f+þ > fð [vð]	haf þú »hab!« wird zu hafðu
d+þ > t [t]	kynd þú »heize!« wird zu kyntu
g+þ > gd [kt]	heng þú »hänge auf!« wird zu hengdu
g [ɣ]+þ > gð [ɣð]	seg þú »sag!« wird zu segðu
k+þ > kt [xt]	tak þú »nimm!« wird zu taktu
p+þ > pt [ft]	súp þú »trink!« wird zu súptu
t+þ > tt [ht]	brjót þú »brich!« wird zu brjóttu

Die gekürzten zusammengezogenen Formen überwiegen auch in der Schriftsprache, in der sie als orthographische Einheit gelten. Im Plural erkennt die Schriftsprache die zusammengezogene Form als Einheit nicht an, sondern schreibt das Pronomen nach dem Imperativ vollständig:

bíðið þið »wartet«, heyrið þið »höret, hört«

In der gesprochenen Sprache wird das nachgestellte Pronomen auf den Vokal reduziert:

bíðið þið wird zu bíðiði
heyrið þið wird zu heyriði usw.

Diese reduzierten Formen sind es, die fast ausschließlich in der gesprochenen Sprache verwendet werden. Unter dem Druck der gesprochenen Sprache beginnen sie sich auch langsam in der Schriftsprache durchzusetzen. Das gilt insbesondere für die Tages- und Wochenzeitungen, in denen man sie gelegentlich sehen kann. Außer diesen Formen kommen auch emphatische Imperativformen in der gesprochenen Sprache vor, die ein nachgestelltes selbständiges Pronomen þú haben. Dazu nachstehend einige Beispiele:

Einfache Form	Gewöhnliche Form mit nachgestelltem Pronomen	Emphatische Form
kom »komm!«	komdu	komd þú
far »geh!«	farðu	farð þú
bíð »warte!«	bíddu	bídd þú
seg »sag!«	segðu	segð þú
súp »trink!«	súptu	súpt þú
tak »nimm!«	taktu	takt þú
brjót »brich!«	brjóttu	brjótt þú
haf »hab«!	hafðu	hafð þú

Wie sich aus der vorstehenden Tabelle ergibt, wird die emphatische Form dadurch gebildet, daß der Auslautvokal -u der gewöhnlichen zusammengezogenen Form des Imperativs wegfällt und das vollbetonte Pronomen þú nachgestellt wird. Diese emphatischen Imperativformen sind häufig in der spontanen gesprochenen Sprache, aber sie erscheinen kaum je in der geschriebenen Sprache. In Briefen kann man sie jedoch gelegentlich finden.

Besonders in negativen Sätzen wird in der gesprochenen Sprache häufig statt des Imperativs der Infinitiv verwendet:

ekki láta kálfinn út »laß das Kalb nicht nach draußen«
ekki hlaupa svona »lauf nicht auf diese Weise«

Zu beachten ist ferner, daß das Ausrufzeichen ! im Isländischen nicht verwendet wird. Es wird nicht als Satzzeichen anerkannt, da der Imperativ an sich dank des nachgestellten Pronomens eindeutig gekennzeichnet ist.

Unflektierbare Wörter

Präpositionen und Konjunktionen sind unflektierbar. Adverbien werden gewöhnlich zu den unflektierbaren Wörtern gerechnet, obwohl viele Adverbien gesteigert werden können.

2.7.0 Präpositionen

Die isländischen Präpositionen können nach dem Kasus, den sie regieren, in vier Gruppen eingeteilt werden:

a) **Präpositionen mit dem Akkusativ:** die wichtigsten sind: um »um«, gegnum »durch«, kringum »rings um«, umfram »in erster Linie; mehr als«, umhverfis »rings um«.
Beispiele: hann talar **um bæinn** »er spricht über den Hof«, boltinn fór **gegnum gluggann** »der Ball flog durch das Fenster«.

b) **Präpositionen mit dem Dativ:** að »zu«, af »von«, frá »von, aus«, úr »von, aus«, andspænis »gegenüber«, ásamt »nebst,

samt, mit«, gagnvart »gegenüber«, gegn »gegen«, gegnt
»gegenüber«, handa »für«, meðfram »entlang«, mót, móti
»gegen«, undan »wegen; von; vor«.
Beispiele: hann stóð **andspænis dyrunum** »er stand der Tür
gegenüber«; hún kom **ásamt honum** »sie kam mit ihm
zusammen; hann gekk **meðfram veginum** »er ging den Weg
entlang«.

c) **Präpositionen mit dem Dativ oder dem Akkusativ:** á »auf«,
eftir »nach«, fyrir »vor, für«, í »in«, með »mit«, undir
»unter«, við »bei«, yfir »über, oberhalb«.
Beispiele: hann setur vatn **í fötuna** (Akk.) »er gießt Wasser in
den Eimer«; vatnið er **í fötunni** (Dat.) »das Wasser ist in dem
Eimer«; hann setur fötuna **undir borðið** (Akk.) »er setzt den
Eimer unter den Tisch«; fatan er **undir borðinu** (Dat.) »der
Eimer ist unter dem Tisch«.
Es gilt die allgemeine Regel, daß diese Präpositionen mit dem
Akk. stehen, wenn eine Bewegung ausgedrückt wird. Sie ste-
hen mit Dat., wenn ein Zustand ausgedrückt wird. Zu dieser
allgemeinen Rahmenregel (die übrigens auch im Deutschen
gilt) gibt es jedoch zahlreiche Ausnahmen, die einzeln gelernt
werden müssen, z.B.:
hann kom **með honum** (Dat.) »er kam mit ihm«
hann kom **með hann** (Akk.) »er brachte ihn mit«
Besonders schwierig ist der richtige Umgang mit den Präposi-
tionen **á** und **í** in Verbindung mit Ortsnamen. Mit beiden
Präpositionen wird der Aufenthalt am Ort bezeichnet und
nach beiden steht Dativ, aber für praktisch jeden isländischen
Ortsnamen kann nur eine der Präpositionen benutzt werden.
Es ist hier nicht möglich, Regeln zu geben. Für jeden Ortsna-
men muß die Präposition mit dem betreffenden Ortsnamen
gelernt werden.
Beispiele: í Reykjavík »in (zu) Reykjavík«; á Akureyri
»in (zu) Akureyri«; í Borgarnesi »in Borgarnes«; á Akranesi
»in Akranes«; í Keflavík »in Keflavík«; á Dalvík »in Dal-
vík«; í Reykjanesi »in Reykjanes« (Ortsname in Nordwest-

island); á Reykjanesi »in Reykjanes« (Ortsname in Süd-westisland).

Wenn es sich um ausländische Städte handelt, wird zur Bezeichnung der Ortsangabe meistens í gebraucht: í London, í München, í Berlin, í New York usw. Bei Ländern gibt es jedoch keine solche allgemeine Regel; vielmehr verknüpfen sich í und á mit jeweils bestimmten Ländern: í Pýzkalandi »in Deutschland«, í Frakklandi »in Frankreich«, í Japan »in Japan«, aber: á Spáni »in Spanien«, á Ítalíu »in Italien«, á Íslandi »in Island« usw.

d) **Präpositionen mit dem Genitiv:** án »ohne«, til »zu, nach«, auk »außer«, meðal »unter«, milli, millum »zwischen«, sakir, sökum »wegen«, handan »auf der anderen Seite von«, innan »innerhalb«, utan »außerhalb«, ofan »oberhalb«, neðan »unterhalb«, sunnan »südlich von«, vestan »westlich von«, norðan »nördlich von«, austan »östlich von«.

Beispiele: hann kom **til borgarinnar** »er kam in die Stadt«, hann býr **handan götunnar** »er wohnt auf der anderen Stra-ßenseite«, hann kom **vegna hans** »er kam seinetwegen«.

2.8.0 Adverbien

Wie im Deutschen sind die isländischen Adverbien Wörter sehr unterschiedlicher Herkunft, die Adjektive, Verben und andere Adverbien genauer qualifizieren. Die häufigste Bildungsweise des isländischen Adverbs ist mit der Endung **-lega**, die an den Stamm des Adjektivs angehängt wird. Endet das Adjektiv schon auf **-legur**, fällt die Endung **-ur** weg und wird zur Bildung des Adverbs durch **-a** ersetzt:

Adjektiv	Abgeleitetes Adverb
yndislegur »nett, reizend«	yndislega
hægur »langsam«	hæglega
skýr »deutlich«	skýrlega

greinilegur »genau«	greinilega
knár »geschickt«	knálega
slappur »schwach«	slapplega

Häufig kann auch das Neutrum des Adjektivs als Adverb verwendet werden:

Adjektiv	Neutrum als Adverb
hægur »langsam«	hægt »langsam; möglich«
skýr »deutlich«	skýrt »deutlich«
hár »hoch«	hátt »laut«
hraður »schnell«	hratt »schnell«

Obwohl die Endung **-lega** in der Adverbialbildung häufig ist, kann sie nicht von jedem Adjektiv ein Adverb bilden. Die Bildung des Adverbs muß für jedes Adjektiv einzeln gelernt werden, wobei besonders darauf zu achten ist, daß die unflektierbaren Adjektive, von denen viele auf **-a** enden (2.3.3), nicht mit Adverbien verwechselt werden:

aflvana »schwach«, kraftlos«

handlama »mit gelähmter Hand«

Außer den Adverbien, die unmittelbar vom Adjektiv abgeleitet werden können, gibt es eine größere Zahl von Adverbien, die sich morphologisch nicht eindeutig einordnen lassen, wie z.B.:

1. **Lokaladverbien:** hér, hérna »hier«, þar, þarna »dort«, úti »draußen«, út »hinaus, nach draußen«, heima »zu Hause«, erlendis »im Ausland«, inn »nach innen, hinein«, inni »drinnen« usw.
2. **Adverbien der Art und Weise:** þannig »so, auf diese Weise«, illa »schlecht«, vel »gut«.
3. **Frageadverbien:** hvar »wo«, hvernig »wie«, hvenær »wann«, hvert »wohin«, hvaðan »woher«, »aus welcher Richtung«.
4. **Zeitadverbien:** nú, núna »jetzt, nun«, þá »dann, damals«, lengi »lange«, oft »häufig, oft«, aldrei »nie«, alltaf »immer«, stundum »manchmal, ab und zu, bisweilen«.

2.8.1 Steigerung des Adverbs

Viele Adverbien können Grade einer Eigenschaft bezeichnen und werden dann wie Adjektive gesteigert. Beim Adverb gibt es zwei Gruppen mit regelmäßigen Endungen und eine Gruppe unregelmäßiger Adverbien:
1. Gruppe: Komparativ -(ar)r, Superlativ -(a)st
2. Gruppe: Komparativ -ur, -r, Superlativ -st

Beispiele: 1. Gruppe:

Positiv	Komparativ	Superlativ
aftur »hinten; zurück«	aftar »weiter hinten«	aftast »am weitesten (nach) hinten«
síð »spät«	síðar »später«	síðast »zum letzten Mal«
víða »weit verbreitet«	víðar »weiter verbreitet«	víðast »am weitesten verbreitet«
hæglega »einfach«	hæglegar »einfacher«	hæglegast »am einfachsten«
ört »schnell«	örar	örast
langt »weit«	lengra	lengst

Die regelmäßigen Adverbien, die vom N. des Adjektivs oder mit der Endung **-lega** gebildet werden, werden nach diesem Modell gesteigert.

Beispiele: 2. Gruppe:

Positiv	Komparativ	Superlativ
lengi »lange Zeit«	lengur	lengst
fram »nach vorn, vorwärts«	fremur »lieber«	fremst »am liebsten, an vorderster Stelle«
	framar »weiter nach vorne«	

124

Unregelmäßige Steigerung haben folgende Adverbien:

Positiv	Komparativ	Superlativ
gjarnan »gerne«	heldur »lieber«	helst »am liebsten«
illa »schlecht«	verr	verst
lítt »wenig«	miður »leider,	minnst »am wenigsten«
	weniger«	
mjög »sehr«	meir(a)	mest
snemma »früh«	fyrr »vorher«	fyrst »zuerst«
vel »gut«	betur	best

2.8.2 Die Verneinung und die Bejahung

Die Wörter der Verneinung und der Bejahung bilden eine Sonderklasse innerhalb der Adverbien. Die isländische Negation heißt **ekki** »nicht«. Sie entspricht sowohl der deutschen Negation **nicht** als auch der Negation **kein** vor einem Substantiv:

hann er ekki hér »er ist nicht hier«

hann er ekki Þjóðverji »er ist kein Deutscher«

In allgemeinster Weise wird Bejahung mit **já** »ja« ausgedrückt. Es kann jedoch nicht nach einer Negation verwendet werden, wo statt dessen **jú** »doch« steht. **Jú** kann aber auch verwendet werden, um eine Ungewißheit auszudrücken:

er hann heima? Já. »ist er zu Hause? Ja«.

er hann ekki heima? Jú »ist er nicht zu Hause? Doch«.

Als Beispiel für eine schwankende Antwort (ja oder nein Antwort), die gelegentlich den Gebrauch von **jú** (oder von **ja**) erfordert, kann der folgende Satz dienen:

er þetta sæmilegt hross? Jú, sæmilegt má kalla það.

»ist das ein brauchbares Pferd? Ja, brauchbar kann man es nennen«.

2.9.0 Konjunktionen

Die Konjunktionen bestehen entweder aus einem oder mehreren Wörtern, die zusammen eine Konjunktion bilden. Unter den Konjunktionen sind zwei große Gruppen zu unterscheiden: solche, die Hauptsätze verbinden und jene, die Hauptsatz und Nebensatz oder Nebensätze untereinander verbinden. Die Hauptsatzkonjunktionen können auch Nebensätze bzw. Satzglieder untereinander verbinden.

1. **Hauptsatzkonjunktionen:** og »und«, en »aber«, eða (eður), »oder«, ella, ellegar »andernfalls«, heldur »aber, sondern«, enda »folglich«.
Kennzeichnend für das Isländische ist die Konjunktion **enda**, die eine logische Schlußfolgerung bezeichnet: hann er veikur, enda liggur hann »er ist krank, folglich liegt er auch (im Bett)«.
Folgende Konjunktionen treten in zwei getrennten Teilen auf: bæði – og »sowohl – als auch«, hvorki – né »weder – noch«, annaðhvort – eða »entweder – oder«, hvort – eða »ob – oder«, ýmist – eða »entweder – oder; das eine – oder das andere«.

2. **Nebensatzkonjunktionen:** Die Nebensatzkonjunktionen können in mehrere Gruppen gegliedert werden. Die wichtigsten sind:
   a) **Kausalkonjunktionen:** af því að, því að [því] (með því að, sökum þess að, sakir þess að, úr því að, vegna þess að, þar eð, þar sem). Alle diese Konjunktionen sind gleichwertig mit den deutschen »weil, denn«. **Af því að** und **því að** (in der gesprochenen Sprache oft zu því oder þí gekürzt) sind die weitaus häufigsten. Die Konjunktionen in Klammern sind mehr schriftsprachlich. **Svo að** »so daß«.
   b) **Konditionalkonjunktionen:** ef »wenn«, nema »wenn, nur wenn, ausgenommen«, svo framarlega sem »vorausgesetzt daß«.
   c) **Konzessive Konjunktionen:** þó að, þótt, enda þótt

»obwohl, obgleich, obschon«; þrátt fyrir (það) að »trotz, wenngleich«.

d) **Finale Konjunktionen:** til þess að, til að, svo að »damit, um«.

e) **Komparative Konjunktionen:** eins og »wie«, en »als«, heldur en »lieber als«, sem »wie«, því – sem – því (þeim mun) »je – desto«.

f) **Zeitkonjunktionen:** þegar »wenn, als«, áður en »bevor«, eftir að »nachdem«, jafnskjótt og (sem) »gleichzeitig wie«, síðan »nachdem«, þangað til að »bis«, unz »bis«, jafnskjótt og, jafnskjótt sem, óðara en, undireins og, strax og »sobald als (wie)«, þar til er, þar til að, til þess er »bis«.

g) **Fragekonjunktionen:** hvort »ob«, hvort – eða, hvort heldur – eða, hvort sem – eða »ob – oder«.

h) **Relativkonjunktionen:** Der zweite Teil dieser Konjunktionen ist das Relativpronomen **sem** oder **er** und der erste Teil ein Lokal- oder Frageadverb: þar sem »dort wo«, þangað sem (er) »dahin wo«, hvert sem »wohin«, **hvaðan** sem »woher«, hvenær sem »wann« usw.

i) Unklassifizierbar ist die Konjunktion **að** »daß«.

2.10.0 Das Infinitivzeichen

Der isländische Infinitiv endet fast immer auf **-a** (fara »fahren«) oder **-á** (slá »schlagen«, gá »gucken«) (zwei Verben enden im Infinitiv auf **-u, munu** und **skulu** (2.6.3); eines endet auf **-o** þvo »waschen« und eines auf **-e ske** »geschehen«). Der Infinitiv hat als vorangestelltes Zeichen sehr häufig das unflektierbare Wort **að**, das dem deutschen Infinitivzeichen **zu** entspricht. Dieses **að** darf nicht mit der gleichlautenden Präposition und Konjunktion verwechselt werden.

Nach den Verben **munu, skulu, mega, vilja** und fakultativ nach **biðja** »bitten« steht der Infinitiv ohne **að**:

127

ég vil koma »ich will kommen«
hann má koma »er darf kommen«
ég skal fara »ich soll gehen«
ég bað hann koma (oder að koma) »ich bat ihn zu kommen«

SYNTAX

3.0 Einige Elemente der Syntax

In der vorangehenden Beschreibung der Morphologie wurde
gelegentlich der Gebrauch einzelner Formen erläutert. Im fol-
genden wird auf einige besonders charakteristische Ausdrucks-
weisen näher eingegangen. Dagegen bleibt der Gebrauch von
Formen, die im Deutschen und Isländischen einander völlig
entsprechen, weitgehend unerwähnt.

3.1.0 Kasusformen

1. Akkusativ
Der Akkusativ bildet gewöhnlich das direkte Objekt: ég sé
hann »ich sehe ihn«. Mit einigen Verben steht jedoch der Täter
im Akkusativ und ist dann u. U. dennoch als Subjekt anzu-
sehen:

    mig grunar margt »ich vermute sehr«
    mig þyrstir »ich habe Durst; mich dürstet«
    mig minnir »ich erinnere mich«
    mig vantar »mir fehlt«
    mig dreymdi »ich träumte; mir träumte« usw.

Wenn der Akkusativ eine andere Person als den Täter bezeich-
net, erscheint der Täter im Nominativ:

ég gruna hann »ich verdächtige ihn«
ég minni hann á það »ich erinnere ihn daran«
ég dreymdi hann »ich träumte von ihm« (auch, mig dreymdi
hann)
Das Verb **vanta** »fehlen« hat jedoch auch in diesem Falle den
Täter im Akkusativ:
mig vantar bílinn »das Auto fehlt mir«

Zwei Akkusative: Einige Verben nehmen zwei Objekte im Akkusativ:
þeir álitu fiskinn (Akk.) góðan (Akk.) »sie meinten, daß der
Fisch gut sei«
þeir kusu hann (Akk.) formann (Akk.) »sie wählten ihn zum
Vorsitzenden«
Derartige Verben sind jedoch nicht zahlreich.

Zeitdauer und Richtung: Der Akkusativ drückt Zeitdauer und
Richtung im allgemeinen aus:
hann var tvo daga (Akk.) á leiðinni »er war zwei Tage unterwegs«
hann dvaldi þar vikuna (Akk.) »er verbrachte dort eine
Woche«
hann fór þessa leið »er fuhr (ging) diesen Weg«

2. Dativ
Der Dativ bezeichnet gewöhnlich das indirekte Objekt wie im
Deutschen: ég gef honum (Dat.) bókina »ich gebe ihm das
Buch«. Der isländische Dativ hat aber eine Fülle weiterer Bedeutungen, von denen die folgenden Erwähnung verdienen:

a) Verben, die den Täter im Dativ haben
Bei einigen Verben, die meistens einen Willensfaktor (subjektive Beziehung zur Handlung) enthalten, steht der Täter im
Dativ:

mér líkar »mir gefällt«

mér mislíkar »mir mißfällt«

mér tekst ⎫
mér heppnast ⎬ »mir gelingt, mir glückt«

mér virðist ⎫
mér þykir ⎬ »mir scheint«
mér finnst ⎭

þér þóknast »dir gefällt«

Die gesprochene Sprache neigt stark dazu, diese Ausdrucks-
weise auch auf andere Verben, die einen Willensfaktor beinhal-
ten, auszudehnen:

mér hlakkar til

mér vantar

mér langar

statt ég hlakka til »ich freue mich«

statt mig vantar »mir fehlt«

statt mig langar »ich möchte«

In einigen Fällen bezeichnet der Dativ den Täter, auf den sich die
Handlung bezieht:

mér sýnist »mir scheint«, aber:

ég sýnist stór »es scheint, daß ich groß bin«

b) **Zwei Dative**
Einige Verben können zwei Dative als Objekt haben:

ég lofaði honum (Dat.) bílnum (Dat.) »ich versprach ihm den
Wagen«

hann hét mér (Dat.) stuðningi (Dat.) »er sagte mir Unterstüt-
zung zu«

c) **Instrumentaler Gebrauch**
In einigen Fällen bezeichnet die bloße Dativform (ohne Präp.
und von keinem Verb regiert) das Instrument oder das Mittel,
mit dem etwas gemacht wird:

beita **hörku** (Dat.) »Härte anwenden«

beita **brögðum** (Dat.) »Tricks anwenden«
búinn **gulli** (Dat.) »mit Gold bedeckt«
þeir gengu **þurrum fótum** (Dat.) yfir ána »sie überquerten
den Fluß, ohne sich die Füße naß zu machen (trockenen
Fußes)«

d) **Dativ mit Adjektiven und Adverbien**
Einige Adjektive und Adverbien regieren den Dativ:
vanur einhverju »(an) etwas gewöhnt«
það er mér (Dat.) gagnlegt »es ist mir nützlich«
hann stendur nálægt mér (Dat.) »er steht mir nahe«
Der Dativ kann auch das zu Vergleichende bezeichnen:
hann er henni (Dat.) reyndari »er ist erfahrener als sie«
hann er árinu (Dat.) yngri »er ist um ein Jahr jünger«

3. **Genitiv**
Bei einigen Verben steht das Objekt im Genitiv. Eine ähnliche
Konstruktion kennt auch das Deutsche bei einigen Verben:
sich erinnern, gedenken, achten, z. B.: sich des Tages erin-
nern, der Toten gedenken, der Hindernisse nicht achten
usw.
Beispiele für solche Verben im Isländischen sind:
gæta einhvers (Gen.) »auf etwas aufpassen«
afla fjár (Gen.) »Geld verdienen«
geta einhvers »etwas erwähnen«
meta mikils (Gen.) »hoch schätzen«
Bei einigen Verben steht die Person im Akk. oder Dat., das
Ding dagegen im Gen.:
biðja e-n e-s (auch um e-ð) »jemanden um etwas bitten«
spyrja e-n e-s »jemanden nach etwas fragen«
synja e-m e-s »jemandem etwas ablehnen«
varna e-m e-s »jemanden an etwas hindern«
Das Deutsche kennt auch eine entsprechende Konstruktion,
z. B.: »jemanden des Betrugs verdächtigen«.

Genitiv mit Adjektiven

Mit Adjektiven, die Zeitdauer oder Raum bezeichnen, steht häufig der Genitiv:

sex metra (Gen.) langur »sechs Meter lang«
mánaðar (árs) (Gen.) gamall »einen Monat (ein Jahr) alt«

Mit dem Adjektiv verður »wert« steht der Genitiv:

mikils (Gen.) verður »von großem Wert«
einskis (Gen.) verður »ohne Wert, wertlos«

Auch steht Genitiv mit einigen anderen Adjektiven:

laus allra mála (Gen.) »die Sache los sein«
einskis þurfi »nichts benötigend«

Adverbialer Gebrauch

In einigen adverbialen Redewendungen steht Genitiv:

beggja vegna »auf beiden Seiten«
þess vegna »deshalb«
þess konar »solcher Art«
annars staðar »auf einer anderen Stelle«
hins vegar »andererseits«

Präpositionale Konstruktion statt Genitiv

In der deutschen Sprache ersetzt die Präp. **von** oft den Genitiv:

das Haus von Oswald = Oswalds Haus
das Pferd von Anna = Annas Pferd

Auch im Isländischen gibt es entsprechende Konstruktionen. Der Genitiv wird durch die Präp. **af + Dat.** oder **á + Dat.** ersetzt:

margir af þeim statt margir þeirra »viele von ihnen«
hjólið af bílnum statt hjól bílsins »das Rad des Wagens«
hurðin af skápnum statt hurð skápsins »die Tür des Schrankes«
liturinn á veggnum statt litur veggjarins »die Farbe der Wand«
þakið á húsinu statt þak hússins »das Dach des Hauses«

Zu beachten ist, daß bei solchen Präpositionalkonstruktionen, die den Genitiv ersetzen, gewöhnlich die beiden Substantive den Artikel haben (vgl. 3.2.0).

3.2.0 Der Artikel

Der Gebrauch des Artikels unterscheidet sich in einigen Fällen wesentlich von dem im Deutschen. Einen unbestimmten Artikel oder irgendeine ihm entsprechende Ausdrucksform gibt es im Isländischen nicht. Das alleinstehende Substantiv entspricht sowohl dem deutschen Substantiv mit unbestimmtem Artikel als auch dem ohne Artikel, z. B.:

maður »Mann« oder »ein Mann«

kona »Frau« oder »eine Frau«

barn »Kind« oder »ein Kind«

Wenn ein Adjektiv ein Substantiv mit bestimmtem Artikel kennzeichnet, dann folgt das Adjektiv der schwachen Flexion (2.3.2) wie das auch im Deutschen der Fall ist:

hinn **stóri** maður, **stóri** maðurinn »der große Mann«

hin **góða** kona, **góða** konan »die gute Frau«

hið **þæga** barn, **þæga** barnið »das artige Kind«

Wenn ein Genitiv ein anderes Substantiv kennzeichnet, **kann nur der Genitiv den Artikel haben.** Hier besteht ein wesentlicher Unterschied zum Deutschen, das bei beiden Substantiven den bestimmten Artikel hat:

hús mann**sins** »das Haus des Mannes«

hár konu**nnar** »das Haar der Frau«

leikfang barn**sins** »das Spielzeug des Kindes«

In der Schriftsprache kann man gelegentlich zweifachen Artikel finden, womit sich jedoch die Bedeutung auf eine größere Genauigkeit hin verschiebt:

hann stóð hjá hús**inu** mann**sins** »er stand bei dem Haus des Mannes (d. h. genau bei diesem Haus)«

Dieser Gebrauch tritt in der gesprochenen Sprache nur dann auf, wenn der Genitiv ein Personenname ist. Statt des suffigierten

Artikels steht dann ein Genitiv des Personalpronomens vor dem Personennamen und der Artikel wird an das vorangehende Substantiv angehängt:

herbergið **hennar** Önnu »Annas Zimmer, das Zimmer von Anna«

húsið **hans** Kára »Káris Haus, das Haus von Kári«

húsið **þeirra** Björns og Kára »das Haus von Björn und Kári«

Im letzten Falle, wenn der Genitiv sich auf mehrere Personen bezieht, fallen das Pronomen und der Artikel meistens weg: hús Björns og Kára. Das Pronomen kann aber erhalten bleiben: hús þeirra Björns og Kára. Dieser besondere Gebrauch des Artikels vor dem Genitiv gehört der gesprochenen Sprache an. In der Schriftsprache und in der gehobenen Umgangssprache wird weder ein Artikel noch der Genitiv des Personalpronomens gebraucht:

herbergi Önnu »Annas Zimmer, das Zimmer von Anna, ein Zimmer von Anna«

hús Kára »das Haus von Kári, ein Haus von Kári«

hús Björns og Kára »das Haus von Björn und Kári«

Wenn das possessive Pronomen nachgestellt wird, hat das vorangehende Substantiv häufig den Artikel:

húsið mitt »mein Haus«, aber mitt hús

barnið mitt »mein Kind«, aber mitt barn

Dieser Gebrauch des Artikels ist im Deutschen unbekannt. Im Isländischen kann der Artikel bei nachgestelltem Possessivpronomen auch wegfallen, ohne daß sich die Bedeutung dabei ändert:

hús mitt, barn mitt, hestur þinn »dein Pferd« usw.

In zahlreichen Ausdrücken kann der Artikel nicht verwendet werden, wenn ein Possessivpronomen verwendet wird: sonur minn »mein Sohn«, álit þitt »deine Meinung« usw.

3.3.0 Pronomina

3.3.1 Personalpronomina

In Island ist, seit etwa 30 Jahren, im Gegensatz zu Deutschland, das Duzen üblich ganz unabhängig vom Verhältnis der Gesprächspartner zueinander. Die junge Generation kennt kaum noch die Honorativpronomina þér »Sie« und vér »wir« (2.5.1), die in der gesprochenen Sprache überhaupt nicht mehr verwendet werden. Aus diesem Grunde braucht der Ausländer sich nicht um diese Pronomina zu bemühen. Durch ihre Verwendung würde er sein Gespräch mit Isländern nur erschweren.

1. **Das unpersönliche Subjekt**
Das unpersönliche und unbestimmte Subjekt wird im Isländischen im allgemeinen durch das Personalpronomen það »es« (2.5.1) ausgedrückt:
  það er góður dagur »es ist ein guter Tag«
  það dimmir »es wird dunkel«
  það er rétt að lesa bókina »es ist richtig, das Buch zu lesen«
  það var enginn þar »es war niemand da«
  það var Jón »es war Jón«
Folgende charakteristische Ausdrucksformen, in denen Personalpronomina verwendet werden, verdienen beachtet zu werden:
2. við Ólafur »Ólafur und ich« (eigentl. »wir Ólafur«)
  þið Ólafur »Ólafur und du« oder »Ólafur und ihr«
  þeir Ólafur »Ólafur und sie (Pl.)« oder »Ólafur und seine Freunde (Kollegen)« usw.
3. Mit Eigennamen kann das Personalpronomen in sehr ähnlicher Weise wie der Artikel verwendet werden (vgl. Genitiv in 3.1.0 und 3.2.0):
  hún Hekla er farin að gjósa »die Hekla hat begonnen auszubrechen«

hann Jón er kominn »Jón ist gekommen«
Semantisch bedeutet aber die Verwendung des Personalpronomens keinen Unterschied von: Hekla er farin að gjósa und Jón er kominn. Das dem Eigennamen vorangestellte Pronomen scheint lediglich eine Emphase auszudrücken.

4. Besonders eigenartig, und dem deutschen Sprecher fremd, ist der Gebrauch des Personalpronomens **hann** »er« (2.5.1) als Subjekt mit Verben, die einen Zustand oder Veränderung der Atmosphäre – d.h. des Wetters – bezeichnen. In den meisten Fällen (jedoch nicht immer) ist auch der unpersönliche Gebrauch von það »es« möglich:

hann (það) snjóar »es schneit«
hann (það) rignir »es regnet«
hann er að rjúka upp »der Wind nimmt zu«
hann (það) gengur í byl »ein Schneesturm kommt auf«
hann dregur upp á sig »es wird wolkig«
hann (það) hlýnar (kólnar) »es wird wärmer (kälter)«

Denkbar ist, daß bei diesem Gebrauch die Vorstellung mitspricht, der Himmel (himinn, M. 2.2.0, Paradigma 2) oder der Wind (vindur M., 2.2.0, Paradigma 1) seien Täter (veður »Wetter« N., 2.2.0, Paradigma 46). Abgesehen von dieser charakteristischen Ausdrucksweise wird das unpersönliche Subjekt im Isländischen meistens durch það »es« ausgedrückt.

5. In der dritten Person Sg. und Pl. wird der Genitiv des Personalpronomens als Possessivpronomen verwendet:

hús hans »sein Haus«, hús hennar »ihr Haus«, börn hennar »ihre Kinder«, börn þeirra (Pl.) »ihre Kinder«, börn okkar »unsere Kinder«, börn ykkar »eure Kinder«

Die Verwendung des Gen.Sg. þess (2.5.1) als Possessivpronomen ist seltener und wird häufig durch andere Ausdrucksweisen ersetzt. Statt **leikfang þess** »sein Spielzeug« (z.B. des Kindes) pflegt man zu sagen **leikfang barnsins**. Wenn es eindeutig ist, was der Gen. þess bezeichnet, kann er in ähnlicher Funktion wie das Possessivpronomen erscheinen:

er þetta leikfang barnsins? Já, það er leikfang þess

»ist das das Spielzeug des Kindes? Ja, das ist sein Spielzeug«
In vielen Fällen handelt es sich dabei aber nicht um den Geni-
tiv des Personalpronomens, sondern um denjenigen des
Demonstrativpronomens það (2.5.4):
við götuna stóð hús og við horn þess stóð maður
»an der Straße stand ein Haus und an seiner Ecke stand ein
Mann«

3.3.2 Possessivpronomina

Im Gegensatz zu der für die deutschen Possessivpronomina
(2.5.3) üblichen Stellung vor dem Substantiv (**sein, ihr** Haus
usw.) stehen die isländischen Possessivpronomina **minn**
»mein«, **þinn** »dein«, **sinn** »sein, ihr«, **vor** »unser« meistens
nach dem Substantiv:
  komdu með **bókina þína** »bring dein Buch mit«
  sonur þinn er kominn »dein Sohn ist gekommen«
Wenn das Possessivpronomen nachgestellt wird, hat das Sub-
stantiv häufig den bestimmten Artikel. Die Stellung vor dem
Substantiv ist zwar auch möglich (wobei das Substantiv keinen
Artikel hat), besonders schriftsprachlich und nur ausnahms-
weise in der gesprochenen Sprache:
  þitt hús er nokkuð stórt »dein Haus ist ziemlich groß«

3.3.3 Demonstrativpronomina

Das Demonstrativpronomen **sá, sú, það** (2.5.4) wird in der
gesprochenen Sprache sehr häufig in einer ähnlichen Funktion
wie der Artikel verwendet:
  sá góði maður »der gute Mann«
  sú stutta »die Kleine«
  það eitt er rétt »das allein ist richtig«
Das Demonstrativpronomen **sá** ist im Isländischen das am häu-

figsten verwendete Mittel zur Substantivierung von Adjektiven (2.3.7).

3.3.4 Relativpronomina

Das isländische Relativpronomen **sem (er)** (2.5.5) ist unflektierbar. Es kann niemals nach einer Präposition oder nach (oder vor) einem Substantiv stehen. Im Relativsatz steht die Präposition am Ende des Satzes. Der Unterschied zum deutschen Relativpronomen ist daher wesentlich:

    húsið, **sem** ég bý **í** »das Haus, in dem ich wohne«

    húsið, **sem** ég mála þakið **á** »das Haus, dessen Dach ich anstreiche«

In älteren isländischen Texten kommt ein Gebrauch des Interrogativpronomens oder des Indefinitpronomens **hver** »wer« oder **hvað** »was« (2.5.6, 2.5.7) als Relativpronomen vor, z. B.: »Öllum Sunnlendingafjórðungi mátti kalla að þá væri skipt milli biskups Ögmundar og Strandarmanna, **hverjir** um þær mundir voru í stærstu kærleikum við hann . . .« (»man konnte sagen, daß damals das ganze südliche Viertel zwischen dem Bischof Ögmundur und den Leuten von Strönd, die zu jener Zeit seine größte Gunst besaßen, aufgeteilt war . . .«) (das Zitat stammt aus Hannes Finnsson: Um fólksfjölda á Suðurlandi 1781, §6 »Über die Einwohnerzahl des Südlandes 1781«; die Orthographie ist normalisiert).

In der modernen Sprache ist dieser Gebrauch völlig verschwunden, obwohl er in literarischen Texten gelegentlich nachgeahmt wird.

3.3.5 Indefinitpronomina

Von den zahlreichen Indefinitpronomina (2.5.7) erscheint es hier nur notwendig, genauer auf den Gebrauch von **neinn** »keiner, niemand« und **enginn** »niemand; keiner« einzugehen. **Neinn** kann nur mit einer Negation verwendet werden (ähnlich wie z. B. **aucun** »keiner, niemand« im Französischen):

hér er **ekki neinn** »hier ist niemand«
ekki neitt hús er öruggt »kein Haus ist sicher«

Im Gegensatz zu **neinn** wird **enginn** »keiner, niemand« ohne Negation verwendet:

enginn er hér »hier ist niemand«
ekkert hús er öruggt »kein Haus ist sicher«

3.4.0 Prädikativer Gebrauch des Adjektivs

Im Deutschen ist das Adjektiv in prädikativer Stellung unveränderlich, z. B.:

der Mann ist
die Frau ist
die Männer sind
die Frauen sind

} gut (geschickt) usw.

Im Isländischen wird das Adjektiv in prädikativer Stellung im allgemeinen stark flektiert (2.3.1) und nimmt sowohl das Geschlecht als auch die Zahl (Sg. oder Pl.) des von ihm gekennzeichneten Substantivs an. Die oben zitierten deutschen Beispiele lauten daher in isländischer Übersetzung:

maðurinn er góður (slyng**ur**)
konan er **góð** (**slyng**)
mennirnir eru góð**ir** (slyng**ir**)
konurnar eru **góð**ar (slyng**ar**) usw.

Einige unflektierbare Adjektive (2.3.3) können nur in prädikativer Stellung verwendet werden, z. B.: hissa »erstaunt«, hugsi »nachdenklich«, þurfi »benötigend«:

þeir voru hugsi »sie waren nachdenklich«
mennirnir eru hissa »die Männer sind erstaunt«
hún er einskis þurfi »sie braucht nichts«

139

3.5.0 Das Verb

Das isländische Verb hat, mit Ausnahme des Mediums (2.6.11), keine Kategorien, die nicht auch im Deutschen vorhanden sind. Auf den Gebrauch des Mediums (2.6.11) und des Imperativs (2.6.17) wurde schon eingegangen, aber es erscheint notwendig, den Gebrauch des Konjunktivs im Isländischen näher zu erläutern.

3.5.1 Der Konjunktiv

Der isländische Konjunktiv hat dieselben Tempora wie der Indikativ und außerdem Konditional I und II, die dem Konjunktiv eigen sind. Im Isländischen wird der Konjunktiv mehr als im Deutschen gebraucht. Von den zahlreichen Verwendungen des Konjunktivs sind die folgenden besonders hervorzuheben:

1. Im Präsens kann der Konjunktiv Wunsch, Aufforderung oder Befehl ausdrücken:
   Guð **veri** með þér »Gott sei mit dir«
   gangi þér vel »möge es dir gut gehen«
2. Im Imperfekt drückt der Konjunktiv häufig eine Möglichkeit aus, d. h. daß etwas so sein oder geschehen könnte. Verben, die auf diese Weise verwendet werden, sind insbesondere: vera »sein«, vilja »wollen«, mega »dürfen«, þykja »scheinen«, þurfa »brauchen«, eiga »besitzen«, geta »können« und skulu »sollen«. Beispiele:
   það **skyldi** þó aldrei vera »das dürfte doch wirklich nicht sein«
   það **væri** gott »es wäre gut«
   þú **ættir** að koma »du solltest kommen«
   þú **þyrftir** að vera hér »du solltest hier bleiben«
   Wie aus diesen Beispielen zu ersehen ist, benutzt das Deutsche auch in einigen dieser Fälle den Konjunktiv. Hauptsächlich in Fragesätzen kann das Perfekt auch in ähnlicher Weise verwendet werden:

hver **hefði trúað** þessu? »wer hätte das geglaubt?«
hefði hann **farið?** »wäre er gegangen?«
Die Hauptverwendung des Konjunktivs liegt jedoch in Neben-
sätzen. Da sind besonders folgende Fälle zu beachten:

1. Konditionalsätze

a) Reale Bedingung
Wenn die Bedingung als real oder wirklich angesehen wird, steht
im Isländischen der Indikativ sowohl im Nebensatz als auch im
Hauptsatz:

ef hann **kemur, verð** ég hér »wenn er kommt, bleibe ich hier«
ef veður **hefur versnað, hefur** hann ekki **lagt** af stað
»wenn das Wetter schlimmer geworden ist, ist er nicht aufge-
brochen«

Die Konjunktion **ef** »wenn« kann unter Umständen wegfallen,
aber in diesem Falle erscheint der Konjunktiv im Nebensatz:

verði (Konj.) hann heima, **fæ** (Ind.) ég honum bréfið
»wenn er zu Hause ist, bringe ich ihm den Brief«

b) Irreale Bedingung
Wird die Bedingung als irreal oder nur als angenommen betrach-
tet, dann steht der Konjunktiv im Hauptsatz und im Nebensatz
(wie im Deutschen):

hann **mundi koma,** ef hann **gæti** »er würde kommen, wenn er
könnte«
hann **færi** heiðina, ef hún **væri** fær »er würde über die Heide
fahren, wenn sie befahrbar wäre«
hún **hefði komið** í gær, ef veðrið **hefði leyft** »sie wäre gestern
gekommen, wenn das Wetter es erlaubt hätte«

c) Bedingung als Möglichkeit
Die Bedingung kann als Möglichkeit angesehen werden, die
bestimmte Folgen haben würde, wenn gegebene Voraussetzun-

gen erfüllt werden. In diesem Falle erscheint der Konjunktiv im Nebensatz, im Hauptsatz jedoch der Indikativ (oder der Imperativ):

ef hann **kæmi** (Konj.), **láttu** (Imp.) hann fá bókina
»wenn er käme (oder kommen sollte), gib ihm das Buch«
ef hann **setti** (Konj.) niður í dag, **skal** (Ind.) ég hjálpa honum
»wenn er heute pflanzen sollte, will ich ihm helfen«
ef hún **kæmi** (Konj.), **er** (Ind.) Jóna heima í dag
»wenn sie kommen sollte, dann ist Jóna heute zu Hause«

2. Konjunktiv in anderen Nebensätzen

Der Konjunktiv wird sehr häufig in anderen Arten von Nebensätzen verwendet, vor allem nach Verben, die Wunsch, Befehl, Bedarf, Gedanken, Furcht, Erwartung, Gefühl oder Anschein ausdrücken.

a) **að**-Sätze entsprechen den deutschen **daß**-Sätzen. Sie können im Deutschen auch den Konjunktiv enthalten, jedoch seltener als im Isländischen:
   ég hélt (Ind.), að skipið kæmi (Konj.) í dag »ich dachte, daß das Schiff heute kommt«
   hann hafði óskað (Ind.), að ég kæmi (Konj.) við »er hatte gewünscht, daß ich vorbeikomme«
   honum virðist (Ind.), að veðrið skáni (Konj.) »ihm scheint, daß das Wetter besser wird«

b) **Interrogative Sätze** haben häufig Konjunktiv, hauptsächlich nach Verben, die Fragen ausdrücken:
   hann spurði (Ind.), hver væri (Konj.) við dyrnar »er fragte, wer an der Tür stünde«
   ég spyr (Ind.), hvort hann vilji (Konj.) koma með »ich frage, ob er mitkommen wolle«

c) **Konzessive Sätze.** In konzessiven Sätzen, die mit þó að, þótt, enda þótt (2.9.0) »obschon, obgleich, obwohl« beginnen, steht im Isländischen immer der Konjunktiv:
   þó að kalt sé (Konj.), er (Ind.) veður gott »obwohl es kalt ist, ist das Wetter gut«

142

þó að hann **hefði dvalið** lengi erlendis, mundi hann allt vel
»obwohl er lange Zeit im Ausland gewesen war, hatte er alles
in guter Erinnerung«

3. Konjunktiv in indirekter Rede

In að-Sätzen, die indirekte Rede einleiten, steht im Isländischen
immer der Konjunktiv. Das Subjekt des Haupt- und Nebensat-
zes stellt zwei verschiedene Personen dar (in der gesprochenen
Sprache wird diese Regel jedoch nicht immer eingehalten und
der Konjunktiv kann benutzt werden, auch wenn das Subjekt
beider Sätze dieselbe Person ist):

> hann sagði, að Jón hefði lesið (Konj.) bókina »er sagte, daß
> Jón das Buch gelesen hätte«
> hann fullyrðir, að veðrið fari (Konj.) skánandi »er behauptet,
> daß das Wetter besser wird«

Wenn das Subjekt beider Sätze dieselbe Person ist, wird im Islän-
dischen häufig kein Nebensatz, sondern ein Infinitivsatz gebil-
det. Im Deutschen werden in solchen Fällen zwei Sätze beibe-
halten:

> hann segist ekki vera (Inf.) heima »er sagt, daß er nicht zu
> Hause ist«
> hann sagðist **koma mundu** (Inf.) er sagte, daß er kommen
> würde«
> hann lést vera (Inf.) veikur »er simulierte, daß er krank sei«

3.6.0 Einige Bemerkungen zur Wortreihenfolge

3.6.1 Affirmative Sätze

In affirmativen Sätzen ist die normale Wortfolge: Subjekt – Verb
– indirektes Objekt – direktes Objekt:

> ég gaf honum bókina »ich gab ihm das Buch«

Wenn das Verb intransitiv ist, steht das Prädikat nach dem Verb:

maðurinn er veikur »der Mann ist krank«

Diese Grundregeln entsprechen den Regeln der deutschen Sprache, aber sie werden im Isländischen weniger streng angewendet. So gibt es tatsächlich verschiedene Möglichkeiten zur Änderung der Wortfolge, z. B. für stilistische Zwecke oder, um die Betonungsverhältnisse innerhalb des Satzes zu ändern, wenn ein bestimmtes Wort hervorgehoben werden soll, z. B.:

gaf ég honum bókina

honum gaf ég bókina   }»ich gab ihm das Buch«

bókina gaf ég honum

Die übliche Wortreihenfolge wird im Isländischen **im Haupt- und im Nebensatz** verwendet. Hier besteht ein großer Unterschied zum Deutschen, denn im Deutschen steht das Verb gewöhnlich am Ende des Nebensatzes:

ég gæfi honum bókina, ef hann bæði um það »ich gäbe (würde) ihm das Buch (geben), wenn er darum bäte (bitten würde)«

In Fragesätzen, die mit einem Fragewort beginnen, gilt die normale Wortreihenfolge:

hver sagði honum þetta? »wer sagte ihm das?«

hver fékk honum bókina? »wer überreichte ihm das Buch?«

Zu beachten ist, daß in den zusammengesetzten Tempora das Hilfsverb und das Hauptverb im Isländischen möglichst nahe beieinander stehen (im Deutschen steht das Hauptverb gewöhnlich am Ende des Satzes):

hann hefur komið í dag »er ist heute gekommen«

hann hefur fengið honum bókina »er hat ihm das Buch überreicht«

Auch bei veränderter Reihenfolge werden die beiden Verben (Hauptverb und Hilfsverb) möglichst eng angenähert:

honum hefur hann fengið bókina   }»er hat ihm das

bókina hefur hann fengið honum   } Buch überreicht«

3.6.2 Fragesätze

In Fragesätzen, die nicht mit einem Fragewort beginnen, steht das Subjekt normalerweise nach dem Verb:
kemur hann á morgun? »kommt er morgen?«
hefur hann komið með bókina? »hat er das Buch gebracht?«

3.6.3 Negative Sätze

Das Vorhandensein einer Negation im Satz hat grundsätzlich keinen Einfluß auf die sonst übliche Wortreihenfolge. Die Stellung der Negation wird jedoch durch die Satzstruktur bestimmt. Die isländische Negation steht im allgemeinen nach dem Verb:
hann er **ekki** heim »er ist nicht zu Hause«
hann kom **ekki** »er kam nicht«
Falls das Verb ein direktes Objekt hat, steht die Negation nach dem direkten Objekt, wenn dieses ein Pronomen ist, jedoch vor dem direkten Objekt, wenn dieses ein Substantiv ist:
ég tók **ekki** bókina »ich nahm das Buch nicht«
ég tók hana **ekki** »ich nahm es (= das Buch) nicht«
Im allgemeinen steht die Negation nach dem indirekten Objekt:
ég gaf kúnni **ekki** vatn »ich gab der Kuh kein Wasser«
ég gaf honum **ekki** bókina »ich gab ihm das Buch nicht«
Hat das Verb ein direktes und indirektes Objekt, die beide Pronomina sind, steht die Negation nach dem direkten Objekt:
ég fékk honum hana **ekki** »ich überreichte es ihm nicht«
In den zusammengesetzten Tempora steht die Negation (oder andere Wörter, die eine Negation ausdrücken) im allgemeinen zwischen dem Hilfsverb und dem Part. Perfekt:
ég hef **ekki** gefið honum bókina »ich habe ihm das Buch nicht gegeben«
ég hef **ekki** gefið honum hana »ich habe ihm es (= das Buch) nicht gegeben«
ég hef **varla** séð hann »ich habe ihn kaum gesehen«

ég hef **engum** gefið hana »ich habe es (= das Buch) niemandem gegeben«

Wenn negative Pronomina Subjekt des Satzes sind, stehen sie wie andere Wörter, die die Funktion des Subjekts ausdrücken:

enginn hefur séð hann »niemand hat ihn gesehen«

Die Negation steht vor dem Infinitiv, wenn dieser sich auf das Subjekt des Satzes bezieht:

hann segist **ekki** koma »er sagt, daß er nicht kommt«

hún kveðst **ekki** hafa komið »sie sagt, daß sie nicht gekommen ist«

Ebenfalls steht die Negation vor dem Infinitiv, wenn dieser als Imperativ verwendet wird (vgl. 2.6.17):

ekki gefa bókina »schenk das Buch nicht!«

ekki týna buddunni »verlier die Geldtasche (das Portemonnaie) nicht!«

Wenn der Infinitiv sich auf eine Person bezieht, die nicht Subjekt des Satzes ist, steht die Negation nach dem Infinitiv:

ég sagði honum að koma **ekki** »ich sagte ihm, er solle nicht kommen«

ég sagði þeim að vera **ekki** lengi »ich sagte ihnen, daß sie nicht lange bleiben sollten«

3.6.4 Wortfolge im Hauptsatz nach vorangestelltem Nebensatz

Wenn ein Nebensatz einem Hauptsatz vorangestellt wird, steht im Hauptsatz (wie im Deutschen) das Subjekt nach dem Verb:

ef hann kemur, er **ég** ekki heima »wenn er kommt, bin ich nicht zu Hause«

þótt hann eigi bíl, gengur **hann** alltaf í vinnuna »obwohl er einen Wagen besitzt, geht er immer zu Fuß zur Arbeit«

þar eð hann var veikur, gat **hann** ekki lesið allan daginn »da er krank war, konnte er den ganzen Tag nicht lesen«

Wenn die Konjunktion des Nebensatzes wegfällt, steht das Verb vor dem Subjekt im Nebensatz, und im Hauptsatz bleibt die Wortfolge wie schon beschrieben:

væri **hann** heima, kæmi **ég** við »wäre er zu Hause, würde ich vorbeikommen«

aber:

ef hann væri heima, kæmi ég við »wenn er zu Hause wäre, würde ich vorbeikommen«

3.6.5 Wortfolge in Sätzen mit enda und heldur

In koordinierten Sätzen mit **enda** »folglich« und **heldur** »aber, sondern« (2.9.0) steht das Subjekt nach dem Verb:

þeir biðu ekki lengi, enda **var** vont veður »sie warteten nicht lange, da das Wetter schlecht war«

mennirnir stönsuðu ekki, heldur **héldu** þeir beint áfram »die Männer hielten nicht an, sondern setzten (ihre Reise) gleich fort«

3.6.6 Stellung des Adverbs

Das Adverb steht in der Regel vor dem Adjektiv oder nach dem Verb und dem Objekt:

húsið er **mjög** fallegt »das Haus ist sehr schön«

hann erfiðar **ákaflega** »er strengt sich sehr an«

hann gerir þetta **vel** »er macht das gut«

Wenn ein Adverb dem Verb vorangestellt wird, hat das zur Folge, daß das Subjekt dem Verb nachgestellt wird:

vel hefur þú gert »gut hast du gehandelt«

þá fórum við að sofa »dann gingen wir schlafen«

ógætilega fór hann að »er handelte unvorsichtig«

4.0 Einige Elemente der Wortbildung

4.1.0 Wortzusammensetzungen

Die isländische Gegenwartssprache hat eine große Anzahl zusammengesetzter Wörter. Es ist im Isländischen relativ einfach, Wortzusammensetzungen zu bilden und alle Wortkategorien können zusammengesetzte Wörter, entweder unter sich oder miteinander, bilden. Im allgemeinen bekommt das zusammengesetzte Wort das grammatische Geschlecht des letzten Elements und behält seine Flexion bei. Zu dieser Hauptregel gibt es einige Ausnahmen, z. B.: nótt F. »Nacht« und miðnætti N. »Mitternacht«.

Die häufigsten Verfahren, um zusammengesetzte Wörter zu bilden, sind die folgenden:

1. Der Wortstamm wird an das folgende Wort direkt angeschlossen:

   sól F. »Sonne«: sól-skin N. »Sonnenschein«

   bál N. »Großfeuer«: bál-viðri N. »Orkan«

   til Präp. »zu«: til-vera F. »Existenz«

   skór M. »Schuh«: skó-sala F. »Schuhverkauf«

   dauður Adj. »tot«: dauð-þreyttur Adj. »todmüde«

   (Um der Klarheit willen werden die Teile der Zusammensetzung mit einem Bindestrich getrennt. In der Orthographie werden zusammengesetzte Wörter ohne solchen Bindestrich geschrieben.)

2. Zwischen den beiden Wörtern wird ein Verbindungsvokal (meistens **i** oder **u**) eingeschoben:

   ráð N. »Rat«; ráð**u**nautur M. »Berater«

   lind F. »Quelle«: lind**i**tré N. »Linde« (Baum)

3. Das erste Wort der Zusammensetzung steht in einem anderen Kasus als Nominativ. Insbesondere ist der Genitiv (Sg. oder Pl.) häufig in Zusammensetzungen:

   föt N. Pl. »Kleider«: **fata**-skápur M. »Kleiderschrank«

höfn F. »Hafen«: **hafnar**-garður M. »Mole«

maður M. »Mann«: **manns**-nafn N. »Mannesname, Eigen-
name«

gata F. »Straße«: **gatna**-mót N. »Straßenkreuzung«

borg F. »Stadt«: **borgar**-líf N. »Stadtleben, Leben in der
Stadt«

Oft können mehr als zwei Wörter ein zusammengesetzes Wort
bilden, z. B.:

hæsta-réttar-lög-maður M. »Rechtsanwalt beim obersten Ge-
richt«

hús-stjórnar-skóli M. »Haushaltsschule«

flug-vallar-skattur M. »Flughafensteuer« usw.

4.2.0 Die wichtigsten Präfixe

Im Vergleich zur deutschen Sprache besitzt das Isländische nur
eine geringe Zahl von Präfixen. Die wichtigsten und am häufig-
sten gebrauchten Präfixe werden in der folgenden Liste aufge-
zählt. Nur die am häufigsten verwendete Bedeutung wird ange-
geben, da in vielen Fällen ein direkt entsprechendes deutsches
Äquivalent nicht vorhanden ist:

aðal- »haupt-«:   aðalbygging »Hauptgebäude«
afar- »sehr«:   afarlítill »sehr klein«
al- »voll, sehr«:   alþekktur »sehr bekannt«
all- »ziemlich«:   allstór »ziemlich groß«
and- »gegen«:   andsnúinn »gegen etwas gerichtet«
auð- »einfach, leicht«:   auðsóttur »leicht zu bekommen«
einka- »mono-«:   einkasala »Monopol,
                                Monopolhandel«
for- »gegen, ver-«:   fordæma »verurteilen«
frum- »elementar«:   frumstæður »primitiv«
gagn-, gegn- »durch«:   gegnsær »durchsichtig«
hálf- »halb-«:   hálftómur »halbleer«

jafn- »gleich«:	jafnstór »gleich groß«
mis- »miß-«:	misskilja »mißverstehen«
ó- »un-«:	ómögulegur »unmöglich«
of- »zu«:	ofbeldi »Gewalt«
sam- »mit, zusammen«:	samvinna »Zusammenarbeit
sér- »spezial«:	sérstæður »eigenartig«
sí- »stets, immer«:	sívinnandi »fleißig, immer arbeitend«
sjálf- »selbst, automatisch«:	sjálfvirkur »automatisch«, sjálfgefinn »offenbar«
sví- »Verachtung«:	svívirða »verhöhnen, verachten«
tor- »schwierig«:	torleiði »schwierige Route«
van- »negativ«:	vanþekking »Unkenntnis«
ör- »negativ oder intensiv«:	örmagna »erschöpft«, örsmár »sehr klein, winzig«, örtröð »Gedränge«

Außer diesen Präfixen, die in der modernen Sprache sehr produktiv sind, gibt es andere weniger produktive Präfixe, die in diese Liste nicht aufgenommen worden sind.

Grammatische Übungen

1.

Präs. Ind. von **vera** »sein« (2.6.3). Schwache Flexion der M. und der F. (2.2.4 Parad. 51–54 und 2.2.5 Parad. 55–58).

Pabbi er heima. Mamma er líka heima. Jói er úti, en Gunna er inni. Hann er bóndi. Það er rigning í dag og þess vegna erum við inni. Þeir eru bændur og eru þess vegna líka úti í rigningu. Ingi er kennari. Þið eruð í skóla hjá honum. Inga er líka kennari og við erum í skóla hjá henni. Hvar eru Gunna og Gylfi? Þau eru inni og leika sér. Eru afi og amma líka heima? Þetta er fálki. Fálki er ránfugl. Þetta er hani. Hann er foringi hænsna. Hænsni eru úti á daginn. Þetta er strætó. Strætó er úti á götu. Það eru margir farþegar með. Gleði er alltaf til góðs, reiði til ills, en athygli til gæfu.

afi m. 51 (-a, -ar) Großvater, Opa
alltaf adv. immer
amma f. 58 (ömmu, ömmur) Großmutter, Oma
athygli f. 57 (-i, ohne pl.) Aufmerksamkeit
bóndi m. 53 (-a, bændur) Bauer, Landwirt
í dag adv. heute; á daginn am Tage, tagsüber
en kon. aber
fálki m. 51 (-a, -ar) Falke
farþegi m. 51 (-a, -ar) Passagier, Fahrgast

foringi m. 52 (-ja, -jar) Führer, Leiter
gata f. 58 (götu, götur) Straße, Gasse
gleði f. 57 (-i, ohne pl.) Freude
gæfa f. 55 (-u, ohne pl.) Glück
Gunna f. 55 (-u) weibl. Vorname
Gylfi m. 51 (-a) männl. Vorname
hani m. 51 (-a, -ar) Hahn
heima adv. zu Hause, daheim
henni pron. pers. ihr
hjá präp. bei
honum pron. pers. ihm

hvar adv. wo
hænsni n. pl. 48 Hühner (kollektive Bedeutung)
Inga f. 55 (-u) weibl. Vorname
Ingi m. 51 (-a) männl. Vorname
inni adv. drin, drinnen; innen
Jói m. 51 (-a) männl. Vorname
kennari m. 51 (-a, -ar) Lehrer, Lehrerin
leika vt. abl. 7 (lék, lékum, leikið) spielen; leika sér (refl.) spielen
líka adv. auch, ebenfalls
mamma f. 58 (mömmu, mömmur) Mutti, Mamma
margur adj. 1 (mörg, margt; fleiri, flestur) viele

með präp. mit
og kon. und
pabbi m. 51 (-a, -ar) Vati, Papa
ránfugl m. 1 (-i, -s, -ar) Raubvogel
reiði f. 57 (-i, ohne pl.) Zorn, Wut
rigning f. 24 (-u, -ar, -ar) Regen
skóli m. 51 (-a, -ar) Schule
strætó m. 54 (-, -ar) Bus (im Stadtverkehr)
til präp. mit gen. zu, für
til góðs zum Guten
til ills zum Schlechten
úti adv. draußen
þess vegna adv. deshalb, daher

2.

Die Ausdrucksform vera að + Inf. (2.6.4). Inf. der Verben (2.6.2, 2.10.0). Starke Neutra (2.2.3, Parad. 43–50). Verneinung und Bejahung (2.8.2).

Hvað er Gylfi að gera? Gylfi er að vinna. Hann er verkamaður og starfsmaður í verksmiðju. Ert þú líka að vinna? Nei, ég er ekki að vinna. Ég er að lesa kvæði um sumar, blóm og tré. Hvað ert þú að hugsa? Ég er að hugsa um veðrið. Er Gunna ekki heima? Jú, en hún er ekki í augnablikinu. Er hún kannske að koma þarna? Nei, þetta er líklega Jóhanna. Ísland er eyja í Atlantshafi. Íslensk sumur eru stutt og á Íslandi er fátt um tré. Loft er samt mjög hreint og betra en í Evrópu. Er hann heima á morgun? Já, hann er heima, en eftir hádegi er hann ekki heima. Hann er að vinna til klukkan tíu að kvöldi. Öld er sama og eitt hundrað ár. Það er rigning og jörð er að blotna.

Bemerkung 1: Die Ausdrucksform **vera að + Inf.** ist charakteristisch für die moderne isl. Sprache. Sie bezeichnet die noch nicht zu Ende geführte Handlung. Im allgemeinen entspricht ihr im Deutschen die einfache Präsensform, z. B. **hann er að vinna** »er arbeitet«. Das Deutsche hat aber auch die Ausdrücke **dabei sein etwas zu tun, im Begriffe sein etwas zu tun,** die der isl. Ausdrucksweise entsprechen, jedoch relativ seltener im Deutschen als im Isländischen verwendet werden. Die isl. Konstruktion entspricht der englischen **be + Part. Präs.: he is working =** **hann er að vinna** »er arbeitet«.

Bemerkung 2: Die deutsche Ausdrucksweise **es gibt** wird im Isländischen mit der entsprechenden Form von **vera** »sein« wiedergegeben: **það er fátt um tré** »es gibt wenig Bäume«.

að präp. mit dat. zu, bis, von
ár n. 43 (-i, -s, -) Jahr
Atlantshaf n. 47 (-i, -s, -höf) Atlantischer Ozean
augnablik n. 43 (-i, -s, -) Augenblick, Moment; **í augnablikinu** im Moment
betra en besser als
blóm n. 43 (-i, -s, -) Blume
blotna vi. 4 (blotnaði, blotnað) naß werden
eftir präp. mit dat. und akk. nach; **eftir hádegi** nachmittags
ekki adv. nicht, kein (2.8.2)
Evrópa f. 55 (-u) Europa

eyja f. 56, 28 (-ju/-jar, -jar oder -jur) Insel
gera vt. 3 (gerði, gert) tun, machen
hugsa vt. 4 (hugsaði, hugsað) denken
hundrað z. n. 50 (-i, -s, -uð) hundert, 100
hreinn adj. 5 (hrein, hreint; hreinni, hreinastur) sauber, klar, rein
hvað pron. inter. (2.5.6) was
Ísland n. 47 (-i, -s) Island
íslenskur adj. 1 (íslensk, íslenskt; -ari, -astur) isländisch

já adv. ja
Jóhanna f. 58 (Jóhönnu, ohne pl.) weibl. Vorname
jú adv. (der Bejahung nach Negation) doch
jörð f. 30 (-, -ar, jarðir) Erde, Boden; Grundstück
kannske adv. vielleicht
klukka f. 55 (-u, -ur) Uhr; til klukkan tíu bis 10 Uhr
koma vi. abl. 4 (kom, komum, komið) kommen
kvöld n. 43 (-i, -s, -) Abend
lesa vt. abl. 5 (las, lásum, lesið) lesen
líklega adv. wahrscheinlich
loft n. 43 (-i, -s, -) Luft, Atmosphäre; Decke
mjög adv. sehr
á morgun adv. morgen
nei adv. nein
sama og gleichbedeutend mit, identisch mit

samt adv. trotzdem
starfsmaður m. 22 (-manni, -manns, -menn) Angestellter, Mitarbeiter
stuttur adj. 1 (stutt, stutt; styttri, stystur) kurz
sumar n. 50 (-ri, -s, -ur) Sommer
tré n. 45 (-, -s, -) Baum; er fátt um tré es gibt wenig Bäume
veður n. 46 (-ri, -s, -) Wetter (veðrið »das Wetter«)
verkamaður m. 22 (-manni, -manns, -menn) Arbeiter, Arbeitnehmer
verksmiðja f. 56 (-ju, -jur) Fabrik, Werkstatt
vinna vi., vt. abl. 3 (vann, unnum, unnið) arbeiten
þarna adv. dort
öld f. 30 (-, aldar, aldir) Jahrhundert

3.

Imperfekt von vera »sein« (2.6.3). Schwache Flexion der Neutra (2.2.6 Parad. 59 und 60).

Gylfi var bóndi, en nú er hann verkamaður í Reykjavík. Hann var að borða hjarta úr dýri. Hjörtu eru góður matur, en fáir eru vanir að borða augu, lungu og eyru. Við vorum í Reykjavík í gær. Í Reykjavík eru mörg firmu og fyrirtæki. Gegnt Reykjavík í norðri er fjall. Það er Esja. Voruð þið líka í Reykjavík? Nei, við vorum ekki í Reykjavík. Við vorum í skóla, en þeir voru að vinna í verksmiðju eða fiskiðjuveri. Hvað voru þau að gera? Þau voru að leika sér með borð, blöð og blek. Hvar varst þú í gær? Ég var að vinna í frystihúsi. Fé er yfirleitt á fjalli á sumrin, en stundum er það þó á túni eða engi.

auga n. 59 (-, -u) Auge
blað n. 47 (-i, -s, blöð) Blatt
blek n. 43 (-i, -s, -) Tinte
borð n. 43 (-i, -s, -) Tisch; Brett
borða vt. 4 (borðaði, borðað) essen
dýr n. 43 (-i, -s, -) Tier
eða kon. oder
engi n. 48 (-, -s, -) Wiese
Esja f. 55 (-u) Berg nördlich von Reykjavík
eyra n. 59 (-, -u) Ohr
fáir adj. pl. wenige
fé n. koll. 45 (-, -s oder fjár, ohne pl.) Vieh; Geld
firma n. 59 (-, -u) Firma
fiskiðjuver n. 43 (-i, -s, -) Fischverarbeitungsanlage oder -fabrik
fjall n. 47 (-i, -s, fjöll) Berg; á fjalli in den Bergen
frystihús n. 43 (-i, -s, -) Gefrierhaus; Fabrikanlage zum Einfrieren von frischen Waren

fyrirtæki n. 48 (-, -s, -) Betrieb, Industriebetrieb
gegnt präp. mit dat. gegenüber
góður adj. 1 (góð, gott; betri, bestur) gut
í gær adv. gestern
hjarta n. 60 (-, hjörtu) Herz
lunga n. 59 (-, -u) Lunge
matur m. 12 (-, -ar, ohne pl.) Essen
norður n. 46 (-ri, -s) Norden
nú adv. jetzt, nun
Reykjavík f. 36 (-, -ur) die Hauptstadt Islands (eigentl. »Dampfbucht«)
stundum adv. ab und zu, bisweilen, gelegentlich
sumar, á sumrin im Sommer
tún n. 43 (-i, -s, -) Hauswiese
úr n. 43 (-i, -s, -) Taschenuhr, Armbanduhr
vanur adj. 1 (vön, vant; vanari, vanastur) gewöhnt
yfirleitt adv. im allgemeinen
þó adv. doch, jedoch

Präs. von **hafa** »haben« (2.6.3). Possessive Pronomina (2.5.3). Der bestimmte Artikel (2.1.1) und die Paradigmen 43–50 der starken Neutra.

Við höfum tíma til að hlusta á fréttir í útvarpinu. Hann hefur ekki tíma til að vökva trén sín í dag, en ég hef tíma til þess. Þú hefur ekki bókina þína með, en ég hef mína. Hún hefur útvarpið hans með í vinnuna. Hennar útvarp er í viðgerð. Sjónvarp og útvarp hafa mikil áhrif í nútíma þjóðfélagi, en ekki eru áhrif þeirra alltaf til góðs. »Tíminn« er annað stærsta dagblað á Íslandi og hefur ýtarlegar fréttir af landsbyggðinni. Ísland hefur ekki hráefni til iðnaðar, en það hefur hins vegar mikla orku í formi gufu, heits vatns og vatnsorku. Rithöfundurinn er að lesa kvæðin sín í útvarpinu. Skipið er að koma að landi frá útlöndum. Í hreiðrinu hefur fuglinn unga sína. Þeir eru að vaxa upp og þeir fara síðan út í heim með foreldrum sínum. Þið hafið ekki töskuna ykkar með.

áhrif n. pl. 43 Einfluß
alltaf adv. immer, stets
annar z. (2.4.1) der zweite
bók f. 34 (-, -ar, bækur) Buch
dagblað n. 47 (-i, -s, -blöð) Zeitung, Tageszeitung
fara vi. abl. 6 (fór, fórum, farið) fahren, gehen, reisen, sich begeben
foreldri n. 48 (-, -s), pl. **foreldrar** m. 1 Eltern
frétt f. 29 (-, -ar, -ir) Nachricht
fugl m. 1 (-i, -s, -ar) Vogel

hafa vt. ur. (2.6.3) (hafði, haft) haben; besitzen
heitur adj. 1 (heit, heitt; -ari, -astur) warm, heiß
hins vegar adv. auf der anderen Seite, andererseits
hlusta vt. 4 (hlustaði, hlustað) hören, zuhören, anhören
hráefni n. 48 (-, -s, -) Rohstoff
hreiður n. 46 (-ri, -s, -) Nest
í präp. mit dat. oder akk. in
iðnaður m. 1 (-i, -ar, ohne pl.) Industrie

156

kvæði n. 48 (-, -s, -) Gedicht

land n. 47 (-i, -s, lönd) Land

landsbyggð f. 29 (-, -ar, -ir) Land (als Gegensatz zur Stadt)

lesa vt. abl. 5 (las, lásum, lesið) lesen

mikill adj. 6 (mikil, mikið; meiri, mestur) groß

minn poss. pron. (2.5.3) mein

núna adv. jetzt

nútima adj. unfl. modern, zeitgenössisch

orka f. 55 (-u, ohne pl.) Energie

rithöfundur m. 1 (-i, -ar, -ar) Schriftsteller, Verfasser

síðan adv. dann, darauf, danach

sinn poss. pron. (2.5.3) sein, ihr

sjónvarp n. 47 (-i, -s, -vörp) Fernsehen, Fernsehgerät

skip n. 43 (-i, -s, -) Schiff

stærstur adj. (sup. von stór) der größte

taska f. 58 (-u, -ur) Tasche; Koffer; Aktentasche

tími m. 51 (-a, -ar) Zeit

ungi m. 51 (-a, -ar) Junges, hier: seine Kleinen

útland n. 47 (-i, -s, -lönd) Ausland; frá útlöndum aus dem Ausland

útvarp n. 47 (-i, -s, -vörp) Rundfunk; Rundfunkgerät

vatn n. 47 (-i, -s, vötn) Wasser; See m.

vatnsorka f. 55 (-u, ohne pl.) Wasserkraft, Wasserenergie

vaxa vi. abl. 7 (óx, uxum, vaxið) wachsen; vaxa upp aufwachsen

viðgerð f. 29 (-, -ar, -ir) Reparatur; í viðgerð zur Reparatur

vinna f. 55 (-u, ohne pl.) Arbeit, das Arbeiten

vökva vt. 4 (vökvaði, vökvað) bewässern

ykkar pers. pron. (2.5.1) euer

ýtarlegur adj. 1 (-leg, -legt; -ri, -astur) ausführlich

þinn poss. pron. (2.5.3) dein

þjóðfélag n. 49 (-i, -s, -félög) Gesellschaft; Staat

5.

Perfekt von vera »sein« (2.6.3). Starke und schwache Flexion der Adjektive (2.3.1, 2.3.2).

Anna hefur verið í Reykjavík í dag til að gera innkaup. Stelpan hennar, Jóna, var með henni. Þær hafa verið með bláa bílinn hans pabba, en nú eru mæðgurnar aftur heima. Veður hefur verið gott og við höfum þess vegna verið úti allan daginn. Það er blátt þak á húsinu, en nú ætlar pabbi að mála bláa þakið rautt. Hús nágrannanna hafa líka rauð þök. Ég hef verið lengi á leiðinni, enda langan veg að fara. Enginn var við og þess vegna hjólaði ég til baka. Hann hefur verið í dökkum jakkafötum í dag, en í kvöld fer hann í ljósa vinnugallann til að mjólka kýrnar úti. Kýrnar eru margvíslega litar: sumar eru svartar, aðrar rauðar eða hvítar og enn aðrar eru skjöldóttar. Íslenskt fé er einnig margvíslega litt: hvítt, svart, grátt og mórautt.

aftur adv. wieder
allur ind. pron. (2.5.7) alle, ganz; **allan daginn** den ganzen Tag
annar ind. pron. (2.5.7) der andere
baka: til baka adv. zurück
bíll m. 2 (-, -s, -ar) Wagen, Auto
blár adj. 3 (blá, blátt; blárri, bláastur) blau
dagur m. 1 (degi, -s, -ar) Tag
dökkur adj. 1 (dökk, dökkt; dekkri, dekkstur) dunkel
enda kon. da, folglich
enginn ind. pron. (2.5.7) niemand, keiner
enn adv. noch
fara vi. abl. 6 (fór, fórum, farið) fahren, gehen; **fara í** sich anziehen
gera vt. 3 (gerði, gert) tun, ma-

chen; **gera innkaup** einkaufen
grár adj. 3 (grá, grátt; grárri, gráastur) grau
hjóla vi. 4 (hjólaði, hjólað) radfahren
hús n. 43 (-i, húss, -) Haus
hvítur adj. 1 (hvít hvítt; -ari, -astur) weiß
innkaup n. pl. 43 Einkauf; das Einkaufen
íslenskur adj. 1 (íslensk, íslenskt; -ari, -astur) isländisch
jakkaföt n. pl. 47 Anzug
kýr f. 38 (kú, -, -) Kuh
leið f. 29 (-, -ar, -ir) Weg, Route; **á leiðinni** unterwegs
lengi adv. lange Zeit; lange
litur adj. 1 (lit, litt) (nur prädaktiv) gefärbt, Farbe haben, farbig

ljós adj. 1 (ljós, ljóst; -ari, -astur) hell

mála vt. 4 (málaði, málað) anstreichen

margvíslega adv. vielerlei, verschieden

margvíslegur adj. 1 (-leg, -legt; -legari, -legastur) verschieden; **eru margvíslega litar** haben viele Farben

mjólka vt. 4 (mjólkaði, mjólkað) melken

mórauður adj. 1 (-rauð, -rautt; -rauðari, -rauðastur) hellbraun

mæðgur f. pl. 34 Mutter und Tochter

nágranni m. 51 (-a, -ar) Nachbar

rauður adj. 1 (rauð, rautt; rauðari, rauðastur) rot

skjöldóttur adj. 1 (skjöldótt, skjöldótt; -ari, astur) bunt, gefleckt

stelpa f. 55 (-u, -ur) Mädchen; Tochter

sumir ind. pron. (2.5.7) einige

svartur adj. 1 (svört, svart; svartari, svartastur) schwarz

vegur m. 12 (-i, -ar, -ir) Weg, Straße, Route; **langan veg að fara** es ist eine lange Strecke

vera við da sein, anwesend sein; **enginn var við** niemand war da

vinnugalli m. 51 (-a, -ar) Arbeitsanzug

þak n. 47 (-i, -s, þök) Dach

ætla vt. 4 (ætlaði, ætlað) wollen; werden; beabsichtigen; vorhaben; glauben, annehmen

5. A. **Übersetzen Sie ins Isländische**

Wo bist du gewesen? Ich war in Reykjavík, um dort einzukaufen. Ich wohne (**bý** von **búa** »wohnen«) nicht in Reykjavík und fahre deshalb mit dem Auto dahin. Hans liest und schreibt. Er bereitet die Schule vor (**undirbúa sig undir e-ð** »sich auf etwas vorbereiten«). Bist du draußen gewesen? Ja, aber das Wetter ist schlecht. Morgen wird das Wetter besser (**verður** »wird«).

Benutzen Sie, statt der Präsensform im Deutschen, die Umschreibung **vera að** + Inf. (2.6.4) in den Fällen, wo es möglich ist.

6.

Unpersönliches Subjekt það »es« (2.5.1, 3.3.1). Präsens von
verða »werden«, Imperfekt und Perfekt von hafa »haben«
(2.6.3). Starke Maskulina (Paradigmen 1 bis 16).

Jóhann er læknir. Hann verður að ferðast mikið til að vitja sjúk-
linga. Stundum fer hann á bílnum, en stundum verður hann að
fara á hestum. Hann hafði fjóra hesta í fyrra, en í vetur hefur
hann aðeins tvo. Við verðum að flýta okkur í skólann. Klukkan er að verða sjö
og kennslan byrjar klukkan átta. Það er leiðinlegt veður. Himin-
inn er þakinn skýjum, en samt er ekki enn rigning. Mikið regn
er slæmt fyrir tún og akra, en endur og gæsir eru glaðar.
Stundum er rigning í heilan dag og pollar myndast. Í skólanum
lesum við og skrifum. Í skólastofunni eru borð, stólar og margt
fleira. Á veggjunum eru myndir af hverum og hestum. Söngur
er samt alltaf í stóra salnum. Ég hafði haft töskuna með í skól-
ann. Í töskunni eru blýantur, penni, strokleður, stílabók og
lestrarbækur. Sonur Jóns hafði líka sína tösku með.

aðeins adv. nur; nicht mehr
als
akur m.3 (-ri, -s, -rar) Acker
átta z. (2.4.0) acht
á bílnum mit dem Auto
blýantur m.1 (-i, -s, -ar)
Bleistift
borð n.43 (-i, -s, -) Tisch
byrja vi., vt.4 (byrjaði, byrj-
að) beginnen
ferðast vi.4 (ferðaðist, ferð-
ast) (med. 2.6.11) reisen
fjórir z. (2.4.0, 2.4.1) vier
flýta vt.3 (flýtti, flýtt) be-

schleunigen; flýta sér sich
beeilen
fyrir kon. mit dat. oder akk.:
für
í fyrra adv. im letzten Jahr
glaður adj.1 (glöð, glatt;
glaðari, glaðastur) froh
gæs f.29 (-, -ar, -ir) Gans
hafa með mitbringen, mit-
haben
hestur m.1 (-i, -s, -ar) Pferd;
á hesti, á hestum zu Pferd
heill adj.5 (heil, heilt; heilli,
heilastur) ganz; voll; gesund

himinn m.2 (-i, -s, -ar) Himmel; himininn er þakinn skýjum es ist völlig bedeckt

hver m.11 (-, -s, -ir) heiße Quelle

Jóhann m.1 (-i, -s) männl. Vorname

kennsla f.55 (-u, ohne pl.) Unterricht

klukka f.55 (-u, -ur) Uhr; klukkan er að verða sjö es ist bald sieben Uhr

leiðinlegur adj.1 (-leg, -legt; -(a)ri, -astur) häßlich, langweilig

lesa vt.abl.5 (las, lásum, lesið) lesen

lestrarbók f.34 (-, -ar, -bækur) Lesebuch

læknir m.4 (-i, -s, -ar) Arzt

margt fleira vieles mehr, viele andere Sachen

mikið adv. viel

mynd f.29 (-, -ar, -ir) Bild; Photographie; Porträt

myndast vi.4 (myndaðist, myndast) sich bilden, entstehen

penni m.51 (-a, -ar) (Schreib)-feder, Füllfederhalter

pollur m.1 (-i, -s, -ar) Pfütze, Tümpel

regn m.43 (-i, -s, ohne pl.) Regen

salur m.9 (-, -s, -ir) Saal

samt adv. noch, trotzdem

sjúklingur m.1 (-i, -s, -ar) Kranker, Patient

sjö z. (2.4.0) sieben

skólastofa f.55 (-u, -ur) Klasse, Unterrichtsraum

skóli m.51 (-a, -ar) Schule

skrifa vt.4 (skrifaði, skrifað) schreiben

ský n.44 (-i, -s, -) Wolke

slæmur adj.1 (slæm, slæmt; verri, verstur) schlimm

sonur m.15 (syni, -ar, synir) Sohn

stílabók f.34 (-, -ar, -bækur) Schreibheft

stóll m.2 (-, -s, -ar) Stuhl

strokleður n.46 (-ri, -s, -) Radiergummi

stundum adv. ab und zu, bisweilen

söngur m.5 (-, -s, -var) Gesang

tún n.43 (-i, -s, -) Hauswiese

tveir z. (2.4.0, 2.4.1) zwei

veggur m.10 (-, -s (oder -jar), -ir) Wand

verða vi.abl.3 (varð, urðum, orðið) werden, müssen, gezwungen sein; ég verð að fara ich muß fahren

vetur m.19 (-ri, -rar, -) Winter; í vetur in diesem Winter

vitja vt.4 (vitjaði, vitjað); vitja sjúklings einen Krankenbesuch machen

þekja vt. 1 (þakti, þakið) be-   önd f. 36 (-, andar, endur)
decken   Ente

6. A. Übersetzen Sie ins Isländische

Ich bin heute in der Schule gewesen. Im Unterrichtsraum sind
Stühle, Tische und eine Tafel (**tafla** f. 58). In der Tasche habe ich
einen Bleistift, ein Schreibheft und einige (nokkrar) Lesebücher,
aber ich habe kein Radiergummi gehabt. Jóhann hat vier Pferde
und einen Wagen. Er hat auch ein Haus und einen Hund (**hund-
ur** m. 1). Er muß viel reisen, weil (af því að) er Arzt ist. Es ist oft
schwierig (**erfitt** adv.) zu reisen, wenn das Wetter schlecht ist.

7.

Präsens von **skulu** »sollen« (2.6.3), von **eiga** »besitzen, müssen«
und von **mega** »dürfen« (2.6.6). Starke Maskulina, insbesondere
Paradigmen 8 bis 16 (2.2.1).

Sigurður er dýralæknir í Austur-Húnavatnssýslu á Norðurlandi.
Hann verður oft að fara í vitjanir. Hann á tvo bíla. Stundum
verður hann að fara í snjó og má þá til að nota jeppann. Að
sumarlagi hefur hann léttan bíl. Hann á heima í fallegum dal.
Hverir eru sérstakt íslenzkt náttúrufyrirbæri. Við skulum fara til
Íslands í sumar. Þú mátt til að sjá hveri á Íslandi. Þú skalt fara til
Hveragerðis, en jafnvel í Reykjavík er hægt að sjá hveri. Hver er
heit laug úti í náttúrunni. Jón á kött og hund. Á Íslandi eru
margir fallegir firðir og dalir. Flestar borgir landsins standa við
fjörð eða við ströndina, en inni í landi eru einnig fagrir staðir.
Við megum ekki vera sein. Við eigum að koma klukkan fimm.
Synir hans eiga hlutina á borðinu. Hann á ekki margra kosta völ.
Hann má ekki koma seint.

Austur-Húnavatnssýsla f. 55 (-u, -ur) Provinz in Nordisland

borg f. 29 (-, -ar, -ir) Stadt; **flestar borgir** die meisten Städte

dalur m. 9 (-, -s, -ir) Tal

dýralæknir m. 4 (-i, -s, -ar) Tierarzt

eiga vt. ur. (á, átti, átt) (2.6.6) besitzen, haben; **hann á að koma** er muß kommen; **eiga heima** wohnen

einnig adv. auch

fagur adj. 2 (fögur, fagurt; fegri (fegurri), fegurstur) schön

fallegur adj. 1 (falleg, fallegt; fallegri, fallegastur) schön

fimm z. (2.4.0) fünf

fjörður m. 14 (firði, fjarðar, firðir) Fjord

heitur adj. 1 (heit, heitt; heitari, heitastur) warm, heiß

hlutur m. 12 (-, -ar, -ir) Gegenstand; Ding; Sache

hundur m. 1 (-i, -s, -ar) Hund

Hveragerði n. 48 (-, -s) Ortsname

hægt adv. möglich

Ísland n. 47 (-i, -s) Island; **á Íslandi** in Island

jafnvel adv. sogar

jeppi m. 51 (-a, -ar) Jeep

kostur m. 12 (-, -ar, -ir) Vorteil; Alternative; Ausweg; **hann á ekki margra kosta völ** er hat nicht viele Alternativen

köttur m. 13 (ketti, kattar, kettir) Katze

land n. 47 (-i, -s, lönd) Land; **inni í landi** im Inneren des Landes

laug f. 23 (-, -ar, -ar) warme Quelle; Schwimmbassin

léttur adj. 1 (létt, létt; -ari, -astur) leicht, munter; einfach; **hann hefur léttan bíl** er hat einen einfachen Wagen

mega vt. ur. (má, mátti, mátt) (2.6.6) dürfen; **mega til** müssen; gezwungen sein

náttúra f. 55 (-u, ohne pl.) Natur

náttúrufyrirbæri n. 48 (-, -s, -) Naturphänomen

Norðurland n. 47 (-i, -s) Nordland, der nördliche Teil Islands; pl. **Norðurlönd** Norden, die skandinavischen Länder

nota vt. 4 (notaði, notað) anwenden, benutzen, gebrauchen

oft adv. oft, häufig, öfters

163

seinn adj. 5 (sein, seint; seinni, seinastur) spät

seint adv. spät

sérstakur adj. 1 (sérstök, sérstakt; -ari, -astur) bestimmt, besonders; speziell, sonderbar

Sigurður m. 1 (-i, -ar) männl. Vorname

sjá vt. abl. 5 (sá, sáum, séð) sehen, schauen; blicken; erblicken; einsehen

skulu vi. ur (skal, Impf. Konj. skyldi) (2.6.3) sollen

snjór m. 7 (snjó, snævar) Schnee; pl. **snjóar** örtlich gefallene Schneemenge; Schneelage, Schneedecke

staður m. 12 (-, -ar, -ir) Ort, Stelle

standa vi. abl. 6 (stóð, stóðum, staðið) stehen

strönd f. 36 (-, strandar, strendur) Strand, Meeresufer, Küste

sumar n. 50 (-ri, -rs, sumur) Sommer; **í sumar** in diesem Sommer; **á sumrin** im Sommer

að sumarlagi adv. im Sommer

úti adv. draußen

við präp. mit dat. und akk. bei, an

vitjun f. 31 (-, -ar, -anir) Besuch; Krankenbesuch; hier: Besuch zu kranken Tieren

þá adv. dann, damals

7. A. Übersetzen Sie ins Isländische

Er hat einen schönen blauen Wagen. Er hat auch einen kleinen Hund, eine weiße Katze und zwei dunkle Pferde. Hast du auch einen Wagen? Nein, ich habe keinen Wagen, aber Einar hat zwei Autos. Ich habe nur ein Fahrrad (**reiðhjól**, n. 43). Akureyri ist eine Stadt im Norden Islands. Die meisten Städte auf Island sind klein, aber kleine Städte sind oft sehr schön.

Wo wohnst du? Ich wohne nicht in der Stadt, sondern (heldur) in dem kleinen Dorf (**þorp** n. 43) Eyrarbakki an der Südküste (**suðurströnd** f. 36) Islands.

8.

Imperativ mit dem nachgestellten Pronomen þú »du«
(2.6.17). Das Relativpronomen sem (2.5.5). Schwache Flexion des Adjektivs (2.3.2) und starke Maskulina (2.2.1.)

»Vertu ávallt tilbúinn«, er kjörorð skáta. Hafðu það með, sem þú ætlar. Þetta hús hefur grænt þak, en grænu þökin á þessum húsum á að mála í sumar. Einar er kaupmaður. Sú vara, sem hann selur, er mestmegnis fiskur. Hann hefur alltaf nýjan og góðan fisk, sem hann kaupir beint af bátunum. Þessir bátar eru í róðri á nóttunni og koma inn á morgnana með ferskan fisk. Aflinn hefur mestmegnis verið þorskur, ýsa eða ufsi, en nú er hann stundum líka koli eða lúða. Ef þú ert í Reykjavík, skaltu líka kaupa fisk hjá Einari kaupmanni. Hlauptu út í búð og keyptu dagblað. Þetta dagblað er bæði með heimsfréttir og fréttir af því, sem gerist innanlands. Góðir gestir hafa verið hér í dag. Gestirnir, sem þú ert að tala um, eru að norðan. Það er Sigurður dýralæknir og fjölskylda hans. Þau hafa verið á ferðalagi á Suðurlandi, en eru að fara norður aftur á morgun.

af präp. mit dat.: von, aus
afli m.51 (-a, -ar) Fang, Fischfang
aftur adv. wieder
ávallt adv. immer
bátur m.1 (-i, -s, -ar) Boot; Fischkutter
beint adv. direkt
búð f.29 (-, -ar, -ir) Geschäft, Laden
bæði – og kon. sowohl – als auch
í dag adv. heute

dagblað n.47 (-i, -s, -blöð) Zeitung, Tageszeitung
Einar m.1 (-i, -s) männl. Vorname
ferðalag n.47 (-i, -s, -lög) Reise
ferskur adj.1 (fersk, ferskt; ferskari, ferskastur) frisch
fiskur m.1 (-i, -s, -ar) Fisch; róa til fiskjar auslaufen um Fische zu fangen
fjölskylda f.55 (-u, -ur) Familie, Verwandtschaft

165

frétt f. 29 (-, -ar, -ir) Nachricht

gerast vi. 3 (gerðist, gerst) geschehen; sich ereignen

gestur m. 8 (-i, -s, -ir) Gast, Besucher

grænn adj. 5 (græn, grænt; grænni, grænastur) grün

heimsfrétt f. 29 (-, -ar, -ir) Nachricht aus der Welt, ausländische Nachricht

hlaupa vi. abl. 7 (hljóp, hlupum, hlaupið) laufen

innanlands adv. im Lande

kaupa vt. 2 (keypti, keypt) kaufen

kaupmaður m. 22 (-manni, -manns, -menn) Kaufmann

kjörorð n. 43 (-i, -s, -) Motto, Wahlspruch

koli m. 51 (-a, -ar) Scholle

lúða f. 55 (-u, -ur) Heilbutt

mála vt. 4 (málaði, málað) anstreichen, malen

mestmegnis adv. zum größten Teil; hauptsächlich

á morgnana jeden Morgen, morgens

morgunn m. 2 (-i, -s, -ar) Morgen

að norðan aus dem Nordlande

norður adv. nach Norden, nordwärts

nótt f. 37 (-, nætur, nætur) Nacht; **á nóttunni** nachts

nýr adj. 3a (ný, nýtt; nýrri, nýjastur) neu, frisch

róður m. 3 (-ri, -rar, -rar) Rudern; (Fisch)Fangfahrt

sá dem. pron. (2.5.4) der, dieser

selja vt. 1 (seldi, selt) verkaufen

sem rel. pron. (2.5.5) der, die, das

skáti m. 51 (-a, -ar) Scout, Wandervogel, Pfadfinder

Suðurland n. 47 (-i, -s, -lönd) Südland, der südliche Teil Islands

tala vi. 4 (talaði, talað) sprechen; berichten, reden; **tala um e-ð** von (über) etwas reden

tilbúinn adj. 4 (tilbúin, tilbúið; -ari, -astur) bereit, vorbereitet

ufsi m. 51 (-a, -ar) Seelachs, Köhler

utanlands adv. im Ausland

vara f. 58 (vöru, vörur) Ware

vilja vt. ur. (2.6.6) (vil, vildi, viljað) wollen

ýsa f. 55 (-u, -ur) Schellfisch

þessi dem. pron. (2.5.4) dieser

þorskur m. 1 (-i, -s, -ar) Dorsch

8. A. Übersetzen Sie ins Isländische

Lauf in den Laden und kauf frischen Fisch. Nimm alles (**allt**) mit, was du haben willst. »Sei immer bereit«, ist auch das Motto des Arztes. Diese zwei Autos gehören dem Arzt (= der Arzt besitzt diese zwei Autos). Das Haus hat ein rotes Dach, aber diese Häuser haben im letzten Jahr grüne Dächer gehabt. Gute Zeitungen bringen (**vera með**) inländische (**innlendur** adj. 1) und ausländische (**erlendur** adj. 1) Nachrichten. Heute bin ich in Akureyri gewesen, aber morgen werde ich in Reykjavík sein.

9.

Starke Verben im Präsens und Perfekt (2.6.14, 2.6.15): **vera** »sein«, **fara** »fahren«, **koma** »kommen«, **geta** »können«, **taka** »nehmen«, **ganga** »gehen«, **halda** »halten«, **heita** »heißen«, **vita** »wissen«.

Sástu flugvélina, sem var að koma yfir bæinn? Já, en hún er of stór til að lenda í Reykjavík. Svona stór flugvél getur aðeins lent á Keflavíkurflugvelli. Tókuð þið eftir, hvort þetta var íslensk eða erlend flugvél? Þetta var íslensk flugvél. Á því er ekki vafi, held ég. Þetta var ein flugvéla Loftleiða, en ég veit ekki, hvað hún heitir. Flugvélar bera nöfn ekki síður en skipin. Mikill fjöldi ferðamanna kemur til Íslands með flugvélum.
Hvað heitir þú? Ég heiti Jón Guðmundsson. Nafn mitt er Jón, en Guðmundsson er af nafni föður míns. Hann heitir Guðmundur. Bróðir minn er líka Guðmundsson, en systir mín heitir Guðlaug Guðmundsdóttir. Við systkinin höfum því ólík föðurnöfn og mamma hefur enn annað hafn. Hún heitir Anna Jónsdóttir. Á Íslandi eru næstum ekki til ættarnöfn. Þessi íslensku mannanöfn eru leifar gamals germansks arfs, sem einnig var til í Þýskalandi fyrir mörgum öldum. Nú eru ættarnöfn allsráðandi í öllum löndum Evrópu nema á Íslandi.

167

Bemerkung: Das Verb **geta** »können« hat als Hilfsverb das Hauptverb im Part. Perfekt: ég get **komið, farið, gengið** »ich kann kommen, fahren, gehen« usw. (siehe 2.6.5).

allsráðandi adj. unfl. vorherrschend

allur ind. pron. (2.5.7) (öll, allt) alle

Anna f. 58 (Önnu) weibl. Vorname

arfur m. 1 (-i, -s, ohne pl.) Erbe n.

bera vt. abl. 4 (bar, bárum, borið) tragen; **bera nafn** Namen haben (tragen)

bróðir m. 18 (-ur, -ur, bræður) Bruder

bær m. 10 (bæ, -jar, -ir) Stadt, Kleinstadt; Bauernhof

Evrópa f. 55 (-u) Europa

faðir m. 17 (föður, föður, feður) Vater

ferðamaður m. 22 (-i, -s, -menn) Reisender, Tourist

fjöldi m. 51 (-a, -ar) Menge, Anzahl

flugvél f. 23 (-, -ar, -ar) Flugzeug

flugvöllur m. 13 (-velli, -vallar, -vellir) Flughafen, Flugplatz

föðurnafn n. 47 (-i, -s, -nöfn) Vatersname

gamall adj. 5 (gömul, gamalt; eldri, elstur) alt

ganga vi. abl. 7 (gekk, gengum, gengið) gehen; **úrið gengur ekki** die Uhr geht nicht

germanskur adj. 1 (germönsk, germanskt; -ari, -astur) germanisch

Guðlaug f. 24 (-u, -ar) weibl. Vorname

Guðmundur m. 1 (-i, -ar) mänl. Vorname; **er líka Guðmundsson** hat auch den Namen Guðmundsson

halda vt. abl. 7 (hélt, héldum, haldið) halten; glauben, meinen; denken

heim adv. nach Hause

heita vt. abl. 7 (hét, hétum, heitið) heißen; versprechen; **hvað heitir þú?** wie heißt du?

Keflavíkurflugvöllur m. 13 (-i, -ar) der Flughafen zu Keflavík (Islands wichtigster internationaler Flughafen)

leifar f. pl. 23 Reste, Überbleibsel

lenda vi., vt. 2 (lenti, lent) landen

Loftleiðir m. pl. (Flexion jedoch nach f. pl. 29 (**leið** »Weg«) Name der isl. Flug-

gesellschaft (eigentl. »Luft-
wege«)
mannanafn n. 47 (-i, -s,
-nöfn) Personenname
minn poss. pron. (2.5.3) mein
nafn n. 47 (-i, -s, -nöfn) Na-
me; **er af nafni föður mins**
wird vom Namen meines
Vaters abgeleitet
nema kon. mit Ausnahme
von, ausgenommen; außer,
bis auf
næstum adv. beinahe
of adv. zu; **of stór** zu groß
ólíkur adj. 1 (ólík, ólíkt; -ari,
-astur) verschieden, un-
gleich
síður adv. komp. weniger;
ekki síður en genau wie
skip n. 43 (-i, -s, -) Schiff
svona adv. so; solch ein; der-
artig
systir f. 42 (-ur, -ur, -ur)
Schwester

systkin n. pl. 43 Geschwister
taka eftir vt. abl. 6 (tók, tók-
um, tekið) bemerken
til präp. mit gen. (2.7.0) um,
zu
úr n. 43 (-i, -s, -) Taschenuhr,
Armbanduhr
vafi m. 51 (-a, -ar) Zweifel; **á**
því er ekki (enginn) vafi
daran besteht kein Zweifel
vera til vorhanden sein, exi-
stieren, bestehen
vita vt. ur. (2.6.6) (veit, vissi,
vitað) wissen
yfir präp. mit dat. und akk.
über
því adv. deshalb, daher
Þýskaland n. 47 (-i, -s)
Deutschland
ættarnafn n. 47 (-i, -s, -nöfn)
Familienname
öld f. 30 (-, aldar, aldir) Jahr-
hundert

9. A. Übersetzen Sie ins Isländische

Das große Flugzeug kommt über die Stadt. Es ist ein isländisches
Flugzeug, glaube ich. Du glaubst es nicht. Flugzeuge und Schiffe
haben immer einen Namen. Ich gehe (zu Fuß) in die Stadt. Ich
muß einkaufen (**gera innkaup**). Ich komme danach (**svo á eftir**)
nach Hause.
Wie heißt du? Ich heiße Ólafur. Ist das ein isländischer Name?
Ja, aber eigentlich (**eiginlega**) ist es ein alter, germanischer

169

Name. Isländische Namen sind häufig alt und stammen von (**eru komin af**) germanischen Namen. Siehst du den Mann, der dort kommt? Es ist Jón. Er bringt (**koma með**) die Schultasche. Ich nehme die Tasche in die Stadt mit (**taka með**).

10.

Interrogativpronomina (2.5.6). Schwache Verben im Präsens und Imperfekt (2.6.7, 2.6.8). Verben **hafa** »haben«, **segja** »sagen«, **spyrja** »fragen«, **gera** »tun, machen«, **kalla** »rufen«. Starke Feminina (2.2.2).

Hver stendur við dyrnar? Ég veit það ekki, en ég skal spyrja Einar. Hvað segirðu? Er þetta virkilega satt? Já, það er satt. Kallaðu á börnin, sem eru að leika sér í garðinum. Ég gerði það fyrir fimmtán mínútum. Hann sagði mér, hvaða maður þetta var. Hvor bræðranna spurði eftir mér? Það gerði Jón, því að Ragnar er að vinna. Ég kallaði á Jón, en hann heyrði ekki. Við ströndina stendur reisulegur bóndabær. Skammt frá fellur á til sjávar. Í fjörunni eru skeljar og kuðungar, einkum eftir mikið brim. Jón heitir bóndinn, sem býr þar. Hann hefur tuttugu kýr og tvö hundruð ær og auk þess hænsni. Hann selur eggin í verslun í þorpinu þar, sem dóttir hans er líka í skóla. Móðir Jóns, amma litlu stúlkunnar, kona hans og tveir synir búa líka á bænum. Þetta er dæmigerð fjölskylda á íslensku sveitaheimili. Íslenskar bændafjölskyldur eru oft fámennar, en vélvæðing landbúnaðarins gerir jafnvel fámennri fjölskyldu mögulegt að reka stórt og myndarlegt bú með fjölbreyttum búskap.

á f. 26 (-, ár, ár) Fluß
auk þess adv. außerdem; darüber hinaus
barn n. 47 (-i, -s, börn) Kind

bóndabær m. 10 (-, -jar, -ir) Bauernhof
bóndi m. 53 (-a, bændur) Bauer

170

brim n.43 (-i, -s, ohne pl.) Brandung

bú n.43 (-i, -s, -) Hof, Wirtschaft (vor allem landwirtschaftlicher Betrieb)

búa vi.abl.7 (bjó, bjuggum, búið) wohnen

búskapur m.9 (-, -s oder -ar, ohne pl.) Landwirtschaft

bændafjölskylda f.55 (-u, -ur) Bauernfamilie

dóttir f.41 (-ur, -ur, dætur) Tochter

dyr f.pl.35 Tür

dæmigerður adj.1 (-gerð, -gert; -ari, -astur) typisch

egg n.44 (-i, -s, -) Ei

falla vi.abl.7 (féll, féllum, fallið) fallen; **áin fellur til sjávar** der Fluß mündet ins Meer

fámennur adj.1 (-menn, -mennt; fámenn(a)ri, -astur) arm an Leuten, wenig (Personen)

fimmtán z. (2.4.0) fünfzehn

fjara f.58 (-u, -ur) Ebbe, Strand

fjölbreyttur adj.1 (-breytt, -breytt; -ari, -astur) verschiedenartig, vielseitig

fjölskylda f.55 (-u. -ur) Familie

garður m.1 (-i, -s, -ar) Garten

heyra vt.2 (heyrði, heyrt) hören

hvað int.pron. (2.5.6) was

hvaða int.pron. (2.5.6) was für ein, welcher

hver int.pron. (2.5.6) wer

hvor int.pron. (2.5.6) wer von beiden

kalla vt.4 (kallaði, kallað) rufen

kona f.55 (-u, -ur; gen.pl. kvenna) Frau

kuðungur m.1 (-i, -s, -ar) Schneckengehäuse

kýr f.38 (kú, -, -) Kuh

landbúnaður m.1 (-i, -ar, ohne pl.) Landwirtschaft

lítill adj.6 (lítil, lítið; minni, minnstur) klein

mínúta f.55 (-u, -ur) Minute

móðir f.40 (-ur, -ur, mæður) Mutter

myndarlegur adj.1 (-leg, -legt; -(a)ri, -astur) stattlich; schön; geschickt

reisulegur adj.1 (-leg, -legt; -(a)ri, -astur) schön, schön gebaut

reka vt.abl.5 (rak, rákum, rekið) treiben, vertreiben; jagen, leiten; betrieben; **reka stórt bú** einen großen landwirtschaftlichen Betrieb haben

sannur adj.1 (sönn, satt; -ari, -astur) wahr

segja vt.3 (sagði, sagt) sagen

171

sjór m. 6 (sjó, sjávar, sjóir) Meer, See f.; pl. **sjóir** Wellen (hauptsächlich große Wellen)

skammt frá adv. nicht weit weg davon

skel f. 28 (-, -jar, -jar) Muschel

spyrja vt. 1 (spurði, spurt) fragen; **spyrja eftir e-m** nach jemandem fragen

standa vt. abl. 6 (stóð, stóðum, staðið) stehen

sveit f. 29 (-, -ar, -ir) Gemeinde, Gegend, Distrikt; Trupp, Mannschaft; Land (als Gegensatz zu Stadt)

sveitaheimili n. 48 (-, -s, -) Heim, Wohnung, Wohnsitz auf dem Lande

tuttugu z. (2.4.0) zwanzig

tveir z. (2.4.0) zwei

vélvæðing f. 24 (-u, -ar, ohne pl.) Mechanisierung

verslun f. 31 (-, -ar, -anir) Laden, Geschäft

vinna vi. abl. 3 (vann, unnum, unnið) arbeiten

virkilega adv. wirklich

þorp n. 43 (-i, -s, -) Dorf

því að kon. weil

ær f. 39 (á, -, -) Mutterschaf

10. A. Übersetzen Sie ins Isländische

Wer steht an der Tür? Wessen Haus ist das? Wen hat er gesehen? Wer von den beiden Brüdern kam hierher (**hingað**)? Wer ist dieser Mann? Wer sind diese Brüder? Wer ist dieses Kind? Welches Haus hast du gehabt? Wem hast du das gesagt? Was hat er gesagt? Was haben wir getan? Wo wohnt Einar? Er wohnt auf dem Lande (**úti í sveit**). Sein Vater ist Bauer. Er hat viele Kühe und Schafe und im letzten Jahr (**í fyrra**) hatte er auch Hühner. Einar ist dort draußen. Ruf doch nach ihm (**kalla á**). Ruf den Hund hierher (**hingað**). Ich fragte nach seinem Bruder. Er war nicht zu Hause. Er arbeitete in der Fabrik. Morgen ist er wieder zu Hause.

11.

Zahlwörter (2.4.0, 2.4.1). Starke Flexion der Maskulina (2.2.1), Feminina (2.2.2) und Neutra (2.2.3).

Við höfum tvö augu, tvö eyru, tvo fætur og tvær hendur, tíu fingur og tíu tær. Hesturinn hefur fjóra fætur og á hverjum fæti einn hóf, en til eru skordýr með tuttugu fætur eða fleiri. Hann kaupir þrjá fiska og fjögur pund af kjöti. Brúin hvílir á fimmtán stólpum. Við fjörðinn standa tuttugu og tveir bóndabæir og eitt þorp, sem hefur um átta hundruð íbúa. Flestir stunda sjóinn eða vinna í fiskiðnaði. Í dag er níundi október nítján hundruð sjötíu og átta. Vikan hefur sjö daga, sem heita sunnudagur, mánudagur, þriðjudagur, miðvikudagur, fimmtudagur, föstudagur og laugardagur. Árið hefur tólf mánuði, sem heita janúar, febrúar, mars, apríl, maí, júní, júlí, ágúst, september, október, nóvember og desember. Sumir mánuðir hafa þrjátíu daga, en febrúar hefur aðeins tuttugu og átta daga eða tuttugu og níu, þegar hlaupár er. Hann á tvær dætur og tvo syni. Elsta dóttirin er fædd tuttugasta og fyrsta apríl nítján hundruð fjörtíu og þrjú. Í bókasafninu eru alls sex hundruð þúsund fjögur hundruð og þrjátíu bindi. »Sjaldan er ein báran stök«, segir íslenskur málsháttur og oft má það til sanns vegar færa.

ágúst m. unfl. August
apríl m. unfl. April
ár n. 43 (-i, -s, -) Jahr
alls adv. insgesamt
átta z. acht
bára f. 55 (-u, -ur) Welle, Woge; sjaldan er ein báran stök das (ein) Unglück kommt selten allein
bindi n. 48 (-, -s, -) Band (Buchwesen); Krawatte

bókasafn n. 47 (-i, -s, -söfn) Bibliothek, Bücherei
brú f. 35 (-, -ar, brýr) Brücke
desember m. unfl. Dezember
einn z. (2.4.0, 2.4.1) ein
elstur sup. von gamall, der älteste
eyra n. 59 (-, -u) Ohr
febrúar m. unfl. Februar
fimmtán z. fünfzehn

173

fimmtudagur m.1 (-degi, -s, -ar) Donnerstag

fingur m.21 (-ri, -urs, -ur) Finger

fiskiðnaður m.1 (-i, -s, ohne pl.) Fischverarbeitungsindustrie, Fischindustrie

fjórir z. (2.4.0, 2.4.1) vier

flestur sup. von **margur; flestir** die meisten

fótur m.20 (fæti, -ar, fætur) Fuß

fæða vt.2 (fæddi, fætt) gebären

færa vt.2 (færði, fært) bringen; führen; rücken; verrücken; **það má til sanns vegar færa** es stimmt, es ist wirklich wahr

föstudagur m.1 (-degi, -s, -ar) Freitag

hestur m.1 (-i, -s, -ar) Pferd

hlaupár n.43 (-i, -s, -) Schaltjahr

hófur m.1 (-i, -s, -ar) Huf

hver ind.pron. (2.5.7) jeder

hvíla vt., vi.3 (hvíldi, hvílt) ruhen; stehen; **hvíla sig** sich ausruhen

hönd f.36 (-, handar, hendur) Hand

íbúi m.51 (-a, -ar) Einwohner

janúar m.unfl. Januar

júlí m.unfl. Juli

júní m.unfl. Juni

kaupa vt.2 (keypti, keypt) kaufen

kjöt n.43 (-i, -s, ohne pl.) Fleisch

laugardagur m.1 (-degi, -s, -ar) Sonnabend, Samstag

maí m.unfl. Mai

málsháttur m.16 (-hætti, -ar, -hættir) Sprichwort

mánuður m.12 (-i, -ar, -ir) Monat

mánudagur m.1 (-degi, -s, -ar) Montag

miðvikudagur m.1 (-degi, -s, -ar) Mittwoch

nítján z. neunzehn

níundi z. der neunte

nóvember m.unfl. November

október m.unfl. Oktober

pund n.43 (-i, -s, -) Pfund

september m.unfl. September

sex z. sechs

sjaldan adv. selten

sjötíu z. siebzig

skordýr n.43 (-i, -s, -) Insekt

stakur adj.1 (stök, stakt; -ari, -astur) einzeln; einzig, einmalig; ungerade; **stök tala** ungerade Zahl

stólpi m.51 (-a, -ar) Pfeiler, Pfahl

stunda vt.4 (stundaði, stundað) betreiben; lernen; **stunda sjóinn** Fischerei betreiben

sunnudagur m.1 (-degi, -s, -ar) Sonntag
tá f.34 (-, -ar, pl.nom.akk. tær, dat. tám, gen. táa) Zehe; Landspitze
tuttugu z. zwanzig

vika f.55 (-u, -ur) Woche
þorp n.43 (-i, -s, -) Dorf
þriðjudagur m.1 (-degi, -s, -ar) Dienstag
þrjátíu z. dreißig

11. A. Übersetzen Sie ins Isländische

Ich kaufte zwei Eier, zwei Fische und zwei Bücher. An dem Fjord stehen zwei Bauernhöfe. Er besitzt nur ein Buch. Der Bauer hat vier Kühe und zweihundert Schafe. Der Mann hat einen Sohn und zwei Töchter. Heute ist der 21.[1] Februar 1976. Ein Jahrhundert hat 100 Jahre. In Island gibt es nur eine große Stadt. Das ist Reykjavík. Im Jahre 1786 hatte Reykjavík nur 302 Einwohner. Heute sind die Einwohner von Reykjavík 89 846. Im Garten stehen drei schöne Bäume. Der Juni hat 26 Werktage (virkur dagur) und vier Sonntage.

12.

Possessivpronomen (2.5.3). Schwache Verben (2.6.7).

Fjölskyldan

Faðir minn heitir Sigurður Jónsson og móðir min Guðrún Einarsdóttir. Við erum þrjú systkinin: Jón Sigurðsson bróðir minn, systir mín Margrét Sigurðardóttir[2] og ég, Gunnar Sigurðsson. Systir okkar bræðranna er gift Pétri Gunnarssyni. Hann er því mágur okkar, en tengdasonur foreldra minna. Kona mín heitir Kristín Magnúsdóttir og er tengdadóttir foreldra minna. Faðir

1 Schreiben Sie die Zahlen mit Buchstaben.
2 Vor dem Suffix -dóttir »Tochter« ist die Genitivendung in diesem Falle -ar.

minn er tengdafaðir hennar og móðir mín tengdamóðir, m.ö.o. foreldrar mínir eru tengdaforeldrar hennar. Bróðir minn er giftur Jórunni, systur Kristínar. Við eigum þá sína systurina hvor og erum svilar. Konur okkar eru mágkonur systur minnar. Faðir og sonur eru feðgar. Móðir og dóttir eru mæðgur. Faðir og dóttir eru feðgin. Móðir og sonur eru mæðgin. Systir föður míns er föðursystir mín, en bróðir hans er föðurbróðir minn. Systir móður minnar er móðursystir mín, en bróðir hennar móðurbróðir. Börn okkar bræðranna eru bræðrabörn, bræðrasynir og bræðradætur, en börn systra eru systrabörn (systurbörn), systrasynir eða systradætur. Börn systkina eru systkinabörn. Ef það eru drengir, eru það systkinasynir, en stúlkur eru þá systkinadætur. Börn okkar systkinanna eru barnabörn foreldra minna. Til fjölskyldunnar heyra einnig afi og amma, móðurafi og móðuramma, föðurafi og föðuramma, og stundum langafi og langamma. Í sumum fjölskyldum eru líka til stjúpi (stjúpfaðir) og stjúpa (stjúpmóðir), stjúpbörn og einnig ættleidd börn. Fjölskyldan er sem sagt: faðir og móðir, afi og amma, sonur og dóttir, bróðir og systir. Allt annað fólk er kallað skyldfólk (skyldmenni) eða frændfólk: karlmennirnir kallast frændur, en kvenfólk (kvenmenn) frænkur. Tengdafólk nefnist fólk, sem maður tengist með mægðum: mágar, mágkonur, tengdafaðir og tengdamóðir.

barnabarn n. 47 (-i, -s, -börn) Enkelkind
bræðrabörn n. pl. 47 Kinder von Brüdern
bræðradætur f. pl. 41 Töchter von Brüdern
bræðrasynir m. pl. 15 Söhne von Brüdern
drengur m. 10 (-, -s, -ir) Junge, Knabe; Held, edler Mensch

feðgar m. pl. 1 Vater und Sohn
feðgin n. pl. 43 Vater und Tochter
fólk n. 43 (-i, -s, ohne pl.) Leute; Personen; Volk
frændfólk n. 43 (-i, -s, ohne pl.) Verwandte (pl.)
frændi m. 53 (-a, -ur) Verwandte(r), **bes.** Vetter oder Onkel
frænka f. 55 (-u, -ur) Ver-

wandte, bes. Tante oder Kusine

föðurafi m. 51 (-a, -ar) Vater des Vaters (Großvater)

föðuramma f. 58 (-u, -ömmu) Mutter des Vaters (Großmutter)

föðurbróðir m. 18 (-ur, -ur, -bræður) Onkel (Bruder des Vaters)

föðursystir f. 42 (-ur, -ur, -ur) Tante (Schwester des Vaters)

giftur adj. 1 (gift, gift; ohne komp. und sup.) verheiratet

Guðrún f. 24 (-u, -ar) weibl. Vorname

Gunnar m. 1 (-i, -s) männl. Vorname

Jón m. 1 (-i, -s) männl. Vorname

karlmaður m. 22 (-manni, -manns, -menn) Mann

Kristín f. 24 (-u, -ar) weibl. Vorname

kvenfólk n. 43 (-i, -s, ohne pl.) Frauen; das weibliche Geschlecht

kvenmaður m. 22 (-manni, -manns, -menn) Frau

langafi m. 51 (-a, -ar) Urgroßvater

langamma f. 58 (-u, -ömmur) Urgroßmutter

maður ind. pron. (2.5.7) man

mágkona f. 55 (-u, -ur, gen. pl. -kvenna) Schwägerin

mágur m. 1 (-i, -s, -ar) Schwager

Margrét f. 25 (-i, -ar) weibl. Vorname

móðurafi m. 51 (-a, -ar) Vater der Mutter (Großvater)

móðuramma f. 58 (-u, -ömmur) Mutter der Mutter (Großmutter)

móðurbróðir m. 18 (-ur, -ur, -bræður) Onkel (Bruder der Mutter)

móðursystir f. 42 (-ur, -ur, -ur) Tante (Schwester der Mutter)

mæðgin n. pl. 43 Mutter und Sohn

mæðgur f. pl. 55 Mutter und Tochter

mægðir f. pl. 29 Verschwägerung

m.ö.o. = með öðrum orðum mit anderen Worten

nefna vt. 2 (nefndi, nefnt) nennen; **nefnast** (med.) genannt werden

orð n. 43 (-i, -s, -) Wort

Pétur (-ri, -s) m. 3 männl. Vorname

skyldfólk n. 43 (-i, -s, ohne pl.) Verwandte

skyldmenni n. pl. 48 Verwandte

stjúpa f. 55 (-u, -ur) Stiefmutter

stjúpbarn n. 47 (-i, -s, -börn) Stiefkind

stjúpfaðir m. 17 (-föður, -föður, -feður) Stiefvater

stjúpi m. 51 (-a, -ar) Stiefvater

stjúpmóðir f. 40 (-ur, -ur, -mæður) Stiefmutter

svili m. 51 (-a, -ar) ein Mann, der zu einem anderen Mann dadurch in Verwandtschaftsverhältnis steht, daß jeder von ihnen mit je einer Schwester aus einer Familie verheiratet ist

systkinabörn n. pl. 47 Kinder von Geschwistern

systkinadætur f. pl. 41 Töchter von Geschwistern

systkinasynir m. pl. 15 Söhne von Geschwistern

systrabörn n. pl. 47 Kinder von Schwestern

systradætur f. pl. 41 Töchter von Schwestern

systrasynir m. pl. 15 Söhne von Schwestern

tengja vt. 2 (tengdi, tengt) verbinden, schalten; **tengjast** (med.) verschwägert sein

tengdadóttir f. 41 (-ur, -ur, -dætur) Schwiegertochter

tengdafaðir m. 17 (-föður, -föður, -feður) Schwiegervater

tengdafólk n. 43 (-i, -s, ohne pl.) Personen, die durch die Heirat eines Verwandten miteinander verbunden sind

tengdaforeldrar m. pl. 1 Schwiegereltern

tengdamóðir f. 40 (-ur, -ur, -mæður) Schwiegermutter

tengdasonur m. 15 (-syni, -ar, -synir) Schwiegersohn

ættleiddur adj. 1 (-leidd, -leitt; ohne komp. und sup.) adoptiv; adoptiert

12. A. Übersetzen Sie ins Isländische

Meine Familie ist groß. Ich habe drei Brüder und zwei Schwestern. Wir sind insgesamt sechs Geschwister, aber viele isländische Familien sind noch (**ennþá**) größer. Mein Vater ist Bauer, und mein Großvater war auch Bauer, aber der Bruder meines Vaters ist Lehrer (**kennari**, m. 51). Meine Schwester ist verheiratet und hat zwei Töchter, und mein Bruder, der ebenfalls (**líka**) verheiratet ist, hat eine Tochter und einen Sohn. Der Mann meiner Schwester ist der Schwiegersohn meiner Eltern, und die Kinder meiner Geschwister sind Enkelkinder meiner Eltern. Hast du auch Geschwister? Nein, ich bin das einzige Kind (**eina barnið** oder **einbirni**, n. 48) in meiner Familie. Wo arbeitet dein Vater? Er ist Tischler (**trésmiður**, m. 9) und arbeitet bei einer großen Firma (**firma**, n. 59).

13.

Prädikativer Gebrauch des Adjektivs (3.4.0). Indefinitpronomina (2.5.7): **allur** »alle, ganz«, **annar** »der andere«, **nokkur** »jemand«, **neinn** »niemand, keiner«, **enginn** »niemand, keiner«. Das reflexive Pronomen (2.5.2).

Ellefu hundruð ára hátíð landnáms á Íslandi

Fyrstu landnámsmenn komu til Íslands árið 874. Það liðu 56 ár frá byrjun landnáms, uns íbúarnir komu sér saman um að stofna allsherjarþing fyrir allt landið. Þetta þing stofnuðu þeir árið 930 og kölluðu Alþingi. Þeir völdu til þess stað suðvestandlands, sem þeir nefndu Þingvelli eða Þingvöll í eldra máli. Á Íslandi eru margir merkir staðir, en líklega eru Þingvellir samt merkastir. Segja má, að enginn annar staður sé eins vel til þinghalds fallinn. Hann liggur dálitið inni í landi, svo að fyrir alla ferðalanga, sem koma frá byggðunum við ströndina, verður ferðin til þings styttri. Þar er nóg vatn fyrir menn og skepnur og gróður er nægur fyrir reiðhestana. Nokkrar aflíðandi brekkur skapa eins konar þingpalla og minna sums staðar á rómversk leikhús. Á Þingvöllum stóð Alþingi samfleytt frá 930 til 1798, en eftir það var það tvö ár í Reykjavík þar, sem það hætti störfum árið 1800. Barátta Jóns Sigurðssonar (1811–1879), sjálfstæðishetju Íslendinga, gerði kleyft að endurreisa Alþingi árið 1845, en þá í Reykja-

vík. Á öllum þessum öldum gerðust margir merkir, bæði gleði-
legir og dapurlegir, atburðir í sögu þjóðarinnar. Meðal annars
héldu Íslendingar þar hátíðlegt þúsund ára afmæli byggðar í
landinu árið 1874 og 1100 ára afmælið héldu þeir einnig þar
hátíðlegt í ágúst árið 1974. Ekki er nein leið að lýsa þeirri hátíð
hér. Hún stóð í einn dag og var öllum til sóma og ógleymanleg.
Það var eins og guðirnir vildu sýna hollustu sína, því að veðrið
var allan tímann himneskt og engin slys urðu, og var þó nærri
helmingur þjóðarinnar eða um 80 þúsund manns þar viðstaddur.

að kon. daß

aflíðandi adj. unfl. sanft ge-
neigt

afmæli n. 48 (-, -s, -) Geburts-
tag; Jahrestag

allsherjarþing n. 43 (-i, -s, -)
Parlament für das ganze
Land

Alþingi n. 48 (-, -s) Parlament
(Name des isl. Parlaments,
eigentl.   »Gesamtparla-
ment«)

atburður m. 12 (-i, -ar, -ir)
Ereignis; Begebenheit

barátta f. 55 (-u, ohne pl.)
Kampf

brekka f. 55 (-u, -ur) Abhang

byggð f. 29 (-, -ar, -ir) Wohn-
gebiet; bewohntes Land;
Siedlung; Besiedlung

byrjun f. 31 (-, -ar, -anir) An-
fang, Beginn

dálítið adv. etwas, ein wenig

dapurlegur adj. 1 (-leg, -legt;
-(a)ri, -astur) traurig

eða kon. oder

eftir präp. mit dat. oder akk.
nach

eins konar adv. eine Art von

endurreisa vt. 2 (endurreisti,
endurreist)   neugründen,
wiedereinführen

ferð f. 29 (-, -ar, -ir) Reise

ferðalangur m. 1 (-i, -s, -ar)
Reisender

fyrsti z. (2.4.0) der erste

gera kleyft möglich machen

gleðilegur adj. 1 (-leg, -legt;
-(a)ri,   -astur) erfreulich,
fröhlich

gróður m. 3 (-ri, -s, ohne pl.)
Vegetation

guð m. 8 (-i, -s, -ir) Gott

halda vt. abl. 7 (hélt, héldum,
haldið) halten, glauben, mei-
nen; halda hátíðlegt feiern

hátíð f. 29 (-, -ar, -ir) Fest,
Feier, Feiertage

hátíðlegur adj. 1 (-leg, -legt;
-(a)ri, -astur) feierlich

helmingur m. 1 (-i, -s, -ar) Hälfte

himneskur adj. 1 (-nesk, -neskt; -ari, -astur) wunderbar, wunderschön

hollusta f. 55 (-u, -ur) Treue, Gunst, Ergebenheit

hætta vt. 2 (hætti, hætt) aufhören; riskieren; **hætta störfum** aufhören, aufgeben

Íslendingur m. 1 (-i, -s, -ar) Isländer

koma sér saman um e-ð sich über etwas einigen

land n. 47 (-i, -s, lönd) Land

landnám n. 43 (-i, -s, -) Landnahme

landnámsmaður m. 22 (-manni, -manns, -menn) Kolonist, Landnehmer, Ansiedler

leikhús n. 43 (-i, -húss, -) Theater, Schauspielhaus

líða vi. abl. 1 (leið, liðum, liðið) schweben, gleiten; vergehen; gehen; **tíminn líður** die Zeit vergeht

liggja vi. abl. 5 (lá, lágum, legið) liegen; krank liegen; **staðurinn liggur inni í landi** der Ort befindet sich (liegt) im Inneren des Landes

líklega adv. wahrscheinlich

lýsa vt. 2 (lýsti, lýst) beschreiben; beleuchten

merkur adj. 1 (merk, merkt; merkari, merkastur) berühmt, bekannt

minna vt. 2 (minnti, minnt) erinnern; **minna á e-ð** an etwas erinnern

neinn ind. pron. (2.5.7) niemand, keiner; **ekki nein leið er** es ist unmöglich

nógur adj. 1 (nóg, nógt (nóg)) genug, genügend

nokkur ind. pron. (2.5.7) einige

nægur adj. 1 (næg, nægt; nægari, nægastur) genug

nærri adv. ungefähr

ógleymanlegur adj. 1 (-leg, legt; -(a)ri, -astur) unvergeßlich

reiðhestur m. 1 (-i, -s, -ar) Reitpferd

rómverskur adj. 1 (-versk, -verskt; -ari, -astur) römisch

saga f. 58 (-u, -sögur) Geschichte; Roman

samfleyttur adj. 1 (-fleytt, -fleytt; -ari, -astur) ununterbrochen (wenn von Zeit gesprochen wird)

sé konj. von **vera** sein; **vera vel til e-s fallinn** für etwas günstig sein

sjálfstæðishetja f. 56 (-ju, -jur) Unabhängigkeitsheld; Freiheitskämpfer

skapa vt. 4 (skapaði, skapað) bilden; schaffen

skepna f. 55 (-u, -ur) Tier; Kreatur; Vieh

slys n. 43 (-i, slyss, -) Unfall

sómi m. 51 (-a, ohne pl.) Ehre; vera til sóma zur Ehre sein

staður m. 12 (-, -ar, -ir) Ort, Stelle

starf n. 47 (-i, -s, störf) Beruf; Tätigkeit; Arbeit; Beschäftigung; Dienst

stofna vt. 4 (stofnaði, stofnað) stiften, gründen

stuttur adj. 1 (stutt, stutt; styttri, stystur) kurz

suðvestanlands adv. im südwestlichen Island

sums staðar adv. an einigen Stellen

svo að kon. so daß

sýna vt. 2 (sýndi, sýnt) zeigen

vatn n. 47 (-i, -s, vötn) Wasser, See m.

vel adv. (komp. betur, sup. best) gut

velja vt. 1 (valdi, valið) wählen, auswählen

viðstaddur adj. 1 (viðstödd, viðstatt) anwesend; vera viðstaddur anwesend sein

vilja vt. ur. (2.6.6) (vildi, viljað) wollen

þing n. 43 (-i, -s, -) Parlament; Kongreß; Tagung

þinghald n. 47 (-i, -s, -höld) Parlamentssitzung; das Abhalten von Parlamentssitzungen

þingpallur m. 1 (-i, -s, -ar; dat. pl. -pöllum) Sitzbank (im Parlament)

Þingvellir m. pl. 13 Ortsname, eigentl. »Dingplatz«

Þingvöllur m. 13 (-i, -ar, -ir) siehe Þingvellir

þjóð f. 29 (-, -ar, -ir) Volk; Nation

13. A. Übersetzen Sie ins Isländische

Wir haben nicht alle Bücher mit. Einige sind auf dem Tisch, aber andere sind im Schrank (skápur m. 1 (-, -s, -ar)). Alle waren gestern hier, aber heute sind nur noch einige hier. Hast du kein Buch? Doch, ich habe eines, aber er hat zwei. Sie einigen sich auf diese Frage (spurning f. 24). Er schämt sich nicht (skammast sín

182

sich schämen). Das Kind zieht sich selbst an (klæða sig sich anziehen). Wer steht an der Tür? Niemand. Ist jemand in diesem Zimmer (herbergi n. 48)? Nein, in diesem Zimmer ist niemand. Alle Kinder sind in dem anderen Zimmer.

14.

Steigerung des Adjektivs (2.3.4). Unregelmäßige Steigerung (2.3.5). Schwache Flexion des Komparativs (2.3.6). Schwache Verben (2.6.7) und deren Personenendungen (2.6.8). Verwendung des Akkusativs (3.1.0).

Þetta er langur blýantur, en þessi blýantur er lengri og þessi þarna er lengstur. Hæsta fjall Íslands er Hvannadalshnjúkur í Öræfajökli, en hæð hans er 2119 metrar. Stærsta vatn landsins er Þingvallavatn og lengsta áin er Þjórsá. Ísland er stórt land, en samt minna en Þýskaland. Hann er elstur þriggja bræðra, en Páll er yngstur. Það vantaði fleiri menn. Vinnan gengur betur, þegar dagarnir eru lengri á sumrin. Skammdegið er lengra á Íslandi en á meginlandi Evrópu, en í staðinn er sólin á lofti allan sólarhringinn í júní, júlí og ágúst. Stytsta leiðin er ekki alltaf best. Við veljum hagkvæmustu lausnina. Reyndu að finna enn hagkvæmari lausn. Brekkan er brattari og meira aflíðandi en ég hélt. Hún er öruggust með þessa ritvél. Þetta ljós er skærara en hitt. Ekkert er erfiðara en breyta venjum sínum. Það vantar meira sement í bygginguna. Fátt er auðveldara en gera mistök. Hús eldra bróðurins stendur við götuhornið.

auðveldur adj. 1 (-veld, -velt; -ari, -astur) leicht, einfach
brekka f. 55 (-u, -ur) Abhang

breyta vt. 2 (breytti, breytt) ändern, verändern
bygging f. 24 (-u, -ar, -ar) Bau, Gebäude

en kon. als (nach Komp.); Ís- land er minna en Þýska- land Island ist kleiner als Deutschland

enginn ind. pron. (2.5.7) nie- mand, keiner; ekkert nichts

erfiður adj. 1 (erfið, erfitt; -ari, -astur) schwierig, be- schwerlich, mühsam

finna vt. abl. 3 (fann, fundum, fundið; imp. konj. fyndi) finden; finnast (med.) scheinen, gefunden werden

ganga vi. abl. 7 (gekk, geng- um, gengið) gehen; zu Fuß gehen; Fortschritt machen

götuhorn n. 43 (-i, -s, -) Stra- ßenecke

hagkvæmur adj. 1 (-kvæm, -kvæmt; -ari, -astur) gün- stig, praktisch

hár adj. 3 (há, hátt; hærri, hæstur) hoch

Hvannadalshnjúkur m. 1 (-i, -s) der höchste Berggipfel Islands

hæð f. 29 (-, -ar, -ir) Höhe

jökull m. 2 (-kli, -ls, -klar) Gletscher

lausn f. 29 (-, -ar, -ir) Lö- sung

ljós n. 43 (-i, ljóss, -) Licht

loft n. 43 (-i, -s, -) Luft; Atmo- sphäre; Decke; oberes Stockwerk; Boden; sólin er

á lofti die Sonne steht am Himmel

meginland n. 47 (-i, -s, -lönd) Festland, Kontinent

mistök n. pl. 47 (gen. pl. mis- taka) Fehler; Versehen; Fehlgriff; gera mistök Feh- ler machen

Páll m. 2 (-i, -s) männl. Vor- name

reyna vt. 2 (reyndi, reynt) ver- suchen, prüfen; erfahren; dulden

ritvél f. 23 (-, -ar, -ar) Schreib- maschine

sement n. 43 (-i, -s, ohne pl.) Zement

skammdegi n. 48 (-, -s, -) die kurzen Wintertage (vom Nov. bis Febr.)

sól f. 29 (-, -ar, -ir; gen. pl. sól- na) Sonne

sólarhringur m. 1 (-, -s, -ar) Tag (= 24 Stunden)

í staðinn dagegen, statt dessen

á sumrin im Sommer

ungur adj. 1 (ung, ungt; yng- ri, yngstur) jung

vanta vi. 4 (vantaði, vantað) fehlen

velja vt. 1 (valdi, valið) wählen

venja f. 56 (-u, -ur) Gewohn- heit; Sitte; Brauch

Þingvallavatn n. 47 (-i, -s) Na- me von Islands größtem See

Þjórsá f. 26 (-, -ár) Name von Islands längstem Fluß

öruggur adj. 1 (örugg, öruggt; -ari, -astur) sicher

Öræfajökull m. 2 (-kli, -ls) Gletscher im südlichen Teil Islands

14. A. Übersetzen Sie ins Isländische

Jón ist tüchtiger (**duglegur**, adj. 1) als Einar, aber Björn ist der tüchtigste. Páll ist jünger als Jón. Der Kaufmann ist reicher als der Bauer. Ist das Flugzeug sicherer als das Auto? Heute ist das Wetter besser als es gestern war. Er hat mehr gesagt als ich dachte (**hélt** von **halda** vt. abl. 7). Die Reise dauerte länger als einen Tag. Im Sommer sind die Tage heller (**bjartur**, adj. 1) und länger als im Winter. Welches der Bilder ist am schönsten? Das war schwieriger als er dachte. Das ist günstiger als du denkst. Versuch die beste und sicherste Lösung zu finden.

14. B. Setzen Sie die richtige Kasusform des in Klammern stehenden Wortes ein. Achten Sie darauf, daß sowohl das Substantiv als auch der Artikel Kasusendungen erhalten.

1. Maðurinn stendur við (bíllinn) hjá (húsið). 2. Hann er að hugsa um (langa ferðin) og (góða veðrið). 3. Sólin er hátt á (loft) og engin ský eru á (himininn). 4. Á (Ísland) er sólin á (loft) allan sólarhringinn og hægt er að lesa dagblað um (mið nótt) úti á (gata). 5. Björtu næturnar eru yndislegur (»wunderbar«) tími og menn og skepnur njóta (sumarið, gen. sg. mit **njóta** »genießen«). 6. Ég held á (bókin) í (höndin). 7. Hann hefur (skólataskan) með í (skólinn). 8. Í (skólinn) eru borð og stólar til að lesa við og skrifa. 9. Í (áin) eru fiskar. 10. Á (Þingvellir) stofnuðu Íslendingar Alþingi árið 930.

185

15

Indefinitpronomina: **annar** »der andere«, **enginn** »niemand, keiner« (2.5.7). Ordnungszahlen (2.4.0, 2.4.1). Verben **vita** »wissen«, **kunna** »können« (2.6.6) und **geta** »können«.

Í dag er fimmtándi október nítján hundruð sjötíu og átta. Hann er fæddur annan október árið nítján hundruð og tvö. Hann dó sautjánda ágúst árið nítján hundruð fjörutíu og tvö, aðeins fjörutíu ára að aldri. »Enginn ræður sínum næturstað«, segir íslenskur málsháttur. Ég veit ekki, hvort ég get komið. Hann getur hafa komið í morgun, en það gat líka hafa verið í gær. Ég veit ekki, hvort hann getur komið. Hann kann ekki þýsku, en þið kunnið íslensku. Hann skrifaði bréfið tuttugasta og fimmta júní. Svar getur komið síðar. Hann kunni ekki við sig á Akureyri og vissi ekki, hvernig hann átti að eyða tímanum. Þetta er allt annað hús. Það gat engin önnur en Anna. Öngvum er láandi að hika í fyrsta sinn, en við vissum, að þau hikuðu ekki í annað og þriðja sinn. Þetta gat enginn vitað. Það kann að vera þannig, en það getur líka verið öðruvísi.

aðeins adv. nur
aldur m. 3 (-ri, s, ohne pl.) Alter; **fjörutíu ára að aldri** im Alter von vierzig Jahren
bréf n. 43 (-i, -s, -) Brief; Papier
deyja vi. abl. 6 (dó, dóum, dáið) sterben; erlöschen
eiga vt. ur. (2.6.6) (á, átti, átt) besitzen; **eiga að** + **Inf.** sollen, müssen; **hann á að koma** er soll (muß) kommen
eyða vt. 2 (eyddi, eytt) ver-

nichten; verwüsten; zerstören; verbringen (Zeit)
fæða vt. 2 (fæddi, fætt) gebären; ernähren; **fæðast** (med.) geboren werden
geta vt. abl. 4 (gat, gátum, getað) können; imstande sein; erwähnen (p. p. getið)
hika vi. 4 (hikaði, hikað) zögern; wanken; schwanken
hvernig adv. wie
hvort kon. ob
íslenska f. 55 (-u) Isländisch (isländische Sprache)

kunna vt. ur. (2.6.6) (kann, kunni, kunnað) können; wissen; **kunna við sig** sich wohl fühlen

lá vt. 2 (láði, láð) verdenken; verübeln (wird nur mit Verneinung verwendet); **öngvum er láandi** es kann niemandem übel genommen werden

næturstaður m. 12 (-, -ar, -ir) Ruhestätte; Ort, wo man die Nacht verbringt

ráða vt. abl. 7 (präs. ræð; réð, réðum, ráðið) raten, deu-ten; bestimmen; herrschen; anstellen

sinn n. 43 (-i, -s, -) Mal; **í fyrsta sinn** zum ersten Mal

svar n. 47 (-i, -s, svör) Antwort

tími m. 51 (-a, -ar) Zeit; Periode

vita vt. ur. (2.6.6) (veit, vissi, vitað) wissen

þannig adv. auf diese Weise

þýska f. 55 (-u) Deutsch (deutsche Sprache)

öðruvísi adv. anders

15. A. Übersetzen Sie ins Isländische

Er ist am 17. Juni 1952 geboren, aber sie ist am 30. August 1960 geboren. Das Kind ist am 20. September 1978 geboren. Er starb am 22. November 1974. Er kann am 4. Mai 1977 kommen und er kann zwei Tage später fahren. Kannst du Deutsch? Nein, ich kann leider (**því miður**) kein Deutsch, und wir müssen deshalb Isländisch sprechen. Wann hat er den Brief geschrieben? Er schrieb den Brief am 25. Januar, aber noch ist keine Antwort da. Zum dritten Mal hat er einen Brief geschrieben. Heute ist Zeit, um an eine Reise nach Island zu denken.

15. B. Setzen Sie das in Klammern stehende Adjektiv in die richtige Form.

1. Mennirnir eru (stór) og (sterkur). 2. Hann situr á (fljótur) hesti. 3. Hestarnir eru vel (taminn). 4. Barnið er (þægur) og

(hlýðinn). 5. Veðrið er (góður) og (fallegur). 6. Hún gaf mér (góður) kaffi. 7. Tímarnir eru (erfiður). 8. Kýrin er (rauður) og (hvítur) á litinn. 9. Það vantar (nægur) tíma. 10. Sumir eru (glaður) vegna þessa (mikill) sigurs. 11. (lítill) börn eru alltaf (fallegur) 12. Vegna (erfiður) vinnu er hann mjög þreyttur.

16.

Das Passiv (2.6.10). Konjugation der Hilfsverben **vera** »sein« und **verða** »werden« (2.6.3) und des Partizips Perfekt (2.6.9). Im Isländischen muß besonders darauf geachtet werden, daß mit den Hilfsverben **vera** und **verða** das Partizip in Zahl und Geschlecht nach dem Subjekt des Satzes seine Form ändert. Der Täter wird im Passiv durch die Präp. **af + Dat.** bezeichnet.

Hann skrifar bréfið. Bréfið er skrifað af honum. Hún skrifaði bréfið. Bréfið var skrifað af henni. Barnið hefur skrifað bréfið. Bréfið hefur verið skrifað af barninu. Þeir skrifuðu bréfin. Bréfin voru skrifuð af þeim. Þær höfðu skrifað bréfin. Bréfin höfðu verið skrifuð af þeim. Húsin voru áður grá, en nú hafa þau verið máluð gul að utan. Brúin var sprengd í loft upp og vagnarnir voru líka sprengdir. Hins vegar voru kerrurnar ekki sprengdar. Fáninn var dreginn að húni. Jóhann var kallaður Jói, og Guðrún var kölluð Gunna í hópi félaga. Húsið er kallað Merkjalækur. Þjófarnir voru teknir fastir. Lögregla er álitin þýðingarmikil í sérhverju þjóðfélagi. Á fundinum var mynduð nefnd til að athuga þessi mál. Esperanto er tungumál, sem myndað er af orðstofnum annarra tungumála. Kýrnar eru mjólkaðar á kvöldin. Ljósin eru kveikt klukkan fimm. Áin var stífluð neðan við brúna. Brúin var byggð á tveim árum. Bókin var samin á löngum tíma. Hundinum var haldið föstum. Bátarnir voru sjósettir í gær. Húsin voru byggð á stuttum

· tíma. Kaupfélagið var stofnað árið átján hundruð áttatíu og fjögur.

álíta vt. abl. 1 (áleit, álitum, álitið) meinen; betrachten; dafürhalten

athuga vt. 4 (athugaði, athugað) untersuchen; überprüfen, betrachten

byggja vt. 2 (byggði, byggt) bauen

Esperanto n. unfl. Esperanto

fáni m. 51 (-a, -ar) Fahne

félagi m. 51 (-a, -ar) Kamerad; Freund; Kollege; í hópi félaga unter Kollegen (Freunden)

fundur m. 12 (-i, -ar, -ir) Versammlung, Sitzung

gulur adj. 1 (gul, gult; -ari, -astur) gelb

hópur m. 1 (-i, -s, -ar) Gruppe; Schwarm

húnn m. 2 (-i, -s, -ar) Knopf; Klinke; draga fána að húni die Fahne hissen

kaupfélag n. 49 (-i, -s, -lög) kooperative Handelsgesellschaft

kerra f. 55 (-u, -ur) Karre

kveikja vt. 2 (kveikti, kveikt) Licht machen; anzünden

kvöld n. 43 (-i, -s, -) Abend; á kvöldin abends

lögregla f. 55 (-u, -ur) Polizei

mál n. 43 (-i, -s, -) Sache, Sachverhalt; Sprache

mála vt. 4 (málaði, málað) anstreichen; malen

Merkjalækur m. 10 (-, -jar, -ir) Eigenname (eigentl. »Grenzbach«)

mjólka vt. 4 (mjólkaði, mjólkað) melken

mynda vt. 4 (myndaði, myndað) bilden

neðan adv. von unten; neðan við unterhalb

nefnd f. 29 (-, -ar, -ir) Ausschuß, Kommission, Komitee

orðstofn m. 1 (-i, -s, -ar) Wortstamm, Wurzel

semja vt. 1 (samdi, samið) verfassen; verhandeln

sjósetja vt. 1 (sjósetti, sjósett) vom Stapel laufen lassen

sprengja vt. 2 (sprengdi, sprengt) sprengen; sprengja í loft upp in die Luft sprengen

stífla vt. 4 (stíflaði, stíflað) dämmen, stauen; verstopfen

stofna vt. 4 (stofnaði, stofnað) errichten; gründen, bilden

tungumál n.43 (-i, -s, -) Sprache

utan adv. von außen, außen, draußen; **að utan** von außen, von draußen

vagn m.1 (-i, -s, -ar) Wagen, Fuhre

þýðingarmikill adj.6 (-mikil, -mikið; -meiri, -mestur) wichtig, bedeutungsvoll

16. A. Übersetzen Sie ins Isländische

Das Haus ist angestrichen worden. Die Häuser sind gebaut worden. Der Brief wurde geschrieben. Die Briefe wurden geschrieben. Die Brücken sind gesprengt worden. Die Lichter wurden angemacht. Die Hunde wurden festgehalten. Sie ist Gunna genannt worden. Der Dieb wurde von der Polizei festgenommen. Die Ausschüsse wurden gebildet. Die Brücke wird von den Männern angestrichen. Die Sachverhalte wurden untersucht. Bist du gerufen worden? (**kalla á e-n** jemanden rufen). Nein, ich wurde nicht gerufen. Ich kam aufgrund meiner eigenen Entscheidung (**ákvörðun** f.33).

16. B. Setzen Sie die Substantive und die Pronomina nach der Präposition in die richtige Kasusform.

1. Gamli maðurinn liggur í (rúmið). 2. Hjá (hann) er lampi og ljós. 3. Á (borðið) liggur bók. 4. Undir (bókin) liggja ýmis blöð. 5. Hann setur fötuna undir (stóllinn). 6. Í (fatan) er vatn. 7. Ég kem eftir (tveir tímar). 8. Ég fer á eftir (hann). 9. Vegna (erfiðleikar) gat hann ekki komið. 10. Ég sagði ekkert gegn (hún). 11. Ég kem ekki með (þeir). 12. Þú gengur yfir (brúin). 13. Yfir (brúin) er ljós. 14. Í (húsið) er ljós. 15. Hann fer inn í (húsið). 16. Hann svarar ekki í (sími).

17

Das Verb **vera** »sein« mit Bewegungsverben (2.6.4). Angabe von Datum und Uhrzeit (vgl. Übung Nr. 11 und 2.4.0, 2.4.1).

Jóhann er kominn, en Hans er farinn. Hann var ekki kominn, þegar kennslan byrjaði. Hún hefði verið farin, ef síminn hefði ekki hringt klukkan fimm. Barnið er farið í skólann. Hann verður farinn klukkan fimmtán mínútur yfir sex. Klukkan er orðin tuttugu mínútur yfir sjö. Nýárið byrjar á miðnætti á gamlárskvöld. Klukkan er tvö (þrjú, fjögur, fimm, sex o. s. frv.). Klukkan er tíu mínútur gengin í ellefu. Hádegi er klukkan tólf. Miðnætti er klukkan tólf á kvöldin eða með öðrum orðum klukkan tuttugu og fjögur. Hvað er klukkan orðin? Hún er tuttugu mínútur yfir tíu (tuttugu mínútur gengin í ellefu). Klukkan er hálf tólf. Klukkan er korter (fimmtán mínútur) yfir eitt. Á Íslandi eru yfirleitt tvær máltíðir á dag. Klukkan tólf á hádegi er hádegisverður (hádegismatur), sem er aðalmáltíð dagsins. Kvöldverður (kvöldmatur) er klukkan sjö á kvöldin. Flestir borða einnig morgunverð (morgunmat) eða drekka morgun kaffi, áður en þeir fara í vinnuna á morgnana. Um eftirmiðdaginn, venjulega klukkan þrjú eða hálf fjögur, er oftast drukkið kaffi eða eftirmiðdagskaffi. Í sumum fjölskyldum er líka drukkið kvöldkaffi eða borðað kvöldsnarl, áður en farið er að sofa. Menn fara svo á fætur næsta dag klukkan sjö að morgni, en vinna byrjar yfirleitt klukkan átta eða hálf níu á morgnana á Íslandi. Ef yfirvinna (eftirvinna) er, er oft unnið langt fram eftir kvöldi eða jafnvel fram á nótt, eftir að dagvinnunni lýkur klukkan fjögur eða fimm á daginn. Klukkuna vantar tólf mínútur í eitt. Klukkan flýtir (seinkar) sér.

aðalmáltíð f. 29 (-, -ar, -ir) Hauptmahlzeit
áður en kon. bevor
borða vt. 4 (borðaði, borðað) essen

byrja vi., vt. 4 (byrjaði, byrjað) beginnen; anfangen
á dag täglich, jeden Tag
á daginn am Tage
dagvinna f. 55 (-u) Tagesar-

beit (d. h. die gesetzlichen 8 Stunden; Arbeit am Tage)

drekka vt. abl. 3 (drakk, drukkum, drukkið) trinken

eftirmiðdagskaffi n. 48 (-, -s, -) Nachmittagskaffee

eftirmiðdagur m. 1 (-degi, -s, -ar) Nachmittag; **um eftir-miðdaginn** nachmittags

eftirvinna f. 55 (-u, ohne pl.) Überstunden

einnig adv. auch

fara á fætur aufstehen

flýta vt. 3 (flýtti, flýtt) beschleunigen; **klukkan flýtir sér** die Uhr geht vor

fram adv. vorwärts; hinaus; **fram á nótt** bis in die Nacht hinein

gamlárskvöld n. 43 (-i, -s, -) Silvesterabend

hádegi n. 48 (-, -s, -) Mittag

hádegismatur m. 12 (-, -ar, ohne pl.) Mittagessen

hádegisverður m. 8 (-i, -ar, -ir) Mittagessen

hringja vi., vt. 2 (hringdi, hringt) klingeln; telephonieren

jafnvel adv. sogar

kaffi n. 48 (-, -s, -) Kaffee

kennsla f. 55 (-u, ohne pl.) Unterricht

korter n. 43 (-i, -s, -) Viertelstunde (15 Minuten)

kvöldkaffi n. 48 (-, -s, -) Abendkaffee

kvöldmatur m. 12 (-, -ar, ohne pl.) Abendessen

kvöldsnarl n. 43 (-i, -s, ohne pl.) leichte Abendmahlzeit

kvöldverður m. 8 (-i, -ar, -ir) Abendessen

langt fram eftir kvöldi bis spät in den Abend hinein

ljúka vt. abl. 2 (lauk, lukum, lokið) enden; beenden; abschließen; zu Ende führen (bringen)

máltíð f. 29 (-, -ar, -ir) Mahlzeit

matur m. 12 (-, -ar, ohne pl.) Essen

miðnætti n. 48 (-, -s, -) Mitternacht

morgunn m. 2 (-i, -s, -ar) Morgen; **að morgni, á morgnana** morgens

morgunkaffi n. 48 (-, -s, -) Frühstück

morgunmatur m. 12 (-, -ar, ohne pl.) Frühstück

morgunverður m. 8 (-i, -ar, -ir) Frühstück

nýár n. 43 (-i, -s, -) Neujahr

næstur adj. 1 (næsta, næsta; ohne komp. und sup.) der nächste oft adv. (oftar, oftast) oft, häufig

seinka vt. 4 (seinkaði, seinkað) verzögern; klukkan seinkar sér die Uhr geht nach

snarl n. 43 (-i, -s, ohne pl.) leichte Mahlzeit

sofa vi. abl. 4 (svaf, sváfum, sofið) schlafen

yfirleitt adv. im allgemeinen, überhaupt

yfirvinna f. 55 (-u, ohne pl.) Überstunden

17. A. Übersetzen Sie ins Isländische

Wie spät ist es? Es ist sechs Uhr. Es ist sechs Uhr fünfundzwanzig. Die Uhr geht sechs Minuten nach. Es ist fünf Minuten vor zwei. Es ist fünf Minuten nach drei. Es ist fünf Uhr zwanzig. Es ist vier Minuten vor Mitternacht. Es ist sieben Minuten vor elf. Es ist einundzwanzig Uhr. Er ist zur Arbeit gegangen und kommt vierzehn Minuten nach fünf nach Hause. Er ist genau (nákvæmlega) um ein Uhr fünfundzwanzig gekommen und er ist nach fünfzehn Minuten, zwanzig Minuten vor zwei wieder gegangen. In Island wird das Abendessen um neunzehn Uhr abends gegessen.

17. B. Setzen Sie die Verben in folgenden Sätzen ins Imperfekt und ins Perfekt. Machen Sie anschließend die Sätze negativ und vergleichen Sie den negativen und den affirmativen Satz.

1. Þeir drekka kaffi á morgnana, áður en þeir fara í vinnuna. 2. Hann kemur akandi á bílnum sínum. 3. Hún skrifar foreldrum sínum bréf. 4. Pabbi er að mála húsið. 5. Börnin eru að leika sér í garðinum. 6. Hann er kominn, en hann fer aftur klukkan fimm. 7. Dagurinn er langur. 8. Bóndinn vinnur vel og mikið. 9. Kýrnar eru mjólkaðar á kvöldin. 10. Klukkan er fimm. 11. Hún á tvö börn. 12. Hann hefur tíma. 13. Hann lýkur verkinu á réttum tíma. 14. Síminn hringir.

18.

Starke Verben (2.6.14, 2.6.15, 2.6.16). Die Umschreibungen **fara að, taka að** (2.6.5) und **vera búinn að** (2.6.4).

Hann kemur klukkan tvö, þegar hann er búinn að borða. Sólin skín á daginn, en gengur undir á nóttunni. Þá kemur tunglið upp og lýsir yfir nóttina. Það tekur að dimma upp úr klukkan sex um eftirmiðdaginn. Hann fer að skrifa. Hún hafði farið að skrifa. Á vorin fer grasið að vaxa. Það vex yfir sumarið og deyr á haustin. Þá getur farið að snjóa og síðan kemur veturinn. Ertu búinn að skrifa bréfið? Við lukum við verkefnið og vorum búin að öllu, þegar tíminn var kominn til að leggja af stað. Hundurinn beit lambið. Jón rær út á sjó á hverjum laugardegi. Hann á lítinn bát, sem í daglegu tali er kallaður trilla. Útgerð trillubáta er mikilvægur þáttur í atvinnulífi ýmissa sjávarþorpa á Íslandi. Venjulega róa trillur aðeins að degi til eða yfir nótt með net og handfæri. Áhöfn trillubáts er sjaldan meiri en einn til tveir menn. Trillukarlar þekkja miðin sín eins og lófann sinn og eru næmir á veðrið, sem þeir finna á sér. Kostnaður við trilluútgerð er því í lágmarki. Samt flytur slík útgerð drjúgan afla á land. Þegar trillukarlinn er búinn að draga fiskinn, fer hann strax í land og kemur því yfirleitt með ferskari fisk að landi en stórir togarar, sem eru marga daga eða jafnvel vikur í veiðiferðinni.

áhöfn f. 30 (-, áhafnar, áhafnir) Besatzung

atvinnulíf n. 43 (-i, -s, -) Wirtschaft; Arbeit

bíta vt. abl. 1 (beit, bitum, bitið) beißen

daglegur adj. 1 (-leg, -legt; -(a)ri, -astur) täglich

deyja vi. abl. 6 (dó, dóum, dáið) sterben

dimma vi. 3 (dimmdi, dimmt) dunkel werden

draga vt. abl. 6 (dró, drógum, dregið) ziehen; **draga fisk** fischen; Fisch an Bord bringen

drjúgur adj. 1 (drjúg, drjúgt; -ari, -astur oder drýgri, drýgstur) bedeutend; überraschend viel; beträchtlich

ferskur adj. 1 (fersk, ferskt; -ari, -astur) frisch

finna vt. abl. 3 (fann, fundum, fundið) finden; **finna á sér** fühlen; **finna á sér veðrið** wetterfühlig sein

flytja vt. 1 (flutti, flutt) befördern; transportieren; bringen

ganga undir untergehen (Sonne, Mond)

handfæri n. 48 (-, -s, -) Angelleine

haust n. 43 (-i, -s, -) Herbst

koma upp aufgehen (Sonne, Mond)

kostnaður m. 1 (-i, -ar; ohne pl.) Kosten

lágmark n. 47 (-i, -s, -mörk) Minimum

lamb n. 47 (-i, -s, lömb) Lamm

leggja vt. 1 (lagði, lagt) legen, hinlegen

ljúka vt. abl. 2 (lauk, lukum, lokið) enden, beenden

lófi m. 51 (-a, -ar) Handfläche

lýsa vi., vt. 2 (lýsti, lýst) leuchten; erleuchten; schildern; beschreiben

mið n. pl. 43 (Fanggebiet

net n. 43 (-i, -s, -) Netz

næmur adj. 1 (næm, næmt; -ari, -astur) empfindlich, leicht lernend

síðan adv. danach, daraufhin

sjávarþorp n. 43 (-i, -s, -) Fischereidorf, Fischerdorf

skína vi. abl. 1 (skein, skinum, skinið) scheinen, strahlen, leuchten

snjóa vi. 4 (snjóaði, snjóað) schneien

sól f. 29 (-, -ar, -ir, gen. pl. sólna) Sonne

strax adv. sofort

tal n. 43 (-i, -s, ohne pl.) Sprechen; **í daglegu tali** im täglichen Sprachgebrauch

togari m. 51 (-a, -ar) (Schleppnetz-)Fischdampfer; Trawler

trilla [tʰrɪl:a] f. 55 (-u, -ur) kleines offenes Motorboot

trillubátur m. 1 (-i, -s, -ar) kleines offenes Motorboot

trillukarl m. 1 (-i, -s, -ar) Seemann (der mit kleinem offenem Motorboot fischt)

trilluútgerð f. 29 (-, -ar, -ir) Betrieb eines kleinen offenen Motorboots

tungl n. 43 (-i, -s, -) Mond

útgerð f. 29 (-, -ar, -ir) Betrieb; Reederei; Ausrüstung eines Fischers

vaxa vi. abl. 7 (óx, uxum, vaxið) wachsen; zunehmen

veiðiferð f. 29 (-, -ar, -ir) Jagd; Fischfangfahrt

vor n. 43 (-i, -s, -) Frühling

þáttur m. 16 (þætti, -ar, þæt-   þekkja vt. 2 (þekkti, þekkt)
tir) Teil; Abschnitt; Faktor   kennen, erkennen

18. A. Übersetzen Sie ins Isländische

Gunnar wohnt in einem kleinen Fischerdorf in Island. Er besitzt
ein kleines Motorboot und fährt tagsüber häufig zu einer Fang-
fahrt aus. Ab und zu bringt er nach einer Fangfahrt einen
beträchtlichen Fang an Land. Wenn er mit der Arbeit in der
Schule fertig ist, nimmt er gerne sein Boot und sucht die Fang-
gründe auf (Fanggründe aufsuchen **halda á miðin**). Viele isländi-
sche Fischer haben solche offene Boote, die ein wichtiger Teil
des Lebens (**líf** n. 43) in den kleinen Dörfern sind. Diese Boote
bringen einen beachtlichen Fang an Land und bringen dem
Fischer (**fiskimaður** m. 22) auch viel Freude.

18. B. Setzen Sie die im Text befindlichen Verben ins Imperfekt
und ins Perfekt.

1. Hundurinn bítur lambið. 2. Kindin hleypur burtu. 3. Kýrin
gengur rólega. 4. Hesturinn stekkur yfir girðinguna. 5. Báturinn
rær á miðin. 6. Skipið siglir til útlanda. 7. Jón vinnur í verk-
smiðju. 8. Lögreglan stjórnar umferðinni. 9. Veðrið versnar
undir kvöldið. 10. Það snjóar allan daginn. 11. Hann telur
bækurnar. 12. Pabbi málar þakið. 13. Jón drekkur mjólk. 14.
Einar lýkur verkinu. 15. Grasið vex á sumrin. 16. Hann býður
Gunnari kaffibolla.

19.

Futur, Konditional und Plusquamperfekt (2.6.3). Verben **munu**
»werden« (2.6.3), **kunna** »können«, **vita** »wissen«, **þurfa**

»brauchen«, **muna** »erinnern«, **vilja** »wollen«, **unna** »lieben«
(2.6.6). Partizip Perfekt verwendet als Adjektiv (2.6.9).

Hann mun koma á morgun. Þú veist, að hann er ekki heima. Þú
mundir segja þetta rangt, en það er samt satt. Enginn veit sína
ævina, fyrr en öll er. Ég man ekki, hvað þetta kostaði. Þú manst
vel, hvernig þetta gerðist. Hún unni mjög íslensku fornsögunum
og las þær í frítímum sínum sér til skemmtunar. Ég þarf ekki að
koma snemma. Hann hafði komið á stórum vörubíl hlöðnum
ýmsum varningi. Ég mundi vilja fara, en það er erfitt við svona
aðstæður. Ef þú skrifaðir bréfið í dag, mundi það komast í hend-
ur móttakanda á morgun.
Á Íslandi eru engar járnbrautir. Eina járnbrautin, sem þar hefur
verið til, var notuð til grjótflutninga við hafnargerð í Reykjavík.
Eimreiðin er að vísu enn til, en hún er aðeins safngripur. Flutning-
ar á Íslandi fara fram með bifreiðum, skipum og flugvélum.
Skipulagðar flugferðir eru um allt land, jafnvel til smærri staða og
víða eru ágætir flugvellir. Flugvélin er fljótasti farkosturinn og
hefur rofið einangrun afskekktra byggðarlaga. Íslendingar þurfa
meira á góðum flugvélum að halda en aðrar þjóðir, því að vegna
snjóa eru þjóðvegir stundum lokaðir í langan tíma á vetrum.
Lokaðir og ófærir þjóðvegir gagna lítið til flutninga og þá verður
að grípa til skipa og flugvéla. Það þarf því ekki að undrast, að
Íslendingar séu meðal þeirra þjóða, sem mest ferðast í lofti.

---

aðstæða f. 55 (-u, -ur) Um-
stand
afskekktur adj. 1 (-skekkt,
-skekkt; -ari, -astur) entle-
gen, abseits
bifreið f. 29 (-, -ar, -ir) Auto
byggðarlag n. 47 (-i, -s, -lög)
Gemeinde; Ort
eimreið f. 29 (-, -ar, -ir) Zug-
maschine, Lokomotive

einangrun f. 31 (-, -ar, ohne
pl.) Isolierung
farkostur m. 12 (-i, -s, -ir)
Verkehrsmittel
ferðast vi. 4 (med.) (ferðaðist,
ferðast) reisen
fljótur adj. 1 (fljót, fljótt; -ari,
-astur) schnell
flutningur m. 1 (-i, -s, -ar)
Transport

197

fornsaga f.58 (-sögu, -sögur) alte Geschichte (bes. die Isländersaga)

frítími m.51 (-a, -ar) Ferien; Erholungszeit; freie Stunde

gagna vt.4 (gagnaði, gagnað) nützen

gerast vi.3 (med.) (gerðist, gerst) geschehen; sich ereignen

grípa vt.abl.1 (greip, gripum, gripið) greifen, fassen, fangen; **grípa til e-s** etwas verwenden

grjótflutningur m.1 (-i, -s, -ar) Gestein- oder Geröllstransport

hafnargerð f.29 (-, -ar, -ir) Hafenbau

hlaða vt.abl.6 (präs. hleð; hlóð, hlóðum, hlaðið) laden, beladen

járnbraut f.29 (-, -ar, -ir) Eisenbahn

komast vi.abl.4 (med.) (komst, komumst, komist) gelangen; ankommen

loka vt.4 (lokaði, lokað) schließen; sperren

meðal präp. mit gen. unter; **meðal annars** unter anderem

móttakandi m.53 (-a, -takendur) Empfänger

muna vt.ur. (2.6.6) (man, mundi, munað) erinnern; sich erinnern

ófær adj.1 (ófær, ófært; -ari, -astur) unbefahrbar

rangur adj.1 (röng, rangt; -ari, -astur) falsch, unwahr

rjúfa vt.abl.2 (rauf, rufum, rofið) brechen

safngripur m.9 (-, -s, -ir) Museumsgegenstand

séu konj. von **vera** sein (2.6.3)

skemmtun f.31 (-, -ar, -anir) Vergnügen; Unterhaltung; Tanzabend

skipuleggja vt.1 (-lagði, -lagt) organisieren

smár adj.3 (smá, smátt; smærri, smæstur) klein

snemma adv. (fyrr, fyrst) früh

undrast vt.4 (med.) (undraðist, undrast) über etwas verwundert sein

unna vt.ur. (2.6.6) (ann, unni, unnað) lieben

varningur m.1 (-i, -s, ohne pl.) Ware(n); Güter

vera til existieren, vorhanden sein; **það er til** es gibt

víða adv. an vielen Stellen; vielerorts; weit; weit und breit

vilja vt.ur. (2.6.6) (vil, vildi, viljað) wollen

að vísu adv. zwar

vörubíll m.1 (-, -s, -ar) Lastwagen

198

ýmis ind. pron. (2.5.7) verschieden

þjóðvegur m. 12 (-i, -ar, -ir) Nationalstraße; Hauptstraße

þurfa vt. ur. (2.6.6) (þarf, þurfti, þurft) brauchen; **þurfa á að halda** benötigen

ævi f. 57 (-, ævir) Leben, Lebenszeit

19. A. Übersetzen Sie ins Isländische

Er wird morgen um sechs Uhr mit dem Zug nach Frankfurt fahren. Ich werde den Bleistift noch brauchen. Das würde ich nicht meinen. Ich werde mit dem Flugzeug nach Deutschland reisen. Er kam mit einem geschlossenen Wagen. Ich will morgen die beladene Karre bringen. Bring die geschriebenen Briefe mit. Die angestrichenen Dächer sind schön. Ein isländisches Sprichwort besagt: ein begonnenes Werk ist bereits zur Hälfte abgeschlossen (**hálfnaður** adj. 1 »zur Hälfte abgeschlossen«). Wo warst du gewesen? Ich war bei meinen Eltern gewesen. Hattest du etwas mitgebracht? Nein, diesmal nicht. Ich hatte keine Zeit. Kannst du Isländisch? Nein, noch nicht, aber bald werde ich es gelernt haben.

19. B. Setzen Sie das in Klammern stehende Adjektiv oder das Partizip Perfekt in die richtige Kasusform.

1. Maðurinn stendur við (lokaður) dyr. 2. Ég ferðast með (hlaðinn) flugvél. 3. Þú býrð í (hár) húsi. 4. Hann keypti (notaður) bíl. 5. Við kaupum (notaður) bækur. 6. Hann kom með löng (skrifaður) bréf. 7. Blómin standa í (opinn) glugga. 8. Hann gerir við (brotinn) rúðu.

19. C. Setzen Sie die richtige Endung des Demonstrativpronomens ein:

1. Ég á þess ... bók. 2. Ég þarf þenn ... blýant. 3. Þess ...
bændur vinna mikið. 4. Kaupmaðurinn selur þess ... vörur. 5.
Hann keypti þess ... hús. 6. Ég kem frá þess ... mönnum. 7.
Hús þess ... manna eru stór og falleg. 8. Bíll þess ... konu er við
húsið. 9. Barn þess ... manns er duglegt. 10. Þess ... börn eru að
lesa.

20.

Genitiv mit Artikel (3.2.0). Indefinitpronomina (2.5.7). Redu-
plikationsverben (2.6.16).

Söfn á Íslandi

Íslensk söfn eru öll fremur ung. Engu að síður hefur mikið gerst í
þeim efnum á tiltölulega stuttum tíma og íslensk söfn eru í senn
bæði fróðleg og ágætlega skipulögð. Þegar nefna skal söfn á
Íslandi kemur fyrst í hug Landsbókasafnið í Reykjavík, sem er
þekktast safna meðal vísindamanna erlendis. Hús Landsbóka-
safnsins var byggt við erfiðar aðstæður og rúmar ekki lengur þau
700 þúsund bindi bóka og handrita, sem safnið telur. Í sama húsi
er einnig Þjóðskjalasafnið, sem geymir skjöl, er varða sögu og
stjórn landsins. Annað þekkt safn er Þjóðminjasafnið, sem geym-
ir muni frá liðnum tímum. Það stendur í grennd við Háskól-
ann, en hús þess safns var byggt í sambandi við stofnun lýðveldi-
sins árið 1944. Þjóðminjasafnið annast vörslu allra fornminja í
landinu, þar með taldar byggingar víða um land, sem varðveittar
eru komandi kynslóðum til fræðslu. Auk safnanna í Reykjavík
eru einnig til héraðssöfn víða um land. Frægust þeirra eru söfnin
á Skógum undir Eyjafjöllum og Reykjum í Hrútafirði. Á Reykj-
um er varðveitt hákarlaskipið fræga, Ófeigur, frá Ströndum. Á
því réru menn til hákarlaveiða við Húnaflóa áður fyrr. Auk
almennra safna eru einnig til sérsöfn, t.d. sjóminjasöfn, lista- og
málverkasöfn eða söfn helguð minningu einstakra afreksmanna.

Þar eru söfn á Akureyri í sérflokki. Þar eru t.d. safn um líf og starf Davíðs Stefánssonar skálds (1895–1964), Matthíasar Jochumssonar sálmaskálds (1835–1920) og katólska prestsins Jóns Sveinssonar, Nonna (1857–1944), sem skrifaði flestar bækur sínar á þýsku.

áður fyrr in früheren Zeiten

afreksmaður m.22 (-manni, -manns, -menn) Held; Künstler

ágætlega adv. gut, ausgezeichnet

almennur adj.1 (-menn, -mennt; -(a)ri, -astur) allgemein

annast vt.4 (med.) (annaðist, annast) pflegen; besorgen; **annast vörslu e-s** etwas hüten

bindi n.48 (-, -s, -) Band (Buch); Krawatte

bygging f.24 (-u, -ar, -ar) Bau, Bauwerk; Gebäude

byggja vt.2 (byggði, byggt) bauen

einstakur adj.1 (-stök, -stakt; -ari, -astur) einzelner; einzeln

engu að síður trotzdem

Eyjafjöll n.pl.47 Berge in Südisland

fornminjar f.pl.28 Altertümer

fremur adv. ziemlich

fróðlegur adj.1 (-leg, -legt;

-(a)ri, -astur) lehrreich, interessant

fræðsla f.55 (-u, ohne pl.) Unterricht, Belehrung

frægur adj.1 (fræg, frægt; -(a)ri, -astur) berühmt

geyma vt.2 (geymdi, geymt) aufbewahren

grennd f.29 (-, -ar, ohne pl.) Nähe, Nachbarschaft, Umgebung

hákarlaskip n.43 (-i, -s, -) Haifangschiff

hákarlaveiði f.57 (-, -ar) Haifang

handrit n.43 (-i, -s, -) Manuskript

háskóli m.51 (-a, -ar) Universität

helga vt.4 (helgaði, helgað) widmen

héraðssafn n.47 (-, -s, -söfn) Regionalmuseum

Hrútafjörður m.14 (-firði, -fjarðar) Fjord in Westisland

hugur m.8 (-i, -ar, -ir) Gedanke, Sinn, Geist, Gemüt, Mut, Interesse

Húnaflói m. 51 (-a, -ar) Bucht im nordwestlichen Island

katólskur adj. 1 (katólsk, katólskt; -ari, -astur) katholisch

koma í hug einfallen

kynslóð f. 29 (-, -ar, -ir) Generation

Landsbókasafn n. 47 (-i, -s, -söfn) Nationalbibliothek

líða vi. abl. 1 (leið, liðum, liðið) vergehen (Zeit)

listasafn n. 47 (-i, -s, -söfn) Kunstmuseum

lýðveldi n. 48 (-, -s, -) Republik

málverkasafn n. 47 (-i, -s, -söfn) Galerie, Gemäldemuseum

minning f. 24 (-u, -ar, -ar) Erinnerung; Andenken

munur m. 9 (-, -ar, -ir) Unterschied; pl. **munir** Sachen, Gegenstände

Nonni m. 51 (-a) Eigenname; Kosename für Jón

Ófeigur m. 8 (-i, -s, -ir) Eigenname, eigentl. »der Unsterbliche«

prestur m. 1 (-i, -s, -ar) Pfarrer, Priester

reykur m. 10 (-, -jar, -ir) Rauch; **Reykir** pl. Ortsname in Westisland

rúma vt. 4 (rúmaði, rúmað) enthalten; fassen; Platz haben für (Zimmer, Koffer usw.)

safn n. 47 (-i, -s, söfn) Museum

sálmaskáld n. 43 (-i, -s, -) Psalmendichter

samband n. 47 (-i, -s, -bönd) Verbindung; **í sambandi við** im Zusammenhang mit

í senn adv. gleichzeitig

sérflokkur m. 1 (-i, -s, -ar) spezielle Gruppe

sérsafn n. 47 (-i, -s, -söfn) Spezialmuseum

sjóminjasafn n. 47 (-i, -s, -söfn) Meeresmuseum, Seefahrtsmuseum

skáld n. 43 (-i, -s, -) Dichter

Skógar m. pl. 1 Ortsname in Südisland, eigentl. »Wälder«

skógur m. 1 (-i, -ar, -ar) Wald

starf n. 47 (-i, -s, störf) Arbeit, Beschäftigung, Tätigkeit; Beruf

stofnun f. 31 (-, -ar, -anir) Gründung; Institut

Strandir f. pl. 30 Name der Küste in der Provinz Strandasýsla im westlichen Island

t. d. = **til dæmis** z. B. zum Beispiel

tiltölulega adv. ziemlich

varðveita vt.2 (-veitti, -veitt) aufbewahren, bewahren

varsla f.58 (vörslu, ohne pl.) Aufbewahrung

víða um land an vielen Stellen des Landes

vísindamaður m.22 (-i, -s, -menn) Wissenschaftler

Þjóðskjalasafn n.47 (-i, -s, -söfn) Nationales Dokumentarchiv, Nationales Dokumentmuseum

20. A. Übersetzen Sie ins Isländische

Das Haus des Mannes hat ein rotes Dach. Die Häuser der Männer haben große Fenster (**gluggi** m.51). Der Sohn des Mannes arbeitet in der Fabrik. Das Auto des Vaters ist grün. Die Fenster des Hauses sind ziemlich klein. Das Buch des Lehrers ist auf dem Tisch. Die Universität Islands ist in Reykjavík, der Hauptstadt des Landes. Dort sind auch die meisten Museen des Landes. Der Hof des Bauern ist in der Nähe des Dorfes. Die Waren des Kaufmannes sind gut. Das Haus des berühmten Dichters ist jetzt Museum. Der Brief des Vaters kam zu spät. Die Reise der Kaufleute ging (**var**) nach Island. Die Gegenstände der Museen bleiben für kommende Generationen erhalten. Der Dichter ist der berühmteste Mann des Jahrhunderts (**öld**, f.30).

20. B. Setzen Sie die im Genitiv stehenden Wörter in die entsprechende Form im Sg. und Pl. mit dem bestimmten Artikel[1]:

1. Bíll **manns** stendur við hús **konu**. 2. Faðir **drengs** vinnur í verksmiðju. 3. Þak **húss** er rautt. 4. Myndir **listamanns** eru fallegar. 5. Bók **skálds** er mikið lesin. 6. Veiði **bónda** var mikil. 7. Bygging **safns** er ný. 8. Verk **dags** er erfitt. 9. Sonur **smiðs** er duglegur nemandi. 10. Sími **móður** svarar ekki. 11. Veggir **herbergis** eru háir. 12. Söngur **dóttur** heyrist um allt húsið. 13.

---

1 Die im Genitiv stehenden Wörter sind fett gedruckt. Zu beachten ist, daß diese Sätze erst dann normal klingen, wenn die im Genitiv stehenden Wörter den Artikel erhalten haben.

Garður sonar er lítill. 14. Kálfur kýr er svartur. 15. Lömb ær eru lítil.

21.

Konjunktiv der Hilfsverben (2.6.3). Gebrauch des Konjunktivs in Nebensätzen (3.5.1). Wortfolge bei vorangestelltem Nebensatz (3.6.4).

Ég vona, að hann sé heima. Þú vonar, að hann hafi bókina. Hann vonar, að þú verðir ekki veikur. Hún vonar, að við séum tilbúin til að leggja af stað. Hann telur, að það muni taka langan tíma. Þó að veðrið væri ekki gott, var vegurinn yfir heiðina samt ágætlega fær. Þótt lítill tími sé til ráðstöfunar, mun honum samt takast að ljúka verkinu í tæka tíð. Ef hann yrði heima, mundum við geta talað um þetta mál. Hann mundi koma, ef mögulegt væri. Enda þótt Jóhann muni langa til að fara, er ekki víst, að það sé hægt. Ég mundi ekki trúa því, þótt mér væri sagt það. Þótt Einar verði ekki heima, get ég samt látið bréfið í póstkassann. Hann álítur, að þið séuð ekki of sein. Þið vonið, að áætlunin muni heppnast, en ég tel það vafasamt. Síminn hringdi, þótt enginn væri heima. Útvarpið sendi tilkynningu um eldgosið og jarðskjálftann, svo að fólk væri tilbúið að yfirgefa bæinn, ef nauðsynlegt yrði. Íslenskur málsháttur segir, að enginn verði verri, þótt hann vökni.

álíta vt. abl. 1 (áleit, álitum, álitið) meinen, dafürhalten
áætlun f. 31 (-, -ar, -anir) Plan; Schätzung
eldgos n. 43 (-i, -goss, -) Vulkanausbruch

fær adj. 1 (fær, fært; -ari, -astur) befahrbar
heiði f. 25 (-, -ar, -ar) Heide, Hochebene
heppnast vt. 4 (med.) (heppnaðist, heppnast) gelingen

hægt adv. möglich
jarðskjálfti m. 51 (-a, -ar) Erd-
beben
langa vt. 4 (langaði, langað)
wollen, wünschen; langa til
e-s mögen; Lust zu etwas
haben
láta vt. abl. 7 (lét, létum, látið)
lassen; hinlegen; legen,
stellen
mál n. 43 (-i, -s, -) Sache,
Sachverhalt; Sprache
mögulegur adj. 1 (-leg, -legt;
-(a)ri, -astur) möglich
nauðsynlegur adj. 1 (-leg,
-legt; -(a)ri, -astur) not-
wendig
póstkassi m. 51 (-a, -ar) Post-
kasten
ráðstöfun f. 33 (-, -ar, -anir)
Ordnung, Maßnahme; til
ráðstöfunar zur Verfügung
seinn adj. 5 (sein, seint; seinni,
seinastur) spät
taka langan tíma lange Zeit
beanspruchen
takast vt. abl. 6 (med.) (tókst,

tókumst, tekist) gelingen;
takast e-ð á hendur etwas
unternehmen
tilbúinn adj. 4 (tilbúin, til-
búið; -ari, -astur) bereit
tilkynning f. 24 (-u, -ar, -ar)
Mitteilung, Meldung, Be-
kanntmachung
útvarp n. 47 (-i, -s, -vörp)
Rundfunk, Rundfunkgerät
vafasamt adv. zweifelhaft
vafasamur adj. 1 (-söm,
-samt; -ari, -astur) zweifel-
haft
vegur m. 12 (-i, -ar (-s), -ir)
Weg, Straße; Ausweg,
Möglichkeit
verri adj. komp. von illur oder
von vondur oder slæmur
víst adv. sicher
vona vt. 4 (vonaði, vonað)
hoffen
vökna vi. 4 (vöknaði, vöknað)
naß werden
vökni konj. von vökna
yfirgefa vt. abl. 4 (-gaf, -gáf-
um, -gefið) verlassen

21. A. Übersetzen Sie ins Isländische

Obwohl er zu Hause ist, ist er nicht krank. Er würde kommen,
wenn es nur möglich wäre. Wenn er gekommen wäre, hätten wir
Zeit gehabt, nach Reykjavík zu fahren. Er meint, daß Jón nicht
gekommen ist. Sie hofft, daß ihr noch Zeit genug habt. Obwohl

Einar kommen würde, können wir nicht hoffen, daß der Plan gelingen wird. Wir wären froh, wenn das Wetter gut bleibt (bliebe). Wenn ein Vulkanausbruch beginnen sollte, ist alles bereit, um die Stadt schnell verlassen zu können. Ich meine, daß es zu spät geworden ist. Meinst du, daß es nicht zu früh ist? Wenn es notwendig wäre, würde er doch kommen.

21.B Setzen Sie die in Klammern stehenden Hilfsverben in die entsprechende Konjunktivform.

1. Ef tími (vera) nógur, mundi hægt að gera mikið. 2. Þó að langt (vera) til strandar, má samt sjá sjóinn úr fjarska. 3. Hann mundi koma, ef veðrið (verða) gott. 4. Enda þótt þetta (vera) erfitt, er ekki ástæða til að kvarta. 5. Þótt ég (hafa) bílinn, get ég ekki komið strax. 6. Hann vonar, að þú (hafa) tíma. 7. Við álítum, að enn (vera) nógur tími. 8. Þú mundir hafa komið, ef við (hafa) verið heima. 9. Ég taldi, að það (verða) að fara gætilega. 10. Hann taldi vafasamt, hvort hann (verða) heima. 11. Húsin yrðu fallegri, ef þökin (vera) máluð. 12. Þið vonið, að þeir (munu) koma. 13. Þeir álíta, að enn (vera) von. 14. Við væntum þess, að þetta (verða) svona. 15. Hann hleypur og vonar, að strætó (munu) bíða augnablik.

22.

Imperativ und Konjunktiv von starken und schwachen Verben (2.6.6, 2.6.7, 2.6.15, 2.6.17). Gebrauch des Konjunktivs (3.5.1). Allgemeines zur Wortreihenfolge (3.6.0–3.6.6).

Þó að hann fari í kvöld, kemur hann ekki til Akureyrar fyrr en á morgun. Væri hann tilbúinn, gætum við farið strax af stað. Komi hann snemma, verður nógur tími. Þó að við hefðum tíma, gætum við ekki lokið öllu fyrir lokun verslananna. Þó að þú lesir skáldsöguna, er ekki víst, að þér takist að skilja hugsun skáldsins.

Sendu mér bókina, svo að ég geti lesið hana. Hringdu í Jón, ef hann skyldi vera heima. Þó að Ísland liggi norðarlega, er það ekki heimskautaland. Að vísu eru til jöklar, og sumur eru ekki mjög heit, en vetur eru heldur ekki mjög kaldir. Það heyrir til undantekninga, að hafnir frjósi á Íslandi og með öllu er óþekkt, að Íslendingar byggi hús úr snjó og klaka. Ísbirnir og önnur dýr pólarsvæðanna eru einnig óþekkt á Íslandi. Að vísu kemur fyrir, að ís liggi landfastur um tíma við strendur landsins, en það er samt fágætt og skeður varla oftar en á þrjátíu ára fresti. Þvert á móti þá hefur Ísland ótrúlega margt, sem fullyrða má, að ferðamenn sjái aðeins þar. Sumarfegurð í sveitum og á hálendi landsins er næsta ótrúleg. Auk þess er til landslag eins og t. d. hraunin, sem hvergi er hægt að sjá nema þar. Þegar allt kemur til alls, má segja, að það kaldasta við Ísland sé nafn landsins, sem Hrafna-Flóki gaf landinu, þegar hann yfirgaf það með mönnum sínum nálægt árinu 870, áður en landið var numið.

dýr n. 43 (-i, -s, -) Tier
fágætur adj. 1 (-gæt, -gætt; -ari, -astur) selten
fara af stað aufbrechen, sich auf den Weg begeben
fegurð f. 23 (-, -ar, ohne pl.) Schönheit
frestur m. 8 (-i, -s, -ir) Frist, Aufschub; á 30 ára fresti alle 30 Jahre
frjósa vi. abl. 2 (fraus, frusum, frosið) frieren; zufrieren
hálendi n. 48 (-, -s, -) Hochebene
heimskautaland n. 47 (-i, -s, -lönd) Polarland

heitur adj. 1 (heit, heitt; -ari, -astur) warm, heiß
heyra vt. 2 (heyrði, heyrt) hören; heyra til e-s jemanden hören; zu etwas zählen (gehören)
hraun n. 43 (-i, -s, -) Lava, Lavafeld
hugsun f. 31 (-, -ar, -anir) Gedanke
hvergi adv. nirgends
höfn f. 30 (-, hafnar, hafnir) Hafen
ís m. 1 (-, íss, ísar) Eis; ísar pl. Eisdecke
ísbjörn m. 14 (-birni, -bjarnar, -birnir) Eisbär

207

jökull m. 2 (-kli, -uls, -klar) Gletscher

kaldur adj. 1 (köld, kalt; -ari, -astur) kalt

klaki m. 51 (-, -ar) Eis

koma fyrir vorkommen

landfastur adj. 1 (-föst, -fast; -ari, -astur) landfest

liggja vi. abl. 5 (lá, lágum, legið) liegen

lokun f. 31 (-, -ar, -anir) Schließung; Verschließen; lokun verslana Geschäftsschluß

með öllu gänzlich, absolut

nálægur adj. 1 (-læg, -lægt; -ari, -astur) nahe, nahe gelegen; nálægt árinu 870 um das Jahr 870

nema vt. abl. 4 (nam, námum, numið) lernen; nehmen; nema land Land besiedeln (bewohnen, nehmen)

norðarlega adv. im Norden; nördlich

næsta adv. fast, beinahe

ótrúlega adv. unglaublich

óþekktur adj. 1 (óþekkt, óþekkt; -ari, -astur) unbekannt

pólarsvæði n. 48 (-, -s, -) Polarregion

skáldsaga f. 58 (-sögu, -sögur) Roman

ske vi. 1 (präs. skeður; skeði, skeð) geschehen

skilja vt. 1 (skildi, skilið) verstehen

snemma adv. früh

sumarfegurð f. 23 (-, -ar, ohne pl.) Sommerschönheit, schöner Sommer

undantekning f. 24 (-u, -ar, -ar) Ausnahme

varla adv. kaum

þegar allt kemur til alls zusammenfassend, kurz gesagt

þver adj. 1 (þver, þvert; -ari, -astur) quer; þvert á móti im Gegenteil

22. A. Übersetzen Sie ins Isländische

Wenn er heute käme, könnten wir unsere Arbeit beenden. Obwohl es heute bedeckt ist, glaube ich kaum, daß es regnen wird. Er meint, daß Jón heute fahren wird. Ich glaube, daß ihr noch genug Zeit habt. Obwohl Island weit im Norden liegt, ist es dort nicht sehr kalt. Nimm das Buch jetzt mit, damit du es nicht vergißt (**gleyma** vt. 2). Wenn er mir das gesagt hätte, hätte ich nicht fragen müssen. Frag ihn, ob er kommen wird. Sag ihm, daß er nicht zu kommen braucht. Ich hoffe, daß du kommen willst. Jón hofft, daß sie kommen kann. Der Sommer ist schön gewesen, obwohl es im Juli viel geregnet hat. Wenn du deine Arbeit nicht so spät beendet hättest, hätten wir noch Zeit gehabt, um in die Stadt zu fahren. Frag ihn, ob du das machen darfst.

22. B. Ersetzen Sie die einfachen Imperativformen durch die entsprechenden Formen mit dem nachgestellten Pronomen.

1. Seg honum að bíða ekki lengi. 2. Far ekki aleinn. 3. Send eftir mér. 4. Haf allt saman með. 5. Tak bókina líka með. 6. Hring í hann. 7. Bíð eftir þeim. 8. Lát okkur ekki standa hér. 9. Send bókina með pósti. 10. Brjót ekki blaðið saman.

22. C. Setzen Sie die in Klammern stehenden Verben in die entsprechende Konjunktivform.

1. Hann álítur, að enn (verða) nóg að gera í tvær vikur. 2. Ef hann (fara), (koma) hann í fyrramálið til Akureyrar. 3. Þó að vatnið (frjósa), er ísinn ekki heldur fyrr en eftir nokkra daga. 4. Hún vonar, að ekki (vera) enn orðið of seint. 5. Spurðu hann, hvort hann (ætla) að bíða. 6. Ég vænti þess, að þeir (bíða). 7. Það er ótrúlegt að þeir (geta) beðið svo lengi. 8. Ég efast um, að girðingin (standa) eftir veðrið. 9. Enda þótt þú (leita), muntu ekki finna neitt. 10. Jón vonaði, að þetta (vera) nú samt ekki satt.

23.

Das Medium (2.6.11, 2.6.12). Übersicht über die Adverbien (2.8.0, 2.8.1) und die Konjunktionen (2.9.0).

Þau hafa skrifast á í langan tíma, en við skrifumst sjaldan á. Áður fyrr skrifuðumst við oftar á, en með árunum hefur það orðið æ sjaldnar. Ég óttast, að bréfið komist ekki í tæka tíð á áfangastað. Þeir heilsuðust á bryggjunni og glöddust yfir því að hittast eftir margra ára fjarveru. Hann þykist aldrei hafa tíma til neins. Guðrún og Benedikt ferðast á hverju ári til útlanda, en þau ferðuðust aldrei neitt, áður en þau giftust. Hún sagðist varla hafa tíma til að búast til ferðar. Jón taldi, að verkið hlyti að heppnast, en það reyndist of mikil bjartsýni, því að verkið heppnaðist aðeins að nokkru leyti. Jóhann kvaðst hafa verið seinn, því að svo mikið væri að gera, að ekki tækist alltaf að ná strax í strætisvagninn. Einar dáðist að öllu, sem var að sjá í borginni. Þú hefur tíma til að setjast niður augnablik, meðan við spjöllum saman yfir kaffibolla. Við settumst inn á veitingahús og fengum okkur snarl, en þar höfðum við mælt okkur mót, svo að við færumst ekki á mis. Það hefur ekkert frést af ferðalöngunum. Okkur leiddist aldrei, þegar við hömuðumst í vinnunni. Það er naumast við að búast, að þeim finnist veðrið gott til að ferðast. Gunnar hefur elst mikið síðasta ár. Þið reynið að hnýsast í smáatriðin, þegar tækifæri gefst.

áfangastaður m. 12 (-, -ar, -ir) Reiseziel
bjartsýni f. 57 (-, ohne pl.) Optimismus
bryggja f. 56 (-u, -ur) Anlegebrücke, Kai
búast vi. abl. 7 (bjóst, bjuggumst, búist) erwarten; **búast til e-s** sich auf etwas vorbereiten
dást vi. 2 (dáðist, dáðst) bewundern; **dást að e-u** etwas bewundern

eldast vi. 3 (eltist, elst) älter werden
fá vt. abl. 7 (fékk, fengum, fengið) bekommen, sich verschaffen; **fá sér e-ð að borða** etwas zum Essen bestellen (kaufen)
farast vi. abl. 6 (fórst, fórumst, farist) untergehen; **farast á mis** sich verfehlen
fjarvera f. 55 (-u, -ur) Abwesenheit

frétta vt. 2 (frétti, frétt) erfahren; hören; **fréttast** (med.) sich verbreiten (Nachricht); Nachricht erhalten

gefast sich ergeben

giftast vi. 2 (giftist, gifst) heiraten

gleðjast vi. 1 (gladdist, glaðst) sich freuen

hamast vi. 4 (hamaðist, hamast) sich anstrengen; sich unartig benehmen; rasen, toben

heilsast vi. 4 (heilsaðist, heilsast) sich begrüßen

hittast vi. 2 (hittist, hist) sich treffen

hlyti konj. impf. von **hljóta** vt. abl. 2 müssen

hnýsast vi. 3 (hnýstist, hnýst); **hnýsast í** nachforschen

kveðast vi. abl. 5 (kvaðst, kváðumst, kveðist) sagen, behaupten

leiðast vi. 2 (leiddist, leiðst) sich langweilen

leyti n. 48 (-, -s); **að nokkru leyti** zum Teil

mót n. 43 (-i, -s, -) Treffen, Zusammenkunft

mæla vt. 2 (mælti, mælt) sagen; **mæla sér mót** ein Treffen vereinbaren

ná vt. 2 (präs. næ; náði, náð)

erreichen; **ná í strætó** den Bus erreichen

naumast adv. kaum

óttast vi. 4 (óttaðist, óttast) sich fürchten, bangen

reynast vi. 2 (reyndist, reynst) sich erweisen; sich bewähren; sich behaupten

segjast vi. 3 (sagðist, sagst) sagen

síðastur adj. sup. (komp. síðari) der letzte

sjaldan adv. (sjaldnar, sjaldnast) selten

skrifast á vt. 4 (skrifaðist, skrifast) korrespondieren, im Briefwechsel stehen

spjalla vi. 4 (spjallaði, spjallað) sich unterhalten, plaudern; **spjalla saman** sich unterhalten

tíð f. 29 (-, -ar, -ir) Zeit; Wetter; pl. **tíðir** Menstruation

tækifæri n. 48 (-, -s, -) Gelegenheit

tækur adj. 1 (tæk, tækt; -ari, -astur) annehmbar, zugelassen; **í tæka tíð** zur rechten Zeit

veitingahús n. 43 (-i, -húss, -) Restaurant, Gasthaus

þykjast vi. 2 (þóttist, þóst) sich einbilden, sich vorstellen

æ adv. immer, stets

23. A. Übersetzen Sie ins Isländische

Wir können uns morgen in der Stadt treffen. Die Arbeit wird ihnen gut gelingen. Er sagte, daß er es versuchen wollte. Du hast genug Zeit, um dich einen Moment hinzusetzen und eine Tasse Kaffee zu trinken. Jón und Guðrún reisen häufig nach Deutschland. Sie haben im letzten Jahr geheiratet. Es gelang ihm, das Schiff vor der Abreise (**brottför** f. 30) zu erreichen. Es ist kaum zu erwarten, daß er heute kommen kann. Ich fürchte, daß der Bus abgefahren ist. Je länger wir leben desto älter werden wir. Mit jedem Jahr kommt ein Jahr hinzu (**bætast við** hinzukommen). Ich glaube, daß es dir gelingt.

23. B. Setzen Sie die medialen Verben ins Imperfekt und ins Perfekt.

1. Við búumst til ferðar. 2. Þið ferðist daglega. 3. Hann kveðst koma brátt. 4. Sumarið styttist með hverjum degi. 5. Við hittumst í borginni. 6. Mennirnir heilsast við dyrnar. 7. Hann segist vera tilbúinn. 8. Hún óttast að koma seint. 9. Þeir skrifast á einu sinni í mánuði. 10. Hann dáist að þessu öllu. 11. Þú þykist aldrei hafa tíma. 12. Það fréttist ekkert af honum enn. 13. Mér leiðist aldrei. 14. Tækifæri gefst örugglega til að hugsa um þetta. 15. Þetta tekst örugglega vel.

24.

Ausdruck des unpersönlichen Subjekts (3.3.1). Präpositionen (2.7.0). Elemente der Wortbildungslehre (4.1.0–4.2.0).

Veður

Á Íslandi, einkum á suðvesturhluta landsins, er veður oft óstöðugt. Ástæðan til þess er sú, að Ísland liggur á eðlilegri leið lægðanna, sem koma frá Labrador og suðurhluta Grænlands og stefna til meginlands Evrópu. Það rignir í suðvestanátt, því að hafgolan losar regnið, áður en hún fer yfir hálendið norður á bóginn. Á norðurhluta landsins rignir því minna og veður er þar eitthvað stöðugra. Áður en það byrjar að rigna, dregur upp ský og það verður skýjað. Veðurglöggir menn geta nokkuð sagt fyrir um veður eftir því, hvernig hann dregur upp á sig. Það myndast stundum þoka í dölum og á heiðum og á veturna frýs hún stundum við jörðina, ef hitastig er undir frostmarki. Slíkt nefnist hrím og sagt er, að það hrími. Á veturna kemur stundum hríð. Ef það snjóar aðeins stuttan tíma, er talað um byl á líkan hátt og rigning, sem stendur stutt er kölluð skúr eða regnskúr. Ef frost er talsvert, er snjór á jörðu líkt og hveiti og rýkur eða fýkur í minnsta vindgusti. Nefnist það skafrenningur eða neðanhríð til aðgreiningar frá venjulegri hríð eða ofanhríð. Snjór liggur sjaldan lengi á jörðu á Íslandi. Hláka kemur alltaf við og við og bráðna þá snjór og klaki fljótt. Þá er sagt, að það hláni. Ef djúp lægð er við landið, getur hvesst töluvert. Er þá talað um rok, storm eða hvassviðri. Lítils háttar vindgustur nefnist andvari eða gola, en ef það golar ekki og kyrrð er í lofti, er það kallað logn. Á Íslandi er yfirleitt hvorki mikill hiti né mikill kuldi, heldur er þar úthafsloftslag þar, sem munur á mesta og minnsta hitastigi er fremur lítill. Veðurstofa Íslands sendir út veðurspá oft á dag og spáir um veðurhorfur fyrir landið og miðin umhverfis.

Bemerkung: Zu beachten ist, daß das unpersönliche Subjekt það »es« bei Verben, die das Wetter bezeichnen, nicht in Fragesätzen nach dem Verb stehen kann, z. B.: það **rignir** »es regnet«. In Fragesätzen steht entweder das Verb allein **rignir?** »regnet es?« oder das unpersönliche Subjekt **hann** (bei Verben, die solches Subjekt nehmen können) wird eingeführt: **rignir hann?** »regnet es?« Wenn keine Änderung der Wortreihenfolge im Fragesatz erfolgt, kann það allerdings im Fragesatz auch stehen: það rignir? »es regnet?«

aðgreining f. 24 (-u, -ar, ohne pl.) Unterscheidung

andvari m. 51 (-a, ohne pl.) leiser Wind; Wachsamkeit

ástæða f. 55 (-u, -ur) Grund, Ursache

bógur m. 1 (-i, -s, -ar) Bug; norður á bóginn nordwärts, in nördlicher Richtung

bráðna vi. 4 (bráðnaði, bráðnað) schmelzen

bylur m. 10 (-, -jar, -jir) Schneesturm

dalur m. 9 (-, -s, -ir) Tal

djúpur adj. 1 (djúp, djúpt; dýpri, dýpstur) tief

draga vt. abl. 6 (dró, drógum, dregið) ziehen; það dregur upp ský Wolken ziehen auf den Himmel; eftir því hvernig hann dregur upp á sig je nach dem wie die Wolken am Himmel sich gestalten

eðlilegur adj. 1 (-leg, -legt; -(a)ri, -astur) natürlich

einkum adv. insbesondere, vor allem

fjúka vi. abl. 2 (präs. fýk; fauk, fukum, fokið) aufwirbeln, wegwehen; fliegen

frost n. 43 (-i, -s) Frost

frostmark n. 47 (-i, -s, -mörk) Gefrierpunkt

gola f. 55 (-u, ohne pl.) Brise

gola vi. 4 (golaði, golað); það golar eine Brise kommt auf

Grænland n. 47 (-i, -s) Grönland

hafgola f. 55 (-u, -ur) Meeresbrise

hitastig n. 43 (-i, -s, -) Temperatur

hiti m. 51 (-a, -ar) Wärme, Hitze; Fieber; pl. hitar Wärmeperiode

hláka f. 55 (-u, ohne pl.) Tauwetter

hlána vi. 4 (hlánaði, hlánað) tauen

hríð f. 23 (-, -ar, -ar) Schneesturm; Zeitspanne

hrím n. 43 (-i, -s, ohne pl.) Rauhreif

hríma vt. 4 (hrímaði, hrímað); það hrímar es bildet sich Rauhreif

hvassviðri n. 48 (-, -s, -) stürmisches Wetter, Sturmböen

hveiti n. 48 (-, -s, ohne pl.) Weizen

hvessa vi. 3 (hvessti, hvesst) windig werden; vt. hvessa

augun (augum) á e-ð etwas scharf ansehen

kuldi m. 51 (-a, -ar) Kälte; pl. kuldar Kälteperiode

kyrrð f. 29 (-, -ar, -ir) Ruhe

liggja vi. abl. 5 (lá, lágum, legið) liegen

lítils háttar ein wenig, ein bißchen

logn n. 43 (-i, -s, ohne pl.) Windstille

losa vt. 4 (losaði, losað) befreien; lockern; losa regnið den Regen loslassen

lægð f. 29 (-, -ar, -ir) Tiefdruckkern, Tiefdruckgebiet

meginland n. 47 (-i, -s, -lönd) Festland

minna adj. komp. von lítill (2.3.5) kleiner

mynda vt. 4 (myndaði, myndað) photographieren, abbilden; myndast (med.) sich bilden, entstehen

ofanhríð f. 23 (-, -ar, -ar) Schneesturm (von oben, d. h. vom Himmel)

óstöðugur adj. 1 (-ug, -ugt; -(a)ri, -astur) instabil

neðanhríð f. 23 (-, -ar, -ar) Schneesturm (von unten)

regnskúr m. 9 (-, -s, -ir) Regenschauer

rjúka vi. abl. 2 (präs. rýk; rauk, rukum, rokið) dampfen; rauchen; fliegen; stöbern, stieben (Schnee)

rok n. 43 (-i, -s, ohne pl.) Sturm

segja fyrir voraussagen

skafrenningur m. 1 (-i, -s, -ar) das Stöbern von Schnee

skúr m. 9 (-, -s, -ir) Schauer; kleine Hütte

ský n. 44 (-i, -s, -) Wolke

skýjaður adj. 1 (skýjuð, skýjað; -ðri, -astur) bewölkt, wolkig, bedeckt

spá vt. 2 (spáði, spáð) voraussagen

stefna vt. 3 (stefndi, stefnt) in eine Richtung steuern, steuern

stöðugur adj. 1 (-ug, -ugt; -ri, -astur) stabil

stormur m. 1 (-i, -s, -ar) Sturm

suðurhluti m. 51 (-a, -ar) südlicher Teil

suðvestanátt f. 29 (-, -ar, -ir) südwestliche Richtung; Wind aus südwestlicher Richtung

suðvesturhluti m. 51 (-a, -ar) südwestlicher Teil

tala vt. 4 (talaði, talað) sprechen; tala um e-ð über etwas sprechen

töluvert adv. ziemlich viel

215

umhverfis präp. mit akk.
rings um
úthafsloftslag n. 47 (-i, -s,
ohne pl.) ozeanisches Klima
veðurglöggur adj. 1 (-glögg,
-glöggt; -gleggri, -glegg-
stur) wetterfühlig
veðurhorfur f. pl. 34 Wetter-
aussichten

veðurspá f. 23 (-, -spár, -spár)
Wettervorhersage
veðurstofa f. 55 (-u, -ur) me-
teorologisches Institut,
Wetteramt
við og við ab und zu
vindgustur m. 8 (-i, -s, -ir)
kleiner Wind
þoka f. 55 (-u, -ur) Nebel

24. A. Übersetzen Sie ins Isländische

Wenn es draußen regnet und windig ist, bleiben wir besser drin
im Hause und lesen gute Bücher. Gestern hat es viel geregnet
und dann begann ich einen Roman von Halldór Kiljan Laxness
zu lesen. Dieser Roman heißt »Salka Valka« und ist einer der
berühmtesten, den er je geschrieben hat. Wir hoffen, daß es
morgen nicht frieren wird. Bei Frost müssen wir uns gut anzie-
hen (klæðast vt. 2). Das Schiff ist in einem großen Sturm unter-
gegangen. Es wird wolkig, und es könnte bald (bráðum) regnen
oder schneien.

24. B. Setzen Sie die in Klammern stehenden Wörter in die rich-
tige Kasusform nach der Präposition.

1. Boltinn fór í gegnum (glugginn). 2. Þeir töluðu um (þessi
maður). 3. Við búumst við (allt illt). 4. Hann gerir girðingu
umhverfis (garðurinn). 5. Hann hljóp yfir (brúin). 6. Bílinn fór
til (bærinn). 7. Börnin eru hjá (faðir sinn). 8. Ég kom með (þeir).
9. Af (hvað) býstu við (þetta)? 10. Hver býr í (þetta hús)? 11. Jón
gengur meðfram (vegurinn). 12. Hver býr handan (áin)? 13. Ég
set bókina á (borðið). 14. Bókin liggur á (borðið). 15. Ég fer án
(hann). 16. Auk (mikil vinna) varð hann að byggja sér hús. 17.
Sakir (erfiðar aðstæður) gat ég ekki komið. 18. Ljósið hangir yfir

216

(borðið). 19. Flugvélin flýgur yfir (borgin). 20. Vestan (húsið) stendur stórt tré. 21. Ég stend á milli (þessir tveir menn). 22. Hann kom vegna (börnin). 23. Meðal (annað) er hægt að hugsa sér. 24. Án (hjálp) get ég þetta ekki. 25. Hesturinn stendur hjá (dyrnar).

Lesestücke

a) Volksmärchen

Aus dem reichen Schatz isländischer Volksmärchen (þjóðsögur) werden hier zwei Episoden aus dem Leben des Gelehrten Sæmundur Sigfússon (1056–1133), Sæmundur fróði genannt, gewählt. Er war Pfarrer zu Oddi in der Provinz Rangárvallasýsla in Südisland. Er war der erste Isländer, der in Paris an der Sorbonne studiert hatte und von seinem außerordentlichen Wissen enthalten die isländischen Volksmärchen zahlreiche Erzählungen.

1. Sæmundur fróði fær Oddann

Þegar þeir Sæmundur, Kálfur og Hálfdán komu úr Svartaskóla, var Oddinn laus, og báðu þeir þá allir kónginn að veita sér hann. Kóngurinn vissi dável, við hverja hann átti, og segir, að sá þeirra skuli hafa Oddann, sem fljótastur verði að komast þangað. Fer þá Sæmundur undir eins og kallar á kölska og segir: »Syntu nú með mig til Íslands, og ef þú kemur mér þar á land án þess að væta kjóllafið mitt í sjónum, þá máttu eiga mig.« Kölski gekk að þessu, brá sér í selslíki og fór með Sæmund á bakinu. En á leiðinni var Sæmundur alltaf að lesa í Saltaranum. Voru þeir eftir lítinn tíma komnir undir land á Íslandi. Þá slær Sæmundur Saltaranum í hausinn á selnum, svo hann sökk, en Sæmundur fór í kaf og synti til lands. Með þessu varð kölski af kaupinu, en Sæmundur fékk Oddann.

2. Heyhirðingin

Einu sinni átti Sæmundur fróði mikið af þurri töðu undir, en rigningarlega leit út. Hann biður því allt heimafólk sitt að reyna að ná heyinu saman undan rigningunni. Kerling ein var hjá honum í Odda mjög gömul, er Þórhildur hét. Prestur gengur til hennar og biður hana að haltra út á túnið og raka þar dreifar. Hún segist skuli reyna það, tekur hrífu og bindur á hrífuskaftsendann hettu þá, sem hún var vön að hafa á höfðinu, og skjöktir svo út á túnið. Áður en hún fór, segir hún við Sæmund prest, að hann skuli vera í garðinum og taka á móti heyinu; því vinnumennirnir verði ekki svo lengi að binda og bera heim. Prestur segist skuli fylgja ráðum hennar í því, enda muni þá best fara.

Þegar kerlingin kemur út á túnið, rekur hún hrífuendann undir hverja sátu, sem sætt var, og segir: »Upp í garð til Sæmundar.« Það varð að áhrínsorðum, því hver baggi, sem kerling renndi hrífuskaftinu undir með þessum ummælum, hvarf jafnóðum heim í garð. Sæmundur segir þá við kölska og ára hans, að nú sé þörf að duga að hlaða úr. Að skömmum tíma liðnum var allt heyið komið í garð undan rigningunni.

Á eftir sagði Sæmundur við kerlingu: »Eitthvað kannt þú, Þórhildur mín.« Hún segir: »Það er nú lítið og mestallt gleymt, sem ég kunni í ungdæmi mínu.«

b) Das Leben in Island

Grímsey ist die nördlichste Gemeinde Islands. Im folgenden kurzen Beitrag erzählt der Gemeindevorsteher (hreppstjóri), wie das Leben dort sich gestaltet.

3. Að búa í Grímsey

Aflabrögð hafa verið ágæt, en tíðarfarið ekki eins gott og undanfarin sumur, en þá var einmunatíð, sagði hreppstjórinn í Grímsey í viðtali við Morgunblaðið fyrir skömmu. Bátar hafa ekki getað sótt eins mikið út á Stóragrunn og út á Kolbeinsey, en þar fæst yfirleitt stór og góður fiskur. Héðan eru gerðir út 14 bátar, þar af fjórir dekkbátar, ellefu tonn hver. Á sumrin eru þeir gerðir út á handfæri, en á veturna eru flestar trillurnar settar á land og þá fara trillusjómennirnir yfir á stærri bátana, sem eru ýmist með línu eða net. Fiskurinn er allur verkaður í salt og hefur það háð fiskverkuninni, að húsakynni hafa verið lítil og þröng. En nú er nýtt 300 fermetra saltfiskverkunarhús komið undir þak og bætir það alla aðstöðu í landi. Lítill fiskur hefur verið fluttur út á árinu, en nú er verið að meta hann allan og hann fer fljótlega.

Fuglinn hefur frekar aukist í eynni og síga menn eftir eggjum á vorin handa sjálfum sér og til að gefa kunningjum. Fuglaveiðar eru lítið stundaðar, en þó er ofurlítið háfaður lundi.

Í sumar hefur ofurlítið verið unnið við dýpkun hafnarinnar og viðgerðir hafa farið fram á steyptu plani við hafnargarðinn og fyrir framan fiskverkunarhúsin. Auk þess hefur nokkurt viðhald farið fram á hafnarmannvirkjum.

Flugfélag Norðurlands flýgur til Grímseyjar tvisvar í viku allt árið, en yfir sumarmánuðina er flogið þó nokkuð meira með ferðamenn. Í haust voru sett ljós á flugvöllinn. Þetta var mjög þörf framkvæmd, því að í skammdeginu mátti ekki fljúga á flugvöllinn nema þrjár eða fjórar klukkustundir, þannig að veruleg röskun varð á áætlunarflugi af þeim sökum. Yfir vetrarmánuðina kemur flóabáturinn Drangur tvisvar í mánuði, en á sumrin tvisvar í viku og er önnur ferðin meira hugsuð fyrir ferðamenn, svokölluð miðnætursólarferð.

Læknir kemur til eyjarinnar einu sinni í mánuði og hefur flugvél beðið eftir honum í þrjá eða fjóra tíma, en nú er sú skipan að komast, á, að hann hafi sólarhrings viðdvöl á eyjunni og er það mjög til bóta. Íbúar í Grímsey eru tæplega 100 og hefur fjölgað á undanförnum árum. Þannig hafa 8 íbúðarhús verið byggð síðastliðin þrjú ár og byrjað verður á nýju húsi í vor.

Die meisten isländischen Dörfer sind Fischersiedlungen. Eine Arbeiterin in der Fischindustrie beschreibt ihre Arbeit und ihr Leben.

4. Að vinna við fisk er virkilega gaman

»Það er misjafnt, hve mikið er unnið, en þegar aflinn er mikill eins og í aflahrotunni í sumar er flest alla daga byrjað að vinna klukkan sjö á morgnana og til hálf ellefu á kvöldin. Þó er að jafnaði unnið til klukkan sjö á kvöldin. Í sumar var ekki unnið á laugardögum og sunnudögum, þ. e. í júlí og ágúst, en einn laugardaginn fengum við þó undanþágu frá yfirvinnubanninu, þegar alls ekki sást út úr aflanum.«

Við hvað vinnur þú helst? »Það er allt mögulegt, sem ég geri. Ég er við pökkun og vigtun á blokk á vélum, en hef verið mjög lítið við snyrtingu. Aftur mikið í öðru þar í kring.«

Hefurðu verið hér lengi? »Núna aðeins á annan mánuð í frysti- húsinu, en hef aftur unnið í Sjóhúsinu Önnu á veturna við að setja upp net og gera að fiski, saltfiski og skreið.«

Hvernig kanntu við fiskvinnu? »Þetta er mikil vinna og geysilegt álag á manni, en það er ofsalega gaman. Ég held, að við hér séum allflestar þessarar skoðunar, þ. e. þessar reyndu, en það er erfitt fyrir þær ungu, en fyrir manndómsára stútungskerlingar er þetta virkilega gaman.« Hvernig gaman? »Andinn er hér afskaplega góður meðal okkar og þegar maður er kominn yfir það að þykja erfitt að sofna og vakna og eiga að fara að vinna strax aftur þá ertu

221

kominn á rétt stig. Það er í kringum átján-nítján ára og sumar komast upp á þetta fyrr.« Er ekki erfitt að vinna svona lengi hvern dag með börn heima og bæði hjónin vinna úti?»Börnin mín eru orðin svo stór, tíu, ellefu og tólf ára, en það yngsta var fimm ára, þegar ég fór að vinna. Það kemur náttúrlega niður á krökkunum, þegar foreldrarnir eru báðir að vinna allan daginn. En ef við tökum t. d. mið af Reykjavík, þá er umferðin mjög lítil hér í bænum og börnin eru alltaf úti að leika sér, hvort sem maður er heima eða ekki.« Er eitthvað til hér á vinnustaðnum, sem heitir karlmannsverk og kvenmannsverk?»Ja, ég held, að karlmönnum finnist það fyrir neðan sína virðingu að skera og snyrta fisk. Þeim finnst það einhvern veginn allt önnur vinna, en vinna að saltfiski og skreið. Einn veturinn fyrir um þremur árum unnu hér þrír karlmenn við að snyrta, að vísu fullorðnir karlmenn. Ungir karlmenn vilja þetta helst ekki.«

Hvað er með félagslíf á vinnustaðnum?»Á veturna hefur verið spiluð félagsvist hér í kaffisalnum einu sinni í mánuði á kvöldin. Og þá hefur þáttaka verið ágæt og hver hefur mátt bjóða þeim með sér, sem vilja. Frystihúsið hefur þá boðið upp á kaffi eða gos og meðlæti og góð verðlaun. Þessi kvöld hafa verið mjög skemmtileg. Á tveggja ára fresti hefur svo verið haldin árshátíð hjá frystihúsinu og þá hafa áhafnir bátanna, sem leggja upp hjá frystihúsinu, verið með. Í bænum eru svo fjöldinn allur af félögum með mikla félagsstarfsemi og þar má nefna leikfélagið, sem er að mínu áliti mjög gott.«

Ertu ánægð hér á Ólafsfirði, þ. e. með alla aðstöðu eða finnst þér eitthvað skorta hér á?»Ég veit ekki, hvort það væri nokkuð betra að vera annars staðar. Ég bjó í fjögur ár á Dalvík og þar er líka gott að vera. Í verslununum hér finnst mér yfirleitt gott vöruúrval. Ef maður er að leita að húsgögnum eða öðru, þá liggur leiðin til Akureyrar. En bráðnauðsynlegustu þjónustu skortir hér, svo sem tannlæknaþjónustu. Hér hefur enginn tannlæknir verið að staðaldri, en afskaplega margir leita suður til tannlækninga eða til Siglufjarðar. Það hefur verið mjög erfitt að komast að á Dalvík og

222

enn erfiðara að komast að á Akureyri. Hér er verið að bæta tækjaaðstöðu, sem hér er fyrir tannlækningar og við verðum bara að vona, að tannlæknir fylgi svo með þeim nýja stóli. Ég veit, að þeir í bæjarstjórninni reyna, hvað þeir geta til að bjarga þessum málum. Læknar hafa verið hér í stuttan tíma hver í einu. En eitt væri afskaplega gott, að kæmi hér, en það eru einhverjir vinnu-möguleikar fyrir gamalt fólk, sem ekki hefur lengur líkams-burði til að vinna í fiski. Það eru svo margir, sem ekki geta í rauninni unnið úti og hafa ekkert við að vera. Að vísu vantar hér einhverja létta útivinnu fyrir krakka á aldrinum ellefu til fjórtán ára. Þeir byrja margir þrettán ára í frystihúsinu, sem ættu reynd-ar alls ekki að vera við slíka vinnu, sem er erfið.«

En bæjarlífið? Eru ekki allir hér jafnir hver öðrum, ef það má reyndar orða það þannig?»Ég hef ekki búið á stærri stað og veit ekki, hvernig það er á þeim stöðum. Hingað kemur alltaf einn og einn og setur sig á háan hest, og þá er bara þaggað niður í honum. Hér þekkja allir alla og ég held, að aðkomufólki sé yfirleitt vel tekið.«

Er margt af aðfluttu fólki?»Já, það er þó nokkuð núna í seinni tíð og sem dæmi má nefna, að á stuttum tíma hafa fjórar fjölskyldur flutt hingað í bæinn. Ég held, að hér sé ekki nein húsnæðisekla, þannig að það horfi til vandræða. En hér er mikið byggt og samt sem áður er þörf fyrir fleiri byggingar, að því er virðist. Þeir, sem flytjast hingað, kaupa margir gömlu húsin í byrjun, en öðrum tekst að fá leiguhúsnæði.

5. Á bernskustöðvum

Aus der Biographie von Björn Jónsson (1846–1912), der von 1909 bis 1911 Islands zweiter Ministerpräsident war.

Miðbik norðurstrandar Breiðafjarðar eða nánar til tekið svæðið milli Þorskafjarðar í austri og Vatnsfjarðar að vestan er mjög vogskorið. Þarna skerast margir firðir inn í landið, flestir stuttir

223

og sumir þeirra grunnir, en aðrir eru lengri og dýpri. Djúpifjörður er austastur þessara fjarða, næstur Þorskafirði í röðinni. Milli fjarðanna ganga fram hálsar, sem flestir enda í hnarreistum hyrningi frammi á annesjum. Að ofan bera hálsarnir ótvíræð merki hins mikla hefils, ísaldarjökulsins, og svo er um allt landslag á þessum slóðum. Fram af fjarðarbotnum ganga dalir. Flestir eru þeir stuttir, en undirlendið er slétt og grasi gróið, enda fornt árset. Árnar, sem falla um dali þessa, eru dragár, vatnslitlar oftast, en vaxa mjög í vætutíð. Talsverð silungsgengd hefur verið í þær frá fornu fari og nú á síðari árum er víða von á laxi. Akstur upp og niður hálsa og út fyrir annes ber hátt í minningum ferðamanna, sem hafa aðeins einu sinni ekið þessa leið. Minni þeirra geymir sundurlausar myndir frá fjörðunum sjálfum, en þó er hver þeirra heimur út af fyrir sig og ólíkur hinum um margt. Oft gengur illa að heimfæra þessar myndir á réttan fjörð eftir heimkomuna. Flestir muna eftir fjallahlíðunum, skriðrunnum hið efra, en vöxnum birkikjarri hið neðra. Kjarrið teygir sig meira að segja á nokkrum stöðum alveg upp á fjallsbrúnir, einkum í múlum, sem vita á móti suðri eða vestri. Ein og ein reynihrísla stingur í stúf við kjarrið. Berjalandið er mörgum minnisstætt, enda mjög gott og vinsælt af ferðamönnum. Þarna finnast aðalbláber, bláber, krækiber og hrútaber. Reyndar hafa ferðamenn aðeins átt kost á að sækja til berja á þessar slóðir í aldarfjórðung, enda varð fyrst bílfært um svæðið á sjötta tug aldarinnar. Það vakti athygli heimamanna í fyrstu, að allmargir ferðamenn virtust sækja í bláber og krækiber, en létu aðalbláberjabrekkurnar afskiptalausar. Var talið líklegt, að þetta fólk þekkti ekki gæði þessa kjörrétts sælkeranna, en nú mun þetta breytt. Af hálsum og annesjum er góð útsýn yfir Breiðafjörð og allar eyjarnar, hólmana og skerin. Í vestri blasa víða við útverðir byggðarlagsins, Snæfellsjökull og Skorarhlíðar.

6. Uppreisn einstaklingsins

Aus **Íslensk menning** von Sigurður Nordal (1886–1974), Professor für nordische Literatur an der Universität Islands.

Í eldingu íslenskrar sögu, þar sem fyrstu norrænu einstaklingarnir koma fram úr myrkri fornaldarinnar, sjáum vér bera við loft mann, sem er höfði hærri og miklu skýrari en aðrir svipir þeirra tíma. Þar er Egill Skallagrímsson.

Hann er fysti Íslendingur, sem áreiðanlegar heimildir eru um. Fyrir því hefur hann séð með því að yrkja um sjálfan sig og yrkja svo merkilega, að hvorki gleymdist né verður neinum seinni tíma manni treyst til þess að hafa gert honum upp slík orð. Hann er líka einn þeirra Íslendinga, sem markar hinni nýju þjóð stefnu, eins fyrirferðarmikill í andlegu lífi hennar og stofnendur allsherjarríkis í þjóðfélagslífinu. Hann er meira að segja fyrsti Germaninn, sem kemur fram á sjónarsviði sögunnar og lýsir sér með eigin orðum, allt frá ytra útliti til innsta sefa. Reyndar má líka kalla hann síðasta Germanann. Börn hans taka kristni, kynslóðirnar, sem lifa aldamótin 1000, eiga ekki sams konar ítök í forneskju né hún í þeim. Slíkur tímamótamaður er Egill. Hjá engum öðrum er fýsilegra að nema staðar til að njóta útsýnis á tvo vegu, þegar líta skal yfir norræna lífsskoðun á víkingaöld.

Ein af þeim skynvillum, sem algengastar eru um frumsögulega tíma, er hugmyndin um frelsi og sjálfstæði. Nútíðarmenn horfa frá þröngbýli sínu í borgum og byggðum, skipulagi og stjórn, sem leggur á þá alls konar hömlur, frá ríkistrú með skorðuðum kennisetningum – og hugsa sér veiðimann, sem reikar óháður um merkur og á allt undir afli sínu og vopnum. Þetta eru rómantískir draumar frá 18. öld. Svo dreymdi Rousseau um glaðvær börn náttúrunnar, sem hefðu unað við einfalt og óspillt líf, og jafnvel hinn þurrskynsama Voltaire um tíma, þegar hvorki kirkja né ríkisvald hefðu fjötrað mannkynið með bábiljum og rangsleitni. Svipaðar skoðanir hafa frá fornu fari mótað íslenska sögu: að landnámsmenn hafi leitað hér hælis til þess að varðveita gamalt

225

frelsi. En að því leyti, sem að frelsi var stefnt, er Ísland var byggt, var það nýunnið frelsi, hálfunnið frelsi, sem fremur var framtíðarmark en eftirstöðvar frá löngu liðnum tímum.

c) Aus der isländischen Literatur

7. Aus **Íslandsklukkan** von Halldór Kiljan Laxness (geb. 1902), Nobelpreis für Literatur 1955

Daginn eftir var bjart veður og kyrrt og menn voru að ýmsu starfi á landi og sjó, en Jón Hreggviðsson lá á grúfu uppi í bæli, formælti konu sinni og bað Drottinn með sárum stunum að gefa sér tóbak og brennivín og þrjár frillur. Bjáninn táði ull á gólfinu og hló ákaft. Hinn áleitni daunn líkþrárinnar ríkti í baðstofunni ofar öðrum daun.

Þá verður það jafnsnemma, að hundurinn hefst upp á bæjarhúsin með miklu upploki og úti dynur undir hófum margra hesta. Senn heyrist glamur af beislisstöngum og ómur af mannamáli fyrir dyrum; valdsmannsleg rödd skipar hestasveinum fyrir verkum. Jón Hreggviðsson rótaði sér hvergi. Konan kom hlaupandi í baðstofuna með andköfum svo mælandi: Drottinn Jesú vertu mér líknsamur, það eru komnir höfðingjar. Höfðingjar, sagði Jón Hreggviðsson. Eru þeir ekki búnir að flá af mér húðina? Hvað vilja þeir meir?

En hér varð ekki tóm fyrir langar skrafræður; klæðaþytur, fótatak og mannamál barst inn eftir göngum. Gestirnir buðu sér inn.

Fyrstur sté yfir þröskuld Jóns Hreggviðssonar þrekvaxinn tignarmaður rjóður, í víðri kápu, með hatt bundinn undir kverk, þungt fingurgull, silfurkross í festi og dýra svipu. Honum næst gekk kona með gulan stromphatt, í sortulitaðri reiðhempu skósíðri, og rauðan silkiklút, innan við miðjan aldur og blómleg á vanga, þótt spenning æskunnar væri slaknandi í fasinu, vöxturinn gildnandi, svipurinn tekinn að mótast af veraldleik. Í spor

226

hennar gekk önnur kona mjög ung. Hún var að því leyti ljóðræn ímynd hinnar fyrri sem hún hafði færra reynt hluta, sem gera konu, berhöfðuð og lýsti af slegnu hárinu. Sveigjan í grönnum líkamanum var barnslega mjúk, augun jafn óveraldleg og himinbláminn. Hún hafði enn aðeins þegið fegurð hlutanna, en ekki gagn og því var bros hennar óskylt mennsku lífi, sem hún trað inn í þetta hús. Hempan hennar var indígóblá með silfurspöng í hálsmálið og tekin saman ofarlega í mittið, og hún hélt henni upp um sig nettfingruð, í rauðum brugðnum sokkum utan yfir skónum.

8. Til draumalandsins

Aus **Íslenskur Aðall** von Þórbergur Þórðarson (1889–1974)

Við lögðum af stað í vegavinnuna, nokkrir Reykvíkingar með flóabátnum Ingólfi klukkan rúmlega níu að morgni hins 8. júní. Verkstjórinn, Jón Jónsson kennari frá Flatey í Hornafirði, hafði farið upp í Borgarnes nokkrum dögum áður til þess að undirbúa leiðangurinn norður.

Sjóferðin upp í Borgarnes var yndisleg. Ofurhægar, áttavilltar voröldur á flóanum. Sviplétt útsýni til fjallanna. Sólin sveipuð suðrænni skýjakápu. Blátt vor. Mildi og tign yfir landi og sjó. Ég sat á afviknum stað á þilfarinu og var hugsi. Stemmingar þessarar dýrlegu óskastundar hófu hugann að gömlu lagi, sem ég hafði heyrt sungið í fyrsta sinn einmitt á þessum sömu votu vegum í svipuðu veðri fyrir fimm árum. Þá var ég kokkur á kútter Hafsteini, og við vorum á innsiglingu inn flóann. Þetta var um Jónsmessuleytið. Vortúrinn var á enda.

Það var að afhallandi miðjum morgni, á stuttu vaktinni. Ég hafði nýlokið við að skafa og skrúbba hálfsmánaðargamla skítaskán af lúgarsgólfinu, pusaði yfir það hverri pusunni eftir aðra og sópaði svo öllum afrakstrinum með nýjum strákústi niður í keðjukjallarann undir gólfinu, gekk síðan gaumgæfilega frá hleranum í kjallaraopinu, og nú blasti gólfið við mér tandurhvítt, fellt inn í umgerð reykblárra veggja, litaðra af kolsýrustækju margra arðbærra vertíða.

d) Aus der isländischen Presse

9. Fréttir úr íslenskum dagblöðum

Scotice loks tengdur

Loks tókst í gær að tengja sæsímakapalinn Scotice, sem bilaður hefur verið frá því 5. nóvember og valdið miklum erfiðleikum varðandi talsamband við útlönd. Seint í gærkvöldi var verið að prófa, hvernig tekist hefði til með tenginguna, fyrst við Færeyjar og síðan í Vestmannaeyjum, og allar horfur voru á því, að eðlilegt samband yrði komið á í dag.

Kveikt á jólatré í Kópavoginum í dag

Kveikt verður á jólatrénu við Félagsheimilið í Kópavogi í dag klukkan 16. Í tilefni af því verður athöfn í bíósalnum þar, sem Hornaflokkur Kópavogs syngur og jólasveinn kemur í heimsókn. Jólatréð er gjöf frá vinabæ Kópavogs, Norrköping í Svíþjóð. Sænski sendiherrann mun afhenda Kópavogsbúum tréð og tendra ljós þess.

Íslensku íþróttafólki boðið til Kína

Handknattleikssambandi Íslands hefur borist boð frá Íþróttasambandi Alþýðulýðveldisins Kína um að senda 40 manna hóp handknattleiksmanna í 15 daga keppnisferð til landsins. Ætlast er til, að um landslið kvenna og karla sé að ræða. Kínverjar bjóða allar ferðir innan Kína svo og uppihald, en gert er ráð fyrir, að tekið verði á móti hópnum í Peking.

Er þetta í fyrsta skipti, sem íþróttafólki berst boð um að koma í heimsókn til Kína. Er boð þetta því einstakt og mjög ánægjulegt.

Víðtæk leit að rjúpnaskyttu

Víðtæk leit hófst í gærkvöldi að rjúpnaskyttu, sem saknað var í Norðurárdal í Borgarfirði. Á fjórða tug manna úr björgunarsveitum Slysavarnafélags Íslands hélt til leitar í gærkvöldi og fjölga átti leitarmönnum í birtingu í morgun, væri maðurinn þá enn ekki kominn í leitirnar.

Fjall í þúfu. Ný ljóðabók eftir Ingimar Erlend Sigurðsson
Bókaútgáfan Letur hefur gefið út nýja ljóðabók eftir Ingimar Erlend Sigurðsson, sem ber heitið **Fjall í þúfu**. Samtímis kemur út önnur útgáfa af **Ort á öxi**, en sú ljóðabók kom fyrst út árið 1973 og hefur verið ófáanleg allar götur síðan.

Hin nýja ljóðabók, Fjall í þúfu, er ellefta bók Ingimars Erlends og sjötta ljóðabókin, en auk ljóðabókanna hafa komið út eftir Ingimar þrjár skáldsögur og tvö söfn stuttra sagna, síðast í fyrra sagnasafnið **Göngustafur vindsins**.

Fært eins og á sumardegi í Mývatnssveit

Hér hefur verið einstök veðurblíða síðast liðinn hálfan mánuð miðað við árstíma. Varla hefur orðið úrkomu vart og vegir eru nánast eins og á sumardegi.

Fyrir nokkru var nýja hráefnisþróin Kísiliðjunnar tekin í notkun. Þró þessi var byggð á síðastliðnu sumri í svokallaðri Kringlu, nokkurn spöl norðvestur af gömlu þrónum. Nýja þróin er geysimikið mannvirki og einnig allur búnaður í sambandi við hana. Margir unnu að þessari framkvæmd, sem virðist hafa heppnast vel. Hún er vestan aðalsprungusvæðisins í Bjarnarflagi og er vonast til, að hún standist allar náttúruhamfarir, sem geta orðið hér í náinni framtíð.

Kona slasast í umferðinni. Vitni vantar að slysinu

Lögreglan var kölluð upp á Laugaveg laust eftir klukkan 10 í gærmorgun vegna umferðarslyss. Þegar lögreglumenn komu þangað fundu þeir konu liggjandi á nyrðri akrein Laugarvegar, en engan fundu þeir bílinn. Konan var flutt á slysadeildina og

229

reyndist hún talsvert slösuð. Hún hafði þá sögu að segja, að hún hefði verið að koma úr strætisvangi, leið númer 5, og hefði hún festst í vagninum með fyrrgreindum afleiðingum. Hins vegar kannast vagnstjórinn ekki við að hafa orðið var við nokkuð slíkt. Í þessu sambandi þarf slysarannsóknadeild lögreglunnar nauðsynlega að ná tali af konu, sem stóð í strætisvagnaskýli þarna rétt hjá og sá, hvað gerðist. Kona þessi gaf sig á tal við tvo menn eftir slysið, en gaf sig ekki fram við lögregluna. Er konan vinsamlega beðin að hafa samband við lögregluna strax.

Dræmur afli Ólafsvíkurbáta

Átta bátar róa héðan með línu, en afli þeirra hefur verið fremur dræmur, fjórar til sjö lestir í róðri. Tveir bátar eru á netum og hefur fiskast treglega í þau. Einn bátur er svo nýbyrjaður með troll.

Gæftir hafa verið góðar og atvinna jöfn. Togarinn Lárus Sveinsson er nú á veiðum, en brælur á Vestfjarðamiðum hafa dregið úr afla. Þeir Ólafsvíkurbátar, sem voru á reknetum í haust, fiskuðu yfirleitt vel.

Fréttaritari

10. Auglýsingar úr íslenskum dagblöðum

Jörð á Suðurlandi

Til sölu er jörð mjög þægileg til reksturs kúabús. Jörðin er um 100 km frá Reykjavík. Á henni er 111 fm íbúðarhús, fjós fyrir 26 kýr ásamt lausgöngufjósi og tilheyrandi hlöðum og útihúsum. Fénaður og vélar geta fylgt með í kaupum.

Vélbátur til sölu

3,6 smálestir með stýrishúsi og lúkar, vel búinn. Smíðaður 1975.

Kaupmenn – Innkaupastjórar

Vorum að taka upp síðustu sendingar af leikföngum fyrir jól.
Vinsamlega lítið inn.

Heildverslun G.G.

Skipstjóri

óskast á loðnuskip, sem síðar fer á veiðar með þorskanetum.
Þeir, sem óska frekari upplýsinga, leggi nöfn sín inn á afgreiðslu
blaðsins.

Atvinna óskast

Maður um fertugt, sem gegnt hefur ábyrgðarstörfum á sviði
viðskipta og fjármála, m.a. stjórnun fyrirtækja, óskar eftir starfi
sem fyrst. Margt kemur til greina.

Skrifstofustarf

Stórt fyrirtæki, sem hefur með höndum innflutning og þjónustu,
óskar að ráða starfsmann til að annast tollskýrslur, verðreikn-
inga, vélritun o.fl. Umsókn um starfið ásamt upplýsingum um
aldur, menntun og starfsreynslu sendist afgreiðslu blaðsins.

Lösungen zu den grammatischen Übungen und zu den Übungstexten[1]

5. A. Hvar hefur þú (hefurðu) verið í dag? Ég var í Reykjavík til að gera innkaup. Ég bý ekki í Reykjavík og fer þess vegna á bílnum þangað. Hans er að lesa og skrifa. Hann er að undirbúa sig undir skólann. Hefur þú verið úti? (oder varstu úti?). Já, en það er vont veður (oder veðrið er vont). Á morgun verður betra veður (oder verður veðrið betra).

6. A. Ég hef verið í skólanum í dag. Í skólastofunni eru stólar, borð og tafla. Í töskunni er ég með blýant, stílabók og nokkrar lestrarbækur, en ég hef ekki haft neitt strokleður. Jóhann hefur fjóra hesta og bíl. Hann hefur líka hús og hund. Hann verður að ferðast mjög mikið, af því að hann er læknir. Það er oft erfitt að ferðast, þegar veðrið er vont (slæmt).

7. A. Hann á fallegan, bláan bíl. Hann á líka lítinn hund, hvítan kött og tvo dökka hesta. Átt þú líka bíl? Nei, ég á ekki bíl, en Einar á tvo bíla. Ég á bara (aðeins) reiðhjól. Akureyri er borg á Norðurlandi. Flestar borgir á Íslandi eru litlar, en litlar borgir eru oft mjög fallegar. Hvar býrð þú? (oder býrðu?). Ég bý ekki í borginni, heldur í þorpinu Eyrarbakki á suðurströnd Íslands.

8. A. Hlauptu út í búð og keyptu nýjan fisk. Taktu með allt, sem þú vilt hafa. »Vertu ávallt tilbúinn« er einnig (líka) kjörorð læknisins. Læknirinn á þessa tvo bíla. Húsið er með rautt þak, en þessi hús voru með græn þök í fyrra. Góð dagblöð eru með innlendar og erlendar fréttir. Í dag var (hef verið) ég á Akureyri, en á morgun verð ég í Reykjavík.

9. A. Stóra flugvélin kemur yfir bæinn. Það er íslensk flugvél, held ég. Þú heldur það ekki. Flugvélar og skip hafa alltaf nafn. Ég

---

1 In Klammern stehen mögliche Varianten.

geng inn í (niður í) bæ. Ég verð að gera innkaup. Ég kem svo á eftir heim. Hvað heitir þú? (oder heitirðu?). Ég heiti Ólafur. Er það íslenskt nafn? Já, en eiginlega er það gamalt germanskt nafn. Íslensk nöfn eru oft gömul og eru komin af germönskum nöfnum. Sérðu (sérð þú) manninn, sem kemur þarna? Það er Jón. Hann kemur með skólatöskuna. Ég tek töskuna með niður í bæ.

10. A. Hver stendur við dyrnar? Hver á þetta hús? Hvern sá hann? (oder hefur hann séð?). Hvor bræðranna kom hingað? Hver er þessi maður? Hverjir eru þessir bræður? Hvert er þetta barn? (oder Hvaða maður er þetta? Hvaða bræður eru þetta? Hvaða barn er þetta?). Hvaða hús áttir þú? Hverjum sagðir þú það? Hvað sagði hann? Hvað gerðum við? Hvar býr Einar? Hann býr úti í sveit. Faðir hans (pabbi hans) er bóndi. Hann á margar kýr og kindur og í fyrra átti hann líka hænsni. Einar er þarna úti. Kallaðu á hann. Kallaðu á hundinn hingað. Ég spurði eftir bróður hans. Hann var ekki heima. Hann var að vinna í verksmiðjunni. Á morgun verður hann aftur heima.

11. A. Ég keypti tvö egg, tvo fiska og tvær bækur. Við fjörðinn eru tveir bóndabæir. Hann á aðeins eina bók. Bóndinn á fjórar kýr og tvö hundruð kindur. Maðurinn á einn son og tvær dætur. Í dag er tuttugasti og fyrsti febrúar nítján hundruð sjötíu og sex. Öld er (hefur) hundrað ár. Á Íslandi er bara (aðeins) ein stór borg. Það er Reykjavík. Árið sautján hundruð áttatíu og sex hafði Reykjavík bara þrjú hundruð og tvo íbúa. Í dag eru íbúar Reykjavíkur áttatíu og níu þúsund átta hundruð fjörtíu og sex. Í garðinum standa þrjú falleg tré. Júní hefur tuttugu og sex virka daga og fjóra sunnudaga.

12. A. Fjölskylda mín er stór. Ég á þrjá bræður og tvær systur. Alls erum við sex systkin (systkinin), en margar íslenskar fjölskyldur eru enn þá stærri. Faðir minn er bóndi og afi minn var líka bóndi, en föðurbróðir minn er kennari. Systir mín er gift og á tvær dætur og bróðir minn, sem er líka giftur, á eina dóttur og

233

einn son. Maður systur minnar er tengdasonur foreldra minna og börn systkina minna eru barnabörn foreldra minna. Átt þú líka systkini? Nei, ég er einbirni (eina barnið) í fjölskyldu minni. Hvar vinnur faðir þinn? Hann er trésmiður og vinnur hjá stóru firma (í stórri verksmiðju).

13. A. Við erum ekki með allar bækurnar með. Nokkrar eru á borðinu, en aðrar eru í skápnum. Allar voru hér í gær, en í dag eru hér aðeins fáeinar (bara nokkrar). Hefur þú (hefurðu) enga bók? Jú, ég hef eina, en hann hefur tvær. Þeir koma sér saman um þessa spurningu. Hann skammast sín ekki. Barnið klæðir sig sjálft. Hver stendur við dyrnar? Enginn. Er nokkur þessu herbergi? Nei, í þessu herbergi er enginn. Öll börnin eru í hinu herberginu.

14. A. Jón er duglegri en Einar, en Björn er duglegastur. Páll er yngri en Jón. Kaupmaðurinn er ríkari en bóndinn. Er flugvél öruggari en bíll? Í dag er veðrið betra en það var í gær. Hann hefur sagt meira en ég hélt. Ferðin stóð lengur en einn dag. Á sumrin eru dagarnir bjartari og lengri en á veturna. Hvaða mynd (hver myndanna; hver af myndunum) er fallegust? Það var erfiðara en hann hélt. Það er hagkvæmara en þú heldur. Reyndu að finna bestu og öruggustu lausnina.

14. B. 1. bílinn, húsinu. 2. löngu ferðina, góða veðrið. 3. lofti, himninum. 4. Íslandi, lofti, miðja nótt, götu. 5. sumarsins. 6. bókinni, hendinni. 7. skólatöskuna, skólann. 8. skólanum. 9. ánni. 10. Þingvöllum.

15. A. Hann er fæddur (fæddist) sautjánda júní nítján hundruð fimmtíu og tvö, en hún er fædd (fæddist) þrítugasta ágúst nítján hundruð og sextíu. Barnið er fætt (fæddist) tuttugasta september nítján hundruð sjötíu og átta. Hann dó tuttugasta og annan nóvember nítján hundruð sjötíu og fjögur. Hann getur komið fjórða maí nítján hundruð sjötíu og sjö og hann getur farið tveim dögum síðar. Kannt þú (kanntu) þýsku? Nei, ég kann því miður ekki þýsku og við verðum þess vegna að tala íslensku. Hvenær skrifaði hann bréfið? Hann skrifaði bréfið tuttugasta og fimmta janúar, en ennþá er ekkert svar. Hann skrifaði bréf í þriðja sinn. Í dag er tími til að hugsa um ferð til Íslands.

15. B. 1. stórir, sterkir. 2. fljótum. 3. tamdir. 4. þægt, hlýðið. 5. gott, fallegt. 6. gott. 7. erfiðir. 8. rauð, hvít. 9. nægan. 10. glaðir, mikla. 11. lítil, falleg. 12. erfiðrar.

16. A Húsið hefur verið málað. Húsin hafa verið byggð. Bréfið var skrifað. Bréfin voru skrifuð. Brýrnar hafa verið sprengdar. Ljósin voru kveikt. Hundunum var haldið föstum. Hún hefur verið kölluð Gunna. Þjófurinn var tekinn fastur af lögreglunni. Nefndirnar voru myndaðar. Brúin er máluð af mönnunum. Málin voru athuguð. Hefur verið kallað á þig? Nei, það var ekki kallað á mig. Ég kom vegna ákvörðunar sjálfs mín (vegna eigin ákvörðunar).

16. B. 1. rúminu. 2. honum. 3. borðinu. 4. bókinni. 5. stólinn. 6. fötunni. 7. tvo tíma. 8. honum. 9. erfiðleika. 10. henni. 11. þeim (þá). 12. brúna. 13. brúnni. 14. húsinu. 15. húsið. 16. síma.

17. A. Hvað er klukkan? Hún er sex. Hún er tuttugu og fimm mínútur yfir sex (hana vantar fimm mínútur í hálfsjö). Klukkan (úrið) seinkar sér um sex mínútur. Klukkuna (hana) vantar fimm mínútur í tvö. Klukkan er fimm mínútur yfir þrjú. Klukkan er tuttugu mínútur yfir fimm. Klukkuna vantar fjórar mínútur í miðnætti. Klukkuna vantar sjö mínútur í ellefu. Klukkan er níu (tuttugu og eitt). Hann er farinn í vinnuna og kemur heim klukkan fjórtán mínútur yfir fimm. Hann kom nákvæmlega tuttugu og fimm mínútur yfir eitt og fimmtán mínútum síðar, tuttugu mínútur fyrir tvö (tíu mínútur yfir hálf tvö), fór hann aftur. Á Íslandi er kvöldverður borðaður um klukkan sjö (nítján) á kvöldin.

235

17. B. 1. drukku, hafa drukkið (drukku ekki, hafa ekki drukkið). 2. kom, hefur komið (kom ekki, hefur ekki komið). 3. skrifaði, hefur skrifað (skrifaði ekki, hefur ekki skrifað). 4. var að mála, hefur verið að mála (var ekki að mála, hefur ekki verið að mála). 5. voru að leika sér, hafa verið að leika sér (voru ekki að leika sér, hafa ekki verið að leika sér). 6. var kominn – fór, hefur verið kominn – hefur farið (var ekki kominn, hefur ekki verið kominn) 7. var, hefur verið (var ekki, hefur ekki verið). 8. vann, hefur unnið (vann ekki, hefur ekki unnið). 9. voru mjólkaðar, hafa verið mjólkaðar (voru ekki mjólkaðar, hafa ekki verið mjólkaðar). 10. var, hefur verið (var ekki, hefur ekki verið). 11. átti, hefur átt (átti ekki, hefur ekki átt). 12. hafði, hefur haft (hafði ekki, hefur ekki haft). 13. lauk, hefur lokið (lauk ekki, hefur ekki lokið). 14. hringdi, hefur hringt (hringdi ekki, hefur ekki hringt).

18. A. Gunnar býr í litlu fiskiþorpi (sjávarþorpi) á Íslandi. Hann á trillu og að degi til (á daginn) fer hann oft í veiðiferð. Hann kemur stundum með drjúgan afla að landi eftir eina veiðiferð (veiðiferðina). Þegar hann er búinn í vinnunni í skólanum, tekur hann gjarnan bátinn sinn (trilluna sína) og heldur á miðin. Margir íslenskir sjómenn eiga slíkar trillur, sem eru mikilvægur hluti lífsins í litlu þorpunum. Þessar trillur koma með drjúgan afla að landi og eru fiskimanninum einnig til mikillar gleði.

18. B. 1. beit, hefur bitið. 2. hljóp, hefur hlaupið. 3. gekk, hefur gengið. 4. stökk, hefur stokkið. 5. réri, hefur róið. 6. sigldi, hefur siglt. 7. vann, hefur unnið. 8. stjórnaði, hefur stjórnað. 9. versnaði, hefur versnað. 10. snjóaði, hefur snjóað. 11. taldi, hefur talið. 12. málaði, hefur málað. 13. drakk, hefur drukkið. 14. lauk, hefur lokið. 15. óx, hefur vaxið. 16. bauð, hefur boðið.

19. A. Hann mun fara klukkan sex á morgun með lestinni (járnbrautarlestinni) til Frankfurt. Ég mun enn þurfa (þurfa að nota) blýantinn. Það mundi ég ekki álíta. Ég mun fara (ferðast) með flugvél til Þýskalands. Hann kom í lokuðum vagni. Ég mun koma með hlöðnu kerruna á morgun. Komdu með skrifuðu bréfin. Máluðu þökin eru falleg. Íslenskur málsháttur segir: byrjað verk er þegar hálfnað. (In der Originalfassung lautet das Sprichwort: hálfnað verk þá hafið er.) Hvar hafðir þú (hafðirðu) verið? Ég hafði verið hjá foreldrum mínum. Hafðir þú komið með eitthvað? Nei, ekki að þessu sinni (í þetta sinn). Ég hafði ekki tíma. Kannt þú (kanntu) íslensku? Nei, ekki enn, en bráðum verð ég búinn að læra hana (mun ég hafa lært hana **oder** hef ég lært hana).

19.B. 1. lokaðar. 2. hlaðinni. 3. háu. 4. notaðan. 5. notaðar. 6. skrifuð. 7. opnum. 8. brotna.

19.C. 1. þessa. 2. þennan. 3. þessir. 4. þessar. 5. þessi. 6. þessum. 7. þessara. 8. þessarar. 9. þessa. 10. þessi.

20.A. Hús mannsins er með (hefur) rautt þak. Hús mannanna hafa (eru með) stóra glugga. Sonur mannsins vinnur í verksmiðjunni. Bíll föðurins er grænn. Gluggar hússins eru fremur litlir. Bók kennarans er á borðinu. Háskóli Íslands er í Reykjavík, höfuðborg landsins. Þar eru líka flest söfn landsins. Bær bóndans er í grennd við þorpið. Vörur kaupmannsins eru góðar. Hús hins fræga skálds (skáldsins fræga) er nú safn. Bréf föðurins kom of seint. Ferð kaupmannanna var til Íslands. Munir safnanna eru varðveittir fyrir komandi kynslóðir (handa komandi kynslóðum). Skáldið er frægasti maður aldarinnar.

20.B. 1. mannsins, mannanna; konunnar, kvennanna. 2. drengsins, drengjanna. 3. hússins, húsanna. 4. listamannsins, listamannanna. 5. skáldsins, skáldanna. 6. bóndans, bændanna. 7. safnsins, safnanna. 8. dagsins, daganna. 9. smiðsins, smiðanna. 10. móðurinnar, mæðranna. 11. herbergisins, herbergjanna. 12. dótturinnar, dætranna. 13. sonarins, sonanna. 14. kýrinnar, kúnna. 15. ærinnar, ánna.

21. A. Þó að (þótt) hann sé heima, er hann ekki veikur. Hann mundi koma, ef það aðeins væri hægt (mögulegt). Ef hann hefði komið, hefðum við haft tíma til að fara til Reykjavíkur. Hann heldur (álítur), að Jón sé ekki kominn. Hún vonar, að þið hafið enn nógan tíma. Þótt (þó að) Einar kæmi, gætum við ekki vonað (búist við), að áætlunin heppnaðist. Við værum glöð, ef veðrið yrði gott. Ef eldgos skyldi byrja, er allt tilbúið til að geta yfir- gefið borgina brátt (bráðlega). Ég held, að það sé orðið of seint. Heldur þú (heldurðu), að það sé ekki of snemmt? Ef það væri (yrði) nauðsynlegt, mundi hann samt koma.

21. B. 1. væri. 2. sé. 3. yrði. 4. sé. 5. hafi. 6. hafir. 7. sé. 8. hefðum. 9. verði. 10. yrði. 11. væru. 12. muni. 13. sé. 14. verði. 15. muni.

22. A. Ef hann kæmi í dag, gætum við lokið verki okkar. Þó að (þótt) það sé skýjað í dag, held ég varla, að það rigni (muni rigna). Hann heldur, að Jón fari (muni fara) í dag. Ég held, að þið hafið ennþá nógan tíma. Þótt Ísland sé töluvert norðarlega, er þar ekki mjög kalt. Taktu bókina núna með, svo að þú gleymir henni ekki. Ef hann hefði sagt mér það, hefði ég ekki orðið að spyrja (þurft að spyrja). Spurðu hann, hvort hann komi (muni koma). Segðu honum, að hann þurfi ekki að koma. Ég vona, að þú viljir koma. Jón vonar, að hún geti komið. Sumarið hefur verið fallegt, þó að það hafi rignt mikið í júlí. Ef þú hefðir ekki lokið verki þínu svona seint, hefðum við ennþá haft tíma til að fara niður í bæ (bæinn). Spurðu hann, hvort þú megir gera það.

22. B. 1. segðu. 2. farðu. 3. sendu. 4. hafðu. 5. taktu. 6. hringdu. 7. bíddu. 8. láttu. 9. sendu. 10. brjóttu.

22. C. 1. verði. 2. færi, kæmi. 3. frjósi. 4. sé. 5. ætli. 6. bíði. 7. geti. 8. standi. 9. leitir. 10. væri.

23.A. Við getum hist í borginni (í bænum) á morgun. Þeim mun heppnast (takast) verkið vel. Hann sagði, að hann vildi reyna það. Þú hefur nógan tíma til að setjast niður og drekka kaffibolla. Jón og Guðrún ferðast oft til Þýskalands. Þau giftust í fyrra. Honum tókst að ná skipinu fyrir brottför. Það er varla við því að búast, að hann geti komið í dag. Ég óttast, að strætó (strætisvagninn) sé farinn. Því lengur sem við lifum, því eldri verðum við (því meira eldumst við). Með hverju ári bætist eitt ár við. Ég held, að þér takist það.

23.B. 1. bjuggumst, höfum búist. 2. ferðuðust, hafið ferðast. 3. kvaðst, hefur kveðist. 4. styttist, hefur styst. 5. hittumst, höfum hist. 6. heilsuðust, hafa heilsast. 7. sagðist, hefur sagst. 8. óttaðist, hefur óttast. 9. skrifuðust, hafa skrifast. 10. dáðist, hefur dáðst. 11. þóttist, hefur þóst. 12. fréttist, hefur frést. 13. leiddist, hefur leiðst. 14. gafst, hefur gefist. 15. tókst, hefur tekist.

24.A. Ef það rignir úti og hvassviðri er, er betra fyrir okkur að vera inni og lesa góðar bækur. Í gær rigndi mikið og þá byrjaði ég að lesa skáldsögu Halldórs Kiljan Laxness (eftir Halldór Kiljan Laxness). Þessi skáldsaga heitir »Salka Valka« og er ein sú frægasta (meðal þeirra frægustu), sem hann hefur nokkru sinni skrifað. Við vonum, að það frjósi ekki (verði ekki frost) á morgun. Í frosti verðum við að klæðast vel (klæða okkur vel). Skipið fórst í miklu hvassviðri (miklu roki, miklum stormi). Hann dregur upp á sig (það dregur upp ský, það verður skýjað) og það gæti bráðum rignt eða snjóað (farið að rigna eða snjóa).

24.B. 1. gluggann. 2. þennan mann. 3. öllu illu. 4. garðinn. 5. brúna. 6. bæjarins. 7. föður sínum. 8. þeim (**oder** þá). 9. hverju, þessu. 10. þessu húsi. 11. veginum. 12. árinnar. 13. borðið. 14. borðinu. 15. hans. 16. mikillar vinnu. 17. erfiðra aðstæðna. 18. borðinu. 19. borgina (**oder** borginni). 20. hússins. 21. þessara tveggja manna. 22. barnanna. 23. annars. 24. hjálpar. 25. dyrunum.

Aufbau des Wörterverzeichnisses

Im Wörterverzeichnis sind alle Wörter, die in den grammatischen Übungen, den Lesestücken und den Ausspracheübungen vorkommen, enthalten. Als ein Buchstabe gelten **a, á; i, í; e, é; o, ó; u, ú; y, ý**. Die Buchstaben **ö, æ** werden dagegen gesondert behandelt und stehen in der normalen alphabetischen Reihenfolge am Ende des Alphabets.

Jedem aufgeführten Wort ist die notwendige grammatische Information beigefügt, um es flektieren bzw. konjugieren zu können. Dazu hier einige Beispiele:

Substantive:
Beim starken Substantiv werden drei Kasusendungen angegeben: Dat. Sg., Gen. Sg. und Nom. Pl. Auch werden das grammatische Geschlecht und das Paradigma angegeben, nach dem es dekliniert wird, durch die entsprechende Ziffer. Beispiele:
bátur m. 1 (-i, -s, -ar) Boot, d. h. Maskulinum, Paradigma 1, Dat. **báti**, Gen. **báts**, Nom. Pl. **bátar**. Mit diesen Hinweisen sind die nicht aufgeführten Kasusformen leicht abzuleiten. Fehlende Kasusendungen (Null-Endungen) werden durch einen Strich (–) bezeichnet, z. B.:
hús n. 43 (-i, -húss, -) Haus, d. h. Neutrum, Paradigma 43, Dat. **húsi**, Gen. **húss**, Nom. Pl. **hús**.
Beim schwachen Substantiv werden nur zwei Kasus, Gen. Sg. und Nom. Pl. angegeben, z. B.:
saga f. 58 (sögu, sögur) Geschichte, d. h. Femininum, Paradigma 58, Gen. **sögu**, Nom. Pl. **sögur**.
In gewissen Fällen können zusätzliche notwendige Hinweise gegeben werden. Z. B. steht bei Substantiven, die keinen Plural besitzen, der Hinweis **ohne pl.** Bei Substantiven, die nur im Plural vorkommen, steht **pl.** nach der Genusbezeichnung. Wenn der Plural eine andere und besondere Bedeutung hat, wird auch sie genannt.

Adjektive:
Beim Adjektiv werden das Paradigma, die Formen im Sg. der drei
Geschlechter und die Steigerungsformen vermerkt, z. B.:
vanur adj. 1 (vön, vant; -ari, -astur) gewohnt, d. h. Paradigma 1,
Fem. **vön,** Neutrum **vant;** Komparativ **vanari,** Superlativ **van-
astur.**
Damit können sämtliche fehlenden Formen des Adjektivs
erschlossen werden.

Verben:
Beim Verb werden die Konjugationsklasse und die Grundfor-
men, von denen die anderen Formen abgeleitet werden, genannt,
z. B.:
fara vi. abl. 6 (fór, fórum, farið) fahren, d. h. intransitives Verb,
Ablautklasse 6, Imperfekt Sg. **fór,** Pl. **fórum,** Part. Perf. **farið.**
Beim schwach konjugierten Verb werden nur drei Grundformen
angegeben. Schwache Verben haben keinen Ablaut. Z. B.:
kalla vt. 4 (kallaði, kallað) rufen, d. h. transitives Verb, schwache
Konjugation Gruppe 4, Imperfekt **kallaði,** Part. Perf. **kallað.** In
gewissen Fällen werden zusätzliche Hinweise angegeben.
Im Wörterverzeichnis stehen alle zusammengesetzen Wörter,
weil es für den Anfänger oft schwierig ist, Zusammensetzungen
als solche zu erkennen. Bei fortgeschrittener Vertrautheit mit der
Sprache werden zusammengesetzte Wörter leicht als solche
erkannt, so daß ihre Bedeutung in den meisten Fällen verhältnis-
mäßig leicht erschlossen werden kann.
Nur ausnahmsweise wird die Aussprache in eckigen Klammern
angegeben. Der Leser, der die Regeln der Aussprache beherrscht,
kann sie im allgemeinen mühelos aus der orthographischen Form
entnehmen.
Bei wörtlichen Zitaten, in denen auf die Lesetexte hingewiesen
wird, steht die Nummer des Lesetextes in eckigen Klammern
hinter dem betreffenden Zitat, z. B. [6] bedeutet, daß das Zitat aus
dem Lesetext Nr. 6 stammt.

WÖRTERVERZEICHNIS

A, Á

á präp. mit dat. oder akk.
(2.7.0) in, auf; **á Spáni** in
Spanien; **á Akureyri** in (zu)
Akureyri; **á daginn** am Ta-
ge, tagsüber; **á sumrin** im
Sommer

á f. 26 (-, ár, ár) Fluß

ábyrgðarstarf n. 47 (-i, -s,
-störf) verantwortungsvolle
Stellung

að kon. daß

að präp. mit dat. zu, bis, von

að Infinitivzeichen (2.10.0) zu;
að koma zu kommen

aðalbláber n. 44 (-i, -s, -) Hei-
delbeere; Blaubeere

aðalbláberjabrekka f. 55 (-u,
-ur) Abhang, wo Blaubee-
ren wachsen

aðall m. 2 (-ðli, -ls, ohne pl.)
Adel

aðalmáltíð f. 29 (-, -ar, -ir)
Hauptmahlzeit

aðalsprungusvæði n. 48 (-, -s,
-) Hauptspaltengebiet

aðeins adv. nur; nicht mehr als

aðfluttur adj. 1 (aðflutt,
aðflutt) zugewandert; ein-
gewandert

aðgreining f. 24 (-u, -ar, ohne

pl.) Unterscheidung; Tren-
nung

aðkomufólk n. 43 (-i, -s, ohne
pl.) Fremde; fremde Leute;
Zuwanderer

aðstaða f. 58 (-stöðu, -stöður)
Lage; Stellung

aðstæða f. 55 (-u, -ur) Um-
stand

áður en kon. bevor

áður adv. komp. früher, vor-
her; **áður fyrr** in früheren
Zeiten

af präp. mit dat. von; aus

áfangastaður m. 12 (-, -ar, -ir)
Reiseziel

afgreiðsla f. 55 (-u, -ur) Ver-
sandstelle; Bedienung; Ab-
fertigung, Schalter

afgreiðsluborð n. 43 (-i, -s, -)
Ladentisch

afgreiðslustúlka f. 55 (-u, -ur)
Verkäuferin

afhallandi adj. unfl. geneigt; **að
afhallandi miðjum morgni**
morgens kurz vor 6 Uhr [8]

afhenda vt. 2 (afhenti, afhent)
übergeben; überreichen

afi m. 51 (-a, -ar) Großvater,
Opa

afl n. 47 (-i, -s, öfl) Kraft; Ge-
walt; Energie

aflabrögð n. pl. 47 Fischfang
aflahrota f. 55 (-u, -ur) gro-
ßer Fischfang
afleiðing f. 24 (-u, -ar, -ar)
Folge
afli m. 51 (-a, -ar) Fang,
Fischfang
aflíðandi adj. unfl. sanft ge-
neigt
afmæli n. 48 (-, -s, -) Ge-
burtstag; Jahrestag
afrakstur m. 3 (-stri, -urs,
ohne pl.) Resultat; Gewinn
afreksmaður m. 22 (-manni,
-manns, -menn) Held;
Künstler
afskaplega adv. sehr
afskekktur adj. 1 (-skekkt,
-skekkt; -ari, -astur) entle-
gen, abseits
afskiptalaus adj. 1 (-laus,
-laust; -(a)ri, -astur) pas-
siv, teilnahmslos; unbe-
rücksichtigt
aftur adv. wieder
afvikinn adj. 4 (-vikin, -vi-
kið; -viknari, -viknastur)
abseits, entlegen
ágúst m. unfl. August
ágætlega adv. gut, ausge-
zeichnet
ágætur adj. 1 (ágæt, ágætt;
-ari, -astur) gut, ausge-
zeichnet
áhrif n. pl. 43 Einfluß

áhrínsorð n. 43 (-i, -s, -);
það varð að áhrínsorðum
diese Worte gingen in Er-
füllung [2]
áhöfn f. 30 (-, áhafnar, áhaf-
nir) Besatzung
aka vt. abl. 6 (ók, ókum,
ekið) fahren; aka bíl Auto
fahren
ákaft adv. eifrig, heftig
ákafur adj. 1 (áköf, ákaft;
-ari, -astur) eifrig, heftig
akrein f. 23 (-, -ar, -ar) Fahr-
bahn; Fahrspur
akstur m. 3 (-stri, -urs, ohne
pl.) Fahren
akur m. 3 (-kri, -urs, -krar)
Acker
ákveða vt. abl. 5 (ákvað, ák-
váðum, ákveðið) beschlie-
ßen, entscheiden
álag n. 47 (-i, -s, álög) Bela-
stung; pl. álög Verzaube-
rung
aldarfjórðungur m. 1 (-i, -s,
-ar) Vierteljahrhundert (25
Jahre)
aldamót n. pl. 43 Jahrhun-
dertwende
aldur m. 3 (-ldri, -urs, ohne
pl.) Alter; fjörutíu ára að
aldri im Alter von vierzig
Jahren; á aldrinum 11 til
14 ára im Alter von 11 bis
14 Jahren

aleinn adj.5 (alein, aleitt) allein

áleitinn adj.4 (áleitin, áleitið; áleitnari, áleitnastur) aufdringlich, persistent

algengur adj.1 (-geng, -gengt; -ari, -astur) häufig, allgemein

álit n.43 (-i, -s, -) Meinung; **að mínu áliti** meiner Meinung nach

álíta vt.abl.1 (áleit, álitum, álitið) meinen; betrachten; dafürhalten

alls adv. insgesamt, zusammen; im ganzen

allsherjarríki n.48 (-, -s, -) Staat (der das ganze Land umfaßt)

allsherjarþing n.43 (-i, -s, -) Parlament (für das ganze Land) (eigentl. »Gesamtparlament«)

allsráðandi adj.unfl. vorherrschend, alleinherrschend

alltaf adv. immer, stets

allur ind.pron. (2.5.7) alle, ganz; **allan daginn** den ganzen Tag; **alla leiðina** den ganzen Weg; **allt í lagi** alles in Ordnung

almennur adj.1 (-menn, -mennt; -(a)ri, -astur) allgemein, gewöhnlich

Alþingi n.48 (-, -s) Parlament (Name des isländischen Parlaments)

alþýðulýðveldi n.48 (-, -s, -) Volksrepublik

amma f.58 (ömmu, ömmur) Großmutter, Oma

án präp. mit gen. ohne

andi m.51 (-a, -ar) Geist; Atmosphäre

andkaf n.47 (-i, -s, andköf) tiefes Einatmen; pl. **andköf** Atemnot

andlegur adj.1 (-leg, -legt; -(a)ri, -astur) geistig; intellektuell

andvari m.51 (-a, ohne pl.) leiser Wind; Wachsamkeit

Anna f.58 (Önnu) weibl. Vorname

annar z. (2.4.1) der zweite; **annars staðar** an einem anderen Ort; anderswo

annar ind.pron. (2.5.7) der andere

annars vegar adv. einerseits, auf der einen Seite

annast vt.4 (med.) (annaðist, annast) pflegen; besorgen; **annast vörslu e-s** etwas hüten

annes n.44 (-i, -ness, -) Landzunge

ánægjulegur adj.1 (-leg, -legt; -(a)ri, -astur) erfreulich

apríl m.unfl. April

ár n. 43 (-i, -s, -) Jahr; **á hverju ári** jedes Jahr, jährlich

arðbær adj. 1 (arðbær, arðbært; -ari, -astur) gewinnbringend

áreiðanlegur adj. 1 (-leg, -legt -(a)ri, -astur) zuverlässig; sicher

arfur m. 1 (-, -s, ohne pl.) Erbe n.

ári m. 51 (-a, -ar) Gefolgsmann; (kleiner) Teufel

árset n. 43 (-i, -s, -) Flußbett

árshátíð f. 29 (-, -ar, -ir) Jahresfest, Jahresfeier

árstími m. 51 (-a, -ar) Jahreszeit

ástæða f. 55 (-u, -ur) Grund, Ursache

atburður m. 12 (-i, -ar, -ir) Ereignis; Begebenheit

athuga vt. 4 (athugaði, athugað) untersuchen; überprüfen; betrachten

athygli f. 57 (-, ohne pl.) Aufmerksamkeit; **vekja athygli** Aufsehen erregen [5]

athöfn f. 30 (-, hafnar, -hafnir) Akt; Handlung; Feier

Atlantshaf n. 47 (-i, -s, -höf) Atlantischer Ozean

átta z. (2.4.0) acht

áttavilltur adj. 1 (-villt, -villt; -ari, -astur) verirrt

atvinna f. 55 (-u, ohne pl.) Arbeit; Beschäftigung

atvinnulíf n. 43 (-i, -s, ohne pl.) Arbeit; Wirtschaft

auðveldur adj. 1 (-veld, -velt; -ari, -astur) leicht; einfach

auga n. 59 (-, -u) Auge

auglýsing f. 24 (-u, -ar, -ar) Anzeige

augnablik n. 43 (-i, -s, -) Augenblick; Moment; **í augnablikinu** im Moment

auk þess adv. außerdem; darüber hinaus

auka vt. abl. 7 (jók, jukum, aukið; präs. eyk; impf., konj. yki) vermehren; **aukast** (med.) sich vermehren

austari adj. komp. (sup. austastur) weiter nach Osten

austur n. 46 (-stri, -urs, ohne pl.) Osten

Austur-Húnavatnssýsla f. 55 (-u, -ur) Provinz in Nordisland

Austurstræti n. 48 (-, -s, -) Straße in Reykjavík (eigentlich: »Straße des Ostens« oder »Oststraße«)

ávallt adv. immer

áætlun f. 31 (-, -ar, -anir) Plan; Schätzung; Programm

áætlunarbíll m. 2 (-, -s, -ar) Bus (im Überlandverkehr),

245

der nach festem Fahrplan fährt

áætlunarflug n. 43 (-i, -s, -) planmäßiger Flug

B

bábilja f. 56 (-ju, -jur) Aberglaube; unbegründete Behauptung

baðstofa f. 55 (-u, -ur) Wohnraum, Stube (auf den alten isländischen Bauernhöfen)

baggi m. 51 (-a, -ar) Pack, Packen

bak n. 47 (-i, -s, bök) Rücken

baka: til baka adv. zurück

bára f. 55 (-u, -ur) Welle, Woge; sjaldan er ein báran stök ein Unglück kommt selten allein

barátta f. 55 (-u, ohne pl.) Kampf

barn n. 47 (-i, -s, börn) Kind

barnabarn n. 47 (-i, -s, -börn) Enkelkind

barnslegur adj. 1 (-leg, -legt; -gri, -astur) kindlich, kindisch

bátur m. 1 (-i, -s, -ar) Boot; Fischkutter

beinn adj. 5 (bein, beint; beinni, beinastur) gerade, aufrecht; direkt

beint adv. direkt

beislisstöng f. 30 (-, -stangar, -stangir oder -stengur) Zaumzeug

ber n. 44 (-i, -rs, -) Beere; sækja til berja Beeren aufsuchen [5]

bera vt. abl. 4 (bar, bárum, borið) tragen; bera nafn Namen haben (tragen); bera við loft herausragen, deutlich sein

berhöfðaður adj. 1 (-höfðuð), -höfðað) barköpfig, barhäuptig

berjaland n. 47 (-i, -s, -lönd) Landschaft, wo Beeren wachsen

bernskustöðvar f. pl. 27 Kindheitsgegend; Gegend, in der man seine Kindheit verbringt

betra adv. komp. besser, siehe vel

betri adj. komp. besser, siehe góður

bíða vt. abl. 1 (beið, biðum, beðið) warten; bíða e-s, bíða eftir e-m auf jemanden warten

biðja vt. abl. 5 (bað, báðum, beðið) bitten; erbitten; biðja um e-ð um etwas bitten

bifreið f. 29 (-, -ar, -ir) Auto

bila vi. 4 (bilaði, bilað) Schaden haben; kaputt gehen

bílfær adj. 1 (-fær, -fært; ari, -astur) fahrbar (für Autos)

bíll m. 2 (bíl, bíls, bílar) Auto, Wagen

binda vt. abl. 3 (batt, bundum, bundið) binden

bindi n. 48 (-, -s, -) Band (Buchwesen); Krawatte

bíósalur m. 9 (-, -s, -ir) Kinosaal

birkikjarr n. 47 (-i, -s, ohne pl.) Birkengesträuch

birting f. 24 (-u, -ar, -ar) Dämmerung; Veröffentlichung

bíta vt. abl. 1 (beit, bitum, bitið) beißen

bjáni m. 51 (-a, -ar) Dummkopf; Tropf

bjarga vt. 4 (bjargaði, bjargað) retten; bjarga málum die Probleme lösen, einen Ausweg finden

Bjarnarflag n. 47 (-i, -s) Ortsname (bei Mývatn in Nordisland)

bjartsýni f. 57 (-, ohne pl.) Optimismus

bjartur adj. 1 (björt, bjart; -ari, -astur) hell, klar

bjóða vt. abl. 2 (bauð, buðum, boðið) bieten, anbieten; einladen; befehlen; bjóða e-m heim oder út jemanden einladen; bjóða upp á anbieten; gestirnir buðu sér inn die Gäste luden sich ein [7]

björgunarsveit f. 29 (-, -ar, -ir) Rettungseinheit; Rettungsmannschaft

bláber n. 44 (-i, -s, -) Blaubeere

blað n. 47 (-i, -s, blöð) Blatt; Zeitung

blár adj. 3 (blá, blátt; blárri, bláastur) blau

blasa vi. 3 (blasti, blasað); blasa við deutlich sichtbar sein

blása vt., vi. abl. 7 (blés, blésum, blásið) blasen; pusten; wehen

blek n. 43 (-i, -s, – oder ohne pl.) Tinte

blokk f. 29 (-, -ar, -ir) Heft; Fischpfanne [4]; Haus mit vielen Wohnungen

blóm n. 43 (-i, -s, -) Blume

blómlegur adj. 1 (-leg, -legt; -(a)ri, -astur) blühend, frisch

blotna vi. 4 (blotnaði, blotnað) naß werden

blýantur m. 1 (-i, -s, -ar) Bleistift

boð n. 43 (-i, -s, -) Einladung; Befehl; Bitte; Auskunft

bógur m. 1 (-i, -s, -ar) Bug; norður á bóginn in nördliche Richtung

bók f. 34 (-, -ar, bækur) Buch

bókasafn n. 47 (-i, -s, -söfn) Bibliothek, Bücherei

bókaútgáfa f. 55 (-u, -ur) Verlag

bolli [potlɪ] m. 51 (-a, -ar) Tasse

bolti m. 51 (-, -ar) Ball

bóndabær m. 10 (-, -jar, -ir) Bauernhof

bóndi m. 53 (-a, bændur) Bauer, Landwirt

borð n. 43 (-i, -s, -) Tisch; Bord (Schiff, Flugzeug)

borða vt. 4 (borðaði, borðað) essen

borg f. 29 (-, -ar, -ir) Stadt

borga vt. 4 (borgaði, borgað) bezahlen, zahlen

Borgarnes n. 44 (-i, -ness) Ort im westlichen Island

bót f. 34 (-, -ar, bætur) Flicken; Abhilfe; er það mjög til bóta es ist wesentlich besser [3]

bráðna vi. 4 (bráðnaði, bráðnað) schmelzen

bráðnauðsynlegur adj. 1 (-leg, -legt; -legri, -legastur) absolut notwendig

bráðum adv. bald

brátt adv. bald; schnell

brattur adj. 1 (brött, bratt; brattari, brattastur) steil

bréf n. 43 (-i, -s, -) Brief; Papier

bregða vt. abl. 3 (bragð oder brá, brugðum, brugðið);

bregða sér í selslíki sich in einen Seehund verwandeln

Breiðafjörður m. 14 (-firði, -fjarðar) Name einer Bucht im westlichen Island (eigentl. »Breite Bucht«)

brekka f. 55 (-u, -ur) Abhang, Steilhang

brennivín n. 43 (-i, -s, ohne pl.) Branntwein

breyta vt. 2 (breytti, breytt) ändern; verändern

brim n. 43 (-i, -s, ohne pl.) Brandung

brjóta vt. abl. 2 (braut, brutum, brotið) brechen; knikken

bróðir m. 18 (-ur, -ur, bræður) Bruder

bros n. 43 (-i, bross, -) Lächeln

brottför f. 30 (-, -farar, -farir) Abfahrt; Abreise; Ausreise

brú f. 35 (-, -ar, brýr) Brücke

bryggja f. 56 (-ju, -jur) Schiffsbrücke; Anlegebrükke, Kai

bræðabörn n. pl. 47 Kinder von Brüdern

bræðadætur n. pl. 41 Töchter von Brüdern

bræðasynir m. pl. 15 Söhne von Brüdern

bræla f. 55 (-u, -ur) schlechtes Fangwetter

bú n. 43 (-i, -s, -) Hof; Wirtschaft (vor allem landwirtschaftlicher Betrieb

búa vi. abl. 7 (bjó, bjuggum, búið) wohnen; einen landwirtschaftlichen Betrieb haben; **búast við e-u** etwas erwarten; **búast til e-s** sich auf etwas vorbereiten

búð f. 29 (-, -ar, -ir) Laden; Geschäft

búðarkassi m. 51 (-a, -ar) Kasse

búinn adj. 4 (búin, búið) fertig; vorbereitet; ausgerüstet; **vel búinn** gut ausgerüstet [10]

búnaður m. 1 (-i, -s, ohne pl.) Anlage; Ausrüstung

burtu (burt) adv. weg

búskapur m. 9 (-, -s oder -ar, ohne pl.) Landwirtschaft

byggð f. 29 (-, -ar, -ir) Wohngebiet; bewohntes Land; Siedlung; Besiedlung

byggðarlag n. 47 (-i, -s, -lög) Gemeinde; Ort

bygging f. 24 (-u, -ar, -ar) Bau; Gebäude; Bauwerk

byggja vt. 2 (byggði, byggt) bauen

bylur m. 10 (-, -jar, -jir oder -ir) Schneesturm

byrja vi., vt. 4 (byrjaði, byrjað) beginnen, anfangen

byrjun f. 31 (-, -ar, -anir) Anfang, Beginn; **í byrjun** am Anfang; anfangs

bæði – og kon. sowohl – als auch

bæjarhús n. pl. 43 Bauernhof (eigentl. »die Häuser des Hofes«, wird vor allem für die alten isländischen Bauernhöfe verwendet)

bæjarlíf n. 43 (-i, -s, -) Leben in der Stadt; Stadtleben

bæjarstjórn f. 29 (-, -ar, -ir) Bürgerschaft; Gemeinderat

bæli n. 48 (-, -s, -) Bett; Höhle; Lager

bændafjölskylda f. 55 (-u, -ur) Bauernfamilie

bær m. 10 (bæ, -jar, bæir) Stadt; Kleinstadt; Gehöft; Bauernhof

bæta vt. 2 (bætti, bætt) verbessern; **bætast við** hinzukommen

D

dagblað n. 47 (-i, -s, -blöð) Zeitung, Tageszeitung

daglega adv. täglich

daglegur adj. 1 (-leg, -legt; -legri, -legastur) täglich

dagur m. 1 (degi, -s, -ar, dat. pl. dögum) Tag; **í dag**

249

heute; **á daginn** am Tage, tagsüber; **á dag** am Tage; täglich; jeden Tag; **að degi til** am Tage

dagvinna f. 55 (-u, ohne pl.) Tagesarbeit (d. h. die gesetzlichen acht Arbeitsstunden am Tage)

dálítið adv. etwas; ein wenig

dalur m. 9 (-, -s, -ir) Tal

Dalvík f. 36 (-, -ur) Ortsname (Stadt im Norden Islands)

dapurlegur adj. 1 (-leg, -legt; -(a)ri, -astur) traurig

dást vi. 2 (med.) (dáðist, dáðst) bewundern; **dást að e-u** etwas bewundern

daunn m. 2 (-i, -s, ohne pl.) Geruch

dável adv. sehr gut, ziemlich gut

deila vt. 2 (deildi, deilt) streiten; teilen; trennen

dekkbátur m. 1 (-i, -s, -ar) überdecktes Boot

desember m. unfl. Dezember

deyja vi. abl. 6 (dó, dóum, dáið) sterben; erlöschen

dimma vi. 3 (dimmdi, dimmt) dunkel werden

Djúpifjörður m. 14 (-firði, -fjarðar) Fjordname im westlichen Island (eigentl. »der tiefe Fjord«)

djúpur adj. 1 (djúp, djúpt; dýpri, dýpstur oder djúpari, djúpastur) tief

dóttir f. 41 (-ur, -ur, dætur) Tochter

draga vt. abl. 6 (dró, drógum, dregið) ziehen; schleppen; **draga fisk** fischen; **það dregur upp ský** Wolken ziehen auf den Himmel; **draga úr** verringern

dragá f. 26 (-, -ár, -ár) Fluß (der kein Gletscherwasser mitführt)

draumaland n. 47 (-i, -s, -lönd) Traumland

dreifar f. pl. 23 verstreutes Heu, Heureste

drekka vt. abl. 3 (drakk, drukkum, drukkið) trinken

drengur m. 10 (-, -s, -ir) Junge; Knabe; Held; edler Mensch

dreyma vt. 2 (dreymdi, dreymt) träumen

drjúgur adj. 1 (drjúg, drjúgt; drýgri, drýgstur oder drjúgari, drjúgastur) bedeutend, überraschend viel; beträchtlich

Drottinn m. 2 (akk. sg. Drottinn; -tni, -ins, -tnar) Herrgott

dræmur adj. 1 (dræm, dræmt; -ari, -astur) gering; zögernd

duga vi. 3 (dugaði, dugað) taugen; genug sein
duglegur adj. 1 (-leg, -legt; -(a)ri, -astur) tüchtig
dynja vi. 1 (dundi, dunið) dröhnen, toben
dýpkun f. 31 (-, -unar, -anir) Vertiefung; Ausgraben; Ausgrabung
dyr f. pl. 35 (dat. pl. dyrum) Tür
dýr n. 43 (-i, -s, -) Tier
dýr adj. 1 (dýr, dýrt; -ari, -astur) teuer
dýralæknir m. 4 (-i, -s, -ar) Tierarzt
dýrlegur adj. 1 (-leg, -legt; -(a)ri, -astur) wunderbar
dæmi n. 48 (-, -s, -) Beispiel; til dæmis zum Beispiel
dæmigerður adj. 1 (-gerð, -gert; -ari -astur) typisch
dökkur adj. 1 (dökk, dökkt; dekkri, dekkstur) dunkel

E, É

eða kon. oder
eðlilegur adj. 1 (-leg, -legt; -(a)ri, -astur) natürlich; normal
efast vi. 4 med. (-aðist, -st) zweifeln; efast um e-ð an etwas zweifeln

efni n. 43 (-, -s, -) Stoff; Inhalt
efri adj. komp. (sup. efstur) der obere; efri hluti der obere Teil; hið efra im oberen Teil [5]
eftir präp. mit akk. oder dat. nach; eftir hádegi nachmittags
eftirmiðdagur m. 1 (-degi, -s, -ar) Nachmittag; um eftirmiðdaginn nachmittags
eftirstöðvar f. pl. 27 Rest(e); Rückstand
eftirvinna f. 55 (-u, ohne pl.) Überstunden
ég pers. pron. (2.5.1) ich
egg n. 44 (-i, -s, -) Ei
Egill m. 2 (Agli, Egils) männl. Vorname
eiga vt. ur. (á, átti, átt) (2.6.6) besitzen; eiga að + Inf. müssen, sollen; hann á að koma er muß kommen; eiga heima wohnen; kóngurinn vissi dável, við hverja hann átti der König wußte sehr gut, mit wem er zu tun hatte [1]; eiga undir e-u von etwas abhängig sein [6]
eiginn adj. 4 (eigin, eigið; ohne komp. und sup.) eigen (unregelmäßiges adj. von dem nur die Formen eiginn, eigin, eigið existieren und

251

für alle Kasus verwendet werden)

eimreið f. 29 (-, -ar, -ir) Zugmaschine, Lokomotive

einangrun f. 31 (-, -ar, ohne pl.) Isolierung; Einsamkeit

Einar m. 1 (-i, -s) männl. Vorname

einbirni n. 48 (-, -s, -) einziges Kind

einfaldur adj. 1 (-föld, -falt; -ari, -astur) einfach

einkum adv. vor allem, hauptsächlich; besonders

einmitt adv. genau

einmunatíð f. 29 (-, -ar, ohne pl.) sehr gutes Wetter

einn z. (2.4.0, 2.4.1) ein; **einu sinni** einmal

einn ind. pron. (2.5.7, Flexion wie die des Zahlwortes **einn** 2.4.1) ein; **kerling ein** eine alte Frau [2]

einnig adv. auch

eins konar adv. eine Art von

eins og kon. wie

einstaklingur m. 1 (-i, -s, -ar) Individuum

einstakur adj. 1 (-stök, -stakt; -ari, -astur) einzelner; einzeln; besonderer

ekki adv. nicht; kein (2.8.2)

eldast vi. 3 (eltist, elst) älter werden

eldgos n. 43 (-i, -goss, -) Vulkanausbruch

elding f. 24 (-u, -ar, -ar) Blitz; Dämmerung; erste Zeit [6]

elstur adj. sup. der älteste, siehe **gamall**

en kon. aber

en kon. als (nach Komparativ); **Ísland er minna en Þýskaland** Island ist kleiner als Deutschland

enda kon. (2.9.0) folglich, da

endurreisa vt. 2 (endurreisti, endurreist) neugründen, wiedereinführen

engi n. 48 (-, -s, -) Wiese

enginn ind. pron. (2.5.7) niemand, keiner; n. **ekkert** nichts; **engu að síður** trotzdem

enn adv. noch

ennþá adv. noch

er rel. pron. (2.5.5) der, die, das

er kon. als, wenn

erfiðleiki m. 51 (-a, -ar) Schwierigkeit

erfiður ad. 1 (erfið, erfitt; -ari, -astur) schwer, schwierig; beschwerlich, mühsam

erlendis adv. im Ausland

erlendur adj. 1 (erlend, erlent; -ari, -astur) ausländisch, fremd

Esja f. 55 (-u) Berg nördlich von Reykjavík

Esperanto n. unfl. Esperanto

Evrópa f. 55 (-u) Europa

ey f. 28 (-, -jar, -jar) Insel (mit Artikel sind die Formen Nom. Sg. **eyjan**, Akk. Sg. **eyjuna**, Dat. Sg. **eynni**, Gen. Sg. **eynnar** oder **eyjunnar**)

eyða vt. 2 (eyddi, eytt) vernichten; verwüsten; zestören; verbringen (Zeit)

eyja f. 56, 28 (-ju-jar, -jar oder -jur) Insel

Eyjafjöll n. pl. 47 Berge in Südisland (eigentl. »Inselberge«)

eyra n. 59 (-, -u) Ohr

F

fá vt. abl. 7 (fékk, fengum, fengið) bekommen, erhalten; **fá sér e-ð að borða** etwas zum Essen bestellen (kaufen)

faðir m. 17 (föður, föður, feður) Vater

fagur adj. 2 (fögur, fagurt; fegri oder fegurri, fegurstur) schön

fágætur adj. 1 (fágæt, fágætt; -ari, -astur) selten

fálki m. 51 (-a, -ar) Falke

falla vi. abl. 7 (féll, féllum, fallið) fallen; **áin fellur til sjávar** der Fluß mündet ins Meer; **falla niður** nicht stattfinden; hinunterfallen

fallegur adj. 1 (falleg, fallegt; fallegri, fallegastur) schön

fámennur adj. 1 (-menn, -mennt; -(a)ri, -astur) arm an Leuten; wenig bewohnt; wenig (Personen)

fáni m. 51 (-a, -ar) Fahne; **draga fána að húni** die Fahne hissen

far n. 47 (-i, -s, för) Spur, Abdruck; Fahrgelegenheit; **frá fornu fari** seit alten Zeiten

fár adj. 3 (fá, fátt; færri, fæstur) wenig; pl. **fáir** wenige

fara vi. abl. 6 (fór, fórum, farið) fahren, gehen, reisen, sich begeben; **fara í** sich anziehen; **fara á eftir** folgen; **fara fram** Fortschritt machen; (S. 197) geschehen; **fara á fætur** aufstehen; **fara af stað** aufbrechen, eine Reise beginnen, sich auf den Weg begeben; **fara úr** sich ausziehen; **þá mun best fara** dann werden die günstigsten Resultate erreicht [2]

farast vi. abl. 6 (med). (fórst,

253

fórumst, farist) untergehen; **farast á mis** sich verfehlen
farkostur m. 12 (-i, -s, -ir) Verkehrsmittel
farþegaflugvél f. 23 (-i, -ar, -ar) Passagierflugzeug
farþegi m. 51 (-a, -ar) Passagier, Fahrgast
fas n. 47 (-i, fass, ohne pl.) Haltung, Auftreten; Äußere(s); Wesen
fat n. 47 (-i, -s, föt) Kleidungsstück; **föt** pl. Anzug, Kleider
fata f. 58 (fötu, fötur) Eimer
fé n. 45 (koll.) (-, -s oder fjár, ohne pl.) Vieh; Schafe
febrúar m. unfl. Februar
feðgar m. pl. 1 Vater und Sohn
feðgin n. pl. 43 Vater und Tochter
fegurð f. 23 (-, -ar, ohne pl.) Schönheit
félag n. 49 (-i, -s, félög) Verein; Gesellschaft
félagi m. 51 (-a, -ar) Kamerad; Freund; Kollege; **í hópi félaga** unter Kollegen
félagsheimili n. 48 (-, -s, -) Versammlungshaus; Versammlungslokal
félagslíf n. 43 (-i, -s, ohne pl.) Vergnügen; Unterhaltung; Belustigung; Tanzabend
félagsstarfsemi f. 57 (-, ohne

pl.) gesellschaftliche Tätigkeit
félagsvist f. 29 (-, -ar, -ir) Whist (Kartenspiel)
fella vt. 2 (felldi, fellt) fällen; **fellt inn í umgerð reykblárra veggja** in den Rahmen rauchblauer Wände eingebracht [8]
fénaður m. 1 (-i, -ar, ohne pl.) Vieh; Haustiere
ferð f. 29 (-, -ar, -ir) Reise
ferðalag n. 47 (-i, -s, -lög) Reise
ferðalangur m. 1 (-i, -s, -ar) Reisender, Tourist
ferðamaður m. 22 (-manni, -manns, -menn) Reisender, Tourist
ferðast vi. 4 med. (ferðaðist, ferðast) reisen
fermeter m. 3 (-tri, -ers, -trar) Quadratmeter
ferskur adj. 1 (fersk, ferskt; -ari, -astur) frisch
fertugur adj. 1 (fertug, fertugt) vierzig Jahre alt; **um fertugt** um 40 Jahre alt
festa vt. 2 (festi, fest) festigen; befestigen; **festast** (med.) fest werden; sich festigen
festi f. 57 (-, -ar) Seil, Tau; Kette; Halskette
fimm z. (2.4.0) fünf
fimmtán z. (2.4.0) fünfzehn

fimmtudagur m.1 (-degi, -s, -ar) Donnerstag

fingur m.21 (-ri, -urs, -ur) Finger

fingurgull n.43 (-i, -s, -) Ring

finna vt. abl.3 (fann, fundum, fundið; impf. konj. fyndi) finden; **finna e-ð á sér** etwas fühlen; **finna á sér veðrið** wetterfühlig sein; **finna sér borð** sich einen Tisch aussuchen; **finnast** (med.) scheinen; gefunden werden

firma n.59 (-, -u) Firma

fiska vt.4 (fiskaði, fiskað) fischen; **fiskast** (med.) gefischt werden

fiskiðjuver n.43 (-i, -s, -) Fischverarbeitungsbetrieb; Fischfabrik

fiskiðnaður m.1 (-i, -ar, ohne pl.) Fischverarbeitungsindustrie, Fischindustrie

fiskimaður m.22 (-manni, -manns, -menn) Fischer

fiskiþorp n.43 (-i, -s, -) Fischerdorf

fiskur m.1 (-i, -s, -ar) Fisch; **róa til fiskjar** auslaufen, um Fisch zu fangen

fiskverkun f.31 (-, -unar, -anir) Fischverarbeitung

fiskverkunarhús n.43 (-i, -húss, -) Fischverarbeitungshaus

fjall n.47 (-i, -s, fjöll) Berg; **á fjalli** in den Bergen

fjallahlíð f.23 (-, -ar, -ar) Abhang, Berghang

fjallsbrún f.29 (-, -ar, -ir) Berggipfelrand, Bergkante; Bergkamm

fjara f.58 (fjöru, fjörur) Ebbe; Strand

fjarðarbotn m.1 (-i, -s, -ar) der innerste Teil eines Fjords

fjármál n. pl.43 Finanz; Geldwesen

fjarska: í fjarska adv. in der Ferne, weit weg; **úr fjarska** aus (in) der Ferne

fjarvera f.55 (-u, ohne pl.) Abwesenheit

fjórir z. (2.4.0, 2.4.1) vier

fjós n43 (-i, fjóss, -) Kuhstall

fjúka vi. abl.2 (präs. fýk; fauk; fukum, fokið) aufwirbeln, wegwehen, fliegen

fjölbreyttur adj.1 (-breytt, -breytt; -ari, -astur) verschiedenartig; vielseitig

fjöldi m.51 (-a, -ar) Menge; Anzahl; **fjöldinn allur** eine ganze Menge

fjölga vt.4 (fjölgaði, fjölgað) vermehren

fjölskylda f.55 (-u, -ur) Familie, Verwandschaft

fjörður m.14 (firði, fjarðar, firðir) Fjord; Bucht

fjötra vt.4 (fjötraði, fjötrað) fesseln

flá vt.2 (fláði, fláð) das Fell abziehen; enthäuten

flestur adj. sup. die meisten, siehe margur

fljótur adj.1 (fljót, fljótt; -ari, -astur) schnell; rasch

fljúga vi., vt. abl.2 (präs. flýg; flaug, flugum, flogið) fliegen

flóabátur m.1 (-i, -s, -ar) Küstenmotorboot

flói m.51 (-a, -ar) Bucht

flug n.43 (-i, -s, -) Flug

flugfélag n.49 (-i, -s, -félög) Fluggesellschaft

flugstöð f.27 (-, -var, -var) Flughafengebäude

flugvél f.23 (-, -ar, -ar) Flugzeug

flugvöllur m.13 (-velli, -vallar, -vellir) Flughafen, Flugplatz

flutningur m.1 (-i, -s, -ar) Transport, Beförderung

flýta vt.3 (flýtti, flýtt) beschleunigen; flýta sér sich beeilen; klukkan (úrið) flýtir sér die Uhr geht vor

flytja vt.1 (flutti, flutt) befördern; transportieren; bringen; umziehen; flytja inn einführen; flytja út exportieren, ausführen; flytjast

(med.) einziehen; umziehen; transportiert werden

fm. = fermetrar Quadratmeter

fólk n.43 (-i, -s, ohne pl.) Leute; Personen; Volk

foreldri n.48 (-, -s); pl. foreldrar m. 1 Eltern

foringi m.52 (-ja, -jar) Führer, Leiter

form n.43 (-i, -s, -) Form

formæla vt.2 (formælti, formælt) fluchen; formæla em jemanden verdammen

forn adj.1 (forn, fornt; -ari, -astur) alt; antik; frá fornu fari seit alten Zeiten, seit alters her

forneskja f.56 (-ju, -jur) alte Gebräuche

fornminjar f. pl.28 Altertümer; alte Gegenstände

fornsaga f.58 (-sögu, -sögur) alte Geschichte (insbesondere die alte isländische Familiensaga)

fornöld f.30 (-, -aldar, -aldir) Altertum; Vorzeit

fótatak n.47 (-i, -s, -tök) Schritt

fótur m.20 (fæti, fótar, fætur) Fuß

fram adv. vorwärts; hinaus; fram á nótt bis in die Nacht hinein; fram eftir kvöldi bis in den Abend hinein

framkvæmd f. 29 (-, -ar, -ir) Unternehmen

frammi adv. vorne; **frammi á annesjum** vorne auf den Landzungen (Halbinseln)

framtíð f. 29 (-, -ar, ohne pl.) Zukunft

framtíðarmark n. 47 (-i, -s, -mörk) Zukunftsziel

frekar adv. etwas, ziemlich

frekari adj. komp. genauer, deutlicher

frelsi n. 48 (-, -s, ohne pl.) Freiheit

fremur adv. ziemlich

frestur m. 8 (-i, -s, -ir) Frist; Aufschub; **á 30 ára fresti** alle 30 Jahre

frétt f. 29 (-, -ar, -ir) Nachricht

frétta vt. 2 (frétti, frétt) erfahren; hören; **fréttast** (med.) sich verbreiten (Nachricht); Nachricht erhalten

fréttaritari m. 51 (-a, -ar) Korrespondent

frilla [frɪtla] f. 55 (-u, -ur) Geliebte; Konkubine; Dirne

frítími m. 51 (-a, -ar) Ferien; Erholungszeit; freie Stunde

frjósa vi. abl. 2 (fraus, frusum, frosið; präs. frýs) frieren, zufrieren

fróðlegur adj. 1 (-leg, -legt; -(a)ri, -astur) lehrreich, interessant

frost n. 43 (-i, -s, ohne pl.) Frost

frostmark n. 47 (-i, -s, -mörk) Gefrierpunkt

frumsögulegur adj. 1 (-leg, -legt; -(a)ri, -astur) urzeitlich; vorgeschichtlich

frystihús n. 43 (-i, -s, -) Gefrierhaus; Fabrikanlage zum Einfrieren von frischen Waren

fræðsla f. 55 (-u, ohne pl.) Unterricht, Belehrung

frægur adj. 1 (fræg, frægt; -ari, -astur) berühmt

frændfólk n. 43 (-i, -s, ohne pl.) Verwandte (pl.)

frændi m. 53 (-a, -ur) Verwandter, bes. Vetter oder Onkel

frænka f. 55 (-u, -ur) Verwandte, bes. Tante oder Kusine

fugl m. 1 (-i, -s, -ar) Vogel

fuglaveiði f. 57 (-, -ar, -ar) Vogeljagd, Vogelfang

fullorðinn adj. 4 (-orðin, -orðið; -ari, -astur) erwachsen

fullyrða vt. 3 (-ti, -yrt) behaupten; versichern; **fullyrða má** man kann behaupten

fundur m. 12 (-i, -ar, -ir) Versammlung, Sitzung

257

fylgja vt.2 (fylgdi, fylgt) folgen; **fylgja ráði (ráðum)** einem Ratschlag folgen; **fylgja með** mitkommen; zu etwas gehören

fyrir präp. mit dat. oder akk. (2.7.0) für; **fyrir framan** vor

fyrirferðarmikill adj.6 (-mikil, -mikið; -meiri, -mestur) von großem Umfang; bedeutend; sehr groß

fyrirtæki n.48 (-, -s, -; dat.pl. fyrirtækjum, gen.pl. fyrirtækja) Firma; Betrieb; Industriebetrieb

fyrra: í fyrra adv. im letzten Jahr

fyrramál: í fyrramálið adv. morgen früh

fyrrgreindur adj.1 (-greind, -greint) schon erwähnt

fyrst adv. zuerst; anfangs

fyrsti z. (2.4.0) der erste; **í fyrstu** anfangs, in der ersten Zeit

fýsilegur adj.1 (-leg, -legt; -(a)ri, -astur) schön; reizend

fæða vt.2 (fæddi, fætt) gebären; ernähren; **fæðast** (med.) geboren werden

fær adj.1 (fær, fært; -ari, -astur) befahrbar; geschickt, klug

færa vt.2 (færði, fært) bringen; führen; rücken; verrücken; **það má til sanns vegar færa** es stimmt, es ist wirklich wahr

Færeyjar f.pl.56 die Färöinseln

föðurafi m.51 (-a, -ar) Vater des Vaters (Großvater)

föðuramma f.58 (-ömmu, -ömmur) Mutter des Vaters (Großmutter)

föðurbróðir m.18 (-ur, -ur, -bræður) Onkel (Bruder des Vaters)

föðurnafn n.47 (-i, -s, -nöfn) Vatersname

föðursystir f.42 (-ur, -ur, -ur) Tante (Schwester des Vaters)

föstudagur m.1 (-degi, -s, -ar) Freitag

föt n.pl.47 Kleider, Anzug (siehe **fat**)

G

gagn n.47 (-i, -s, gögn) Nutzen; pl. **gögn** Unterlagen, Quellen

gagna vt.4 (gagnaði, gagnað) nützen

gamall adj.5 (gömul, gemalt; eldri, elstur) alt

gaman adv. interessant

gaman n. 46 (gamni, gamans, ohne pl.) Spaß; Vergnügen

gamlárskvöld n. 43 (-i, -s, -) Silvesterabend

ganga vi. abl. 7 (Präs. geng; gekk, gengum, gengið) gehen; **úrið gengur ekki** die Uhr geht nicht; zu Fuß gehen; Fortschritt machen; **ganga undir** untergehen (Sonne, Mond); **ganga um borð** an Bord gehen; **ganga frá borði** von Bord gehen; **ganga að e-u** etwas akzeptieren; **ganga frá e-u** etwas ausarbeiten; **gekk síðan frá hleranum** (ich) habe nachher die Falltür angelegt [8]

ganga f. 58 (göngu, göngur) Gang, Wanderung; pl. **göngur** Wanderungen; Ansammeln der Schafherden von der Hochebene Islands im Herbst

gangur m. 1 (-i, -s, -ar) Gang; Korridor; Hausflur; **vera á gangi** gehen; unterwegs sein

garður m. 1 (-i, -s, -ar) Garten; Zaun oder Erdwall, wo das Heu für den Winter gelagert wird [2]

gata f. 58 (götu, götur) Straße, Gasse; **allar götur síðan** seit damals [9]

gaumgæfilega adv. sorgfältig

gefa vt. abl. 5 (gaf, gáfum, gefið) geben; **gefa út** veröffentlichen; **gefa sig á tal við e-n** mit jemandem sprechen; **gefa sig fram** sich vorstellen; erscheinen; **gefast** (med.) sich ergeben; **gefast upp** aufgeben; kapitulieren

gegn präp. mit dat. gegen

gegna vt. 2 (gegndi, gegnt) gehorchen; antworten; **gegna starfi (störfum)** einen Beruf ausüben

gegnt präp. mit dat. gegenüber

gegnum präp. mit akk. durch, gegen

gera vt. 3 (gerði, gert) tun, machen; **gera innkaup** einkaufen; **gera kleyft** möglich machen; **gera við e-ð** etwas reparieren; **gera við e-u** gegen etwas etwas unternehmen; **gera ráð fyrir** annehmen; **gera út bát** ein Boot betreiben [3]; **gera að fiski** dem Fisch das Eingeweide ausnehmen [4]; **gera upp orð** jemandem etwas nachsagen (was in der Tat nie gesagt worden ist) [6]

gerast vi. 3 (med.) (gerðist, gerst) geschehen), sich ereignen

Germani m. 51 (-a, -ar) Germane

germanskur adj. 1 (germönsk, germanskt; -ari, -astur) germanisch

gestur m. 8 (-i, -s, -ir) Gast, Besucher

geta vt. abl. 4 (gat, gátum, getað) können; imstande sein

geta vi. abl. 4 (gat, gátum, getið) erwähnen; **hann gat um það** er erwähnte es

geyma vt. 2 (geymdi, geymt) aufbewahren, bewahren

geysilegur adj. 1 (-leg, -legt; -(a)ri, -astur) enorm, ungeheuer, kolossal

geysimikill adj. 6 (-mikil, -mikið) sehr groß, riesengroß

gifta vt. 2 (gifti, gift) trauen, verheiraten; **giftast** vi. (med.) heiraten

giftur adj. 1 (gift, gift) verheiratet

gildi n. 48 (-, -s, -) Wert

gildna vi. 4 (gildnaði, gildnað) dicker werden

girðing f. 24 (-u, -ar, -ar) Zaun; Gehege; Umzäunung

gjarnan adv. (komp. heldur, sup. helst) gern

glaður adj. 1 (glöð, glatt; glaðari, glaðastur) froh, fröhlich

glaðvær adj. 1 (-vær, -vært; -ari, -astur) froh, fröhlich

glamur m. 9 (-, -s, ohne pl.) Lärm

gleði f. 57 (-, ohne pl.) Freude

gleðilegur adj. 1 (-leg, -legt; -(a)ri, -astur) erfreulich, fröhlich

gleðja vt. 1 (gladdi, glatt) freuen; **gleðjast** vi. (med.) sich freuen

gleyma vt. 2 (gleymdi, gleymt) vergessen

gluggi m. 51 (-a, -ar) Fenster

góður adj. 1 (góð, gott; betri, bestur) gut

gola f. 55 (-u, ohne pl.) Brise; leichter Wind

gola vi. 4 (golaði, golað); **það golar** eine Brise kommt auf

gólf n. 43 (-i, -s, -) Boden, Fußboden

gos n. 43 (-i, goss, -) Ausbruch; Limonade, Brause [4]

grár adj. 3 (grá, grátt; grárri, gráastur) grau

gras n. 47 (-i, grass, grös) Gras

grein f. 23 (-, -ar, -ar) Artikel, Aufsatz; Ast; **koma til greina** möglich sein

grennd f. 29 (-, -ar, ohne pl.) Nähe, Nachbarschaft, Umgebung

Grímsey f. 28 (-, -jar) Insel an der Nordküste Islands

grípa vt. abl. 1 (greip, gripum, gripið) greifen; fassen; fangen; **grípa til e-s** zu etwas greifen; etwas verwenden

grjótflutningur m. 1 (-i, -s, -ar) Gestein-, Gerölltransport

gróa vi. ur. (2.6.16) (græ, gréri, gróið) wachsen; heilen

gróður m. 3 (-ðri, -urs, ohne pl.) Vegetation

grúfa f. 55 (-u, -ur); **liggja á grúfu** auf dem Bauch liegen

grunnur adj. 1 (grunn, grunnt; grynnri, grynnstur oder grunnari, grunnastur) wenig tief; flach; seicht

Grænland n. 47 (-i, -s) Grönland

grænn adj. 5 (græn, grænt; grænni, grænastur) grün

guð [kvy:ð] (1.0 Tabelle 1) m. 8 (-i, -s, -ir) Gott

Guðlaug [kvy:ðlöiɣ] f. 24 (-u, -ar) weibl. Vorname

Guðmundur [kvy:ðmyntyr] m. 1 (-i, -ar) männl. Vorname

Guðrún [kvy:ðrun] f. 24 (-u, -ar) weibl. Vorname

gufa f. 55 (-u, -ur) Dampf

gulur adj. 1 (gul, gult; -ari, -astur) gelb

Gunna f. 55 (-u) weibl. Vorname

Gunnar m. 1 (-i, -s) männl. Vorname

Gylfi m. 51 (-a) männl. Vorname

gæði n. pl. 48 Güte, Qualität

gæfa f. 55 (-u, ohne pl.) Glück

gæftir f. pl. 29 Fangwetter; **gæftir hafa verið góðar** das Fangwetter ist gut gewesen [9]

gær: í gær adv. gestern

gærkvöld n. 43 (-i, -s, -) der gestrige Abend; **í gærkvöldi** gestern abend

gærmorgunn m. 2 (-rgni, -guns, -rgnar) der gestrige Morgen; **í gærmorgun** gestern morgen

gæs f. 29 (-, -ar, -ir) Gans

gætilega adv. vorsichtig

göng n. pl. 47 Gang; Tunnel

göngustafur m. 9 (-, -s, -ir) Spazierstock; Stock

götuhorn n. 43 (-i, -s, -) Straßenecke

H

há vt. 2 (háði, háð) hindern; verhindern; schwierig machen

hádegi n. 48 (-, -s, -) Mittag

hádegismatur m. 12 (-, -ar, ohne pl.) Mittagessen

261

hádegisverður m. 8 (-i, -ar, -ir) Mittagessen

haf n. 47 (-i, -s, höf) Meer

hafa vt. ur. (2.6.3) (hafði, haft) haben, besitzen; **hafa með** mitbringen, mithaben

háfa vt. 4 (háfaði, háfað) mit Fangnetz fangen

hafgola f. 55 (-u, -ur) Meeresbrise

hafnargarður m. 1 (-i, -s, -ar) Mole

hafnargerð f. 29 (-, -ar, -ir) Hafenbau

hafnarmannvirki n. 48 (-, -s, -) Hafenanlage

Hafsteinn m. 2 (-i, -s) männl. Vorname

hagkvæmur adj. 1 (-kvæm, -kvæmt; -ari, -astur) günstig, praktisch

hákarlaskip n. 43 (-i, -s, -) Haischiff; Schiff zum Haifang

hákarlaveiði f. 57 (-, -ar) Haifang

halda vt. abl. 7 (präs. held; hélt, héldum, haldið) halten; glauben; meinen; denken; **halda hátíðlegt** feiern; **halda föstum** festhalten; **halda á miðin** die Fanggründe aufsuchen; **halda áfram** fortsetzen; **halda upp um sig** tragen (Kleider) [7]

hálendi n. 48 (-, -s, -) Hochebene, Hochgebirge

Hálfdán m. 1 (-i, -s oder -ar) männl. Vorname

hálfnaður adj. 1 (hálfnuð, hálfnað) zur Hälfte abgeschlossen; **hálfnað verk þá hafið er** ein begonnenes Werk ist bereits zur Hälfte abgeschlossen (Sprichwort)

hálfsmánaðargamall adj. 5 (-gömul, -gamalt) fünfzehn Tage alt (halbmonatlich)

hálfunninn adj. 4 (-unnin, -unnið) halbgewonnen, halbbearbeitet

háls m. 1 (-i, -s, -ar) Hals; Hügel

hálsmál n. 43 (-i, -s, -) Halsweite

haltra vi. 4 (haltraði, haltrað) hinken

hamast vi. 4 (med.) (hamaðist, hamast) sich anstrengen; wie besessen arbeiten; sich unartig benehmen; rasen, toben

handa präp. mit dat. für

handan präp. mit. gen. auf der anderen Seite von

handfæri n. 48 (-i, -s, -) Angelleine

handknattleiksmaður m. 22 (-manni, -manns, -menn) Handballspieler handknattleikssamband n.47 (-i, -s, -sambönd) Handballverein

handrit n.43 (-i, -s, -) Manuskript

hani m.51 (-a, -ar) Hahn

hann pron.pers. m. (2.5.1) er

hár n.43 (-i, -s, -) Haar

hár adj.3 (há, hátt; hærri, hæstur) hoch

háskóli m.51 (-a, -ar) Universität

hátíð f.29 (-, -ar, -ir) Fest, Feier; Feiertage

hátíðlegur adj.1 (-leg, -legt; -(a)ri, -astur) feierlich

hattur m.1 (-i, -s, -ar) Hut

háttur m.16 (hætti, háttar, hættir) Art, Weise; lítils háttar ein wenig, ein bißchen

haus m.1 (-, hauss, -ar) Kopf

haust n.43 (-i, -s, -) Herbst

hefill m.2 (-fli, -ils, -flar) Hobel

hefjast vi.abl.6 (med.) (hófst, hófumst, hafist) beginnnen; hundurinn hefst upp á bæjarhúsin der Hund springt auf das Dach des Bauernhofes hinauf [7]; hefja vt. beginnen

heiði f.57 (-, -ar) oder f.25 (-, -ar, -ar) Heide, Hochebene

heildverslun f.31 (-, -unar, -anir) Großhandel

heill adj.5 (heil, heilt; heilli, heilastur) ganz, voll; gesund, genesen

heilsast vi.4 (med.) (heilsaðist, heilsast) sich begrüßen; gesund werden; heilsa vt.4 begrüßen

heim adv. nach Hause

heima adv. zu Hause, daheim

heimafólk n.43 (-i, -s, ohne pl.) Leute (die in demselben Haushalt wohnen), Hausgesinde

heimfæra vt.2 (-færði, -fært) zuordnen

heimild f.29 (-, -ar, -ir) Quelle, Belegmaterial; Erlaubnis, Recht

heimkoma f.55 (-u, -ur) Ankunft nach Hause, Heimkehr

heimsfrétt f.29 (-, -ar, -ir) Nachricht aus der Welt; ausländische Nachricht, Auslandsnachricht

heimskautaland n.47 (-i, -s, -lönd) Polarland

heimsókn f.29 (-, -ar, -ir) Besuch

heimur m.1 (-i, -s, -ar) Welt; Erde; Erdball
heita vt.abl.7 (hét, hétum, heitið) heißen; versprechen; **hvað heitir hann?** wie heißt er?
heiti n.48 (-, -s, -) Name; Titel; Benennung; Bezeichnung
heitur adj.1 (heit, heitt; heitari, heitastur) warm, heiß
heldur adj.1 (held, helt; -ari, -astur) haltbar, tragbar; der halten kann, tragfähig (Eisdecke, Argumente usw.)
heldur adv.komp. (sup. helst) lieber, komp. von **gjarnan** gerne (2.8.1.)
heldur kon. sondern, aber
helga vt.4 (helgaði, helgað) widmen
helmingur m.1 (-i, -s, -ar) Hälfte
hempa f.55 (-u, -ur) Talar
heppnast vt.4 (med.) (heppnaðist, heppnast) gelingen
hér adv. hier
héraðssafn n.47 (-i, -s, -söfn) Regionalmuseum
herbergi n.48 (-, -s, -) Zimmer
hestasveinn m.2 (-ni, -ns, -nar) Pferdewärter
hestur m.1 (-i, -s, -ar) Pferd; **á hesti, á hestum** zu Pferd

hetta f.55 (-u, -ur) Kapuze
hey n.44 (-i, -s, -) Heu; pl. **hey** Heulast
heyhirðing f.24 (-u, -ar, -ar) Einbringen der Heuernte
heyra vt.2 (heyrði, heyrt) hören; **heyrast** vi. (med.) gehört werden; undeutlich hören, scheinen
hika vi.4 (hikaði, hikað) zögern; wanken; schwanken
hilla [hɪtla] f.55 (-u, -ur) Brett, Bord, Fach; pl. **hillur** Regal; Bretter
himinblámi m.51 (-a, ohne pl.) blaue Farbe des Himmels
himinn m.2 (-mni, -ins, -mnar) Himmel
himneskur adj.1 (-nesk, -neskt; -ari, -astur) wunderbar, wunderschön
hingað adv. hier
hinn art. (hin, hið 2.1.1) der, die, das
hinn dem.pron. (hin, hitt 2.5.4) der andere
hins vegar adv. andererseits, auf der anderen Seite
hitastig n.43 (-i, -s, -) Temperatur
hiti m.51 (-a, -ar) Wärme, Hitze; Fieber; pl. **hitar** Wärmeperiode
hitta vt.2 (hitti, hitt) treffen;

hittast vi. (med.) sich treffen
hjá präp. mit dat. bei
hjálp f.23 (-, -ar, ohne pl.) Hilfe
hjarta n.60 (-, hjörtu) Herz
hjóla vi.4 (hjólaði, hjólað) radfahren
hlaða vt.abl.6 (präs. hleð; hlóð, hlóðum, hlaðið; impf.konj. hlæði) laden; beladen; aufschichten; að nú sé þörf að duga að hlaða úr daß es nun notwendig sei, beim Laden (des Heus) tüchtig zu sein [2]
hlaða f.58 (hlöðu, hlöður) Scheune
hláka f.55 (-u, -ur oder ohne pl.) Tauwetter
hlána vi.4 (hlánaði, hlánað) tauen
hlaupa vi.abl.7 (präs. hleyp; hljóp, hlupum, hlaupið; impf.konj. hlypi) laufen
hlaupár n.43 (-i, -s, -) Schaltjahr
hleri m.51 (-a, -ar) Fensterladen; Falltür
hljóta vt.abl.2 (präs. hlýt; hlaut, hlutum, hlotið; konj. impf. hlyti) müssen; erhalten; erreichen; hann hlýtur að koma er muß kommen
hlusta vt., vi.4 (hlustaði,
hlustað) hören, zuhören, anhören
hluti m.51 (-a, -ar) Teil
hlutur m.12 (-, -ar, -ir) Gegenstand; Ding; Sache;
hlýðinn adj.4 (hlýðin, hlýðið; hlýðnari, hlýðnastur) gehorsam
hlýr adj.3a (hlý, hlýtt; hlýrri, hlýjastur) warm
hlæja vi.abl.6 (hló, hlógum, hlegið) lachen; hlæja að e-m über jemanden lachen
hnarreistur adj.1 (-reist, -reist, -ari, -astur) hochnäsig
hnýsast vi.3 (med.) (hnýstist, hnýst oder hnýstst); hnýsast í nachforschen, neugierig sein
hófur m.1 (-i, -s, -ar) Huf
hollusta f.55 (-u, -ur) Treue, Gunst; Ergebenheit; Bekömmlichkeit
hólmi m.51 (-a, -ar) kleine Insel, Holm
hópur m.1 (-i, -s, -ar) Gruppe, Menge, Schwarm
horfa vt.3 (horfði, horft) schauen, betrachten; horfa á e-ð etwas ansehen; horfa til vandræða Problem sein
horfur f.pl.55 Aussichten, Perspektiven
Hornafjörður m.14 (-firði,

265

-fjarðar) Stadt im südöstlichen Island

hornaflokkur m. 1 (-i, -s, -ar) Blasinstrumentorchester

hráefni n. 48 (-, -s, -) Rohstoff

hráefnisþró f. 35 (-, þróar, -þrær) Rohstoffgrube

hraun n. 43 (-i, -s, -) Lava, Lavafeld

hreiður n. 46 (-ðri, -urs, -) Nest

hreinn adj. 5 (hrein, hreint; hreinni, hreinastur) sauber, rein, klar

hreppstjóri m. 51 (-a, -ar) Gemeindevorsteher

hríð f. 23 (-, -ar, -ar) Schneesturm; Zeitspanne

hrífa f. 55 (-u, -ur) Harke, Rechen

hrífuskaftsendi m. 51 (-a, -ar) Ende des Stiels der Harke

hrím n. 43 (-i, -s, ohne pl.) Rauhreif

hríma vi. 4 (hrímaði, hrímað); það **hrímar** es bildet sich Rauhreif

hringja vi., vt. 2 (hringdi, hringt) klingeln; telephonieren; anrufen

hrútaber n. 44 (-i, -s, -) Steinbeere

Hrútafjörður m. 14 (-firði, -fjarðar) Fjordname in Westisland (eigentl. »Fjord der Böcke«)

húð f. 29 (-, -ar, -ir) Haut; Fell; dünne Schicht

hugmynd f. 29 (-, -ar, -ir) Idee; Vorstellung

hugsa vt. 4 (hugsaði, hugsað) denken

hugsi adj. unfl. gedankenvoll; in Gedanken versunken (absorbiert)

hugsun f. 31 (-, -unar, -anir) Gedanke

hugur m. 8 (-i, -ar, -ir) Gedanke; Sinn, Geist, Gemüt, Mut, Interesse

hún pron. pers. f. (2.5.1) sie

Húnaflói m. 51 (-a, -ar) Bucht im westlichen Island (eigentl. »Bucht der Bärenjungen«)

hundrað z. n. 50 (-i, -s, hundruð) hundert, 100

hundur m. 1 (-i, -s, -ar) Hund

húnn m. 1 (húni, húns, húnar) Knopf, Klinke; Bärenjunge; **draga fána að húni** die Fahne hissen

hús n. 43 (-i, húss, -) Haus

húsakynni n. pl. 48 Raum; Wohnräume; Arbeitsräume

húsgagn n. 47 (-i, -s, húsgögn) Möbelstück; pl. **húsgögn** Möbel

húsnæðisekla f. 55 (-u, ohne pl.) Wohnraummangel

hvað inter. pron. (2.5.6) was; **reyna, hvað þeir geta** versuchen das, was sie können [4]

hvaða inter. pron. (2.5.6) was für ein; wer; welcher

Hvannadalshnjúkur m. 1 (-i, -s) Name des höchsten Berggipfels Islands

hvar adv. wo

hvassviðri n. 48 (-, -s, -) stürmisches Wetter; Sturmböen

hveiti n. 48 (-, -s, ohne pl.) Weizen

hvenær adv. wann

hver inter. pron. (2.5.6) wer

hver ind. pron. (2.5.7) jeder

hver m. 11 (-, -s, -ir) heiße Quelle; Springquelle

Hveragerði n. 48 (-, -s) Ort etwa 35 km südöstlich von Reykjavík

hverfa vi. abl. 3 (hvarf, hurfum, horfið) verschwinden

hvergi adv. nirgends; gar nicht

hvernig adv. wie

hvessa vi. 3 (hvessti, hvesst) windig werden; vt. **hvessa augun (augum) á e-ð** etwas scharf ansehen

hvíla vi., vt. 3 (hvíldi, hvílt) ruhen, stehen; **hvíla sig** sich ausruhen; **brúin hvílir á**

stöplum die Brücke steht auf Pfeilern

hvítur adj. 1 (hvít, hvítt; -ari, -astur) weiß

hvor inter. pron. (2.5.6) wer von beiden

hvorki – né kon. weder – noch

hvort kon. ob

hyrningur m. 1 (-i, -s, -ar) Bergspitze

hæð f. 29 (-, -ar, -ir) Höhe

hægt adv. möglich

hæli n. 48 (-, -s, -) Zufluchtsort; Sanatorium; **leita hælis** Asyl suchen, Zuflucht suchen

hænsni n. pl. 48 (koll.) Hühner

hætta vt. 2 (hætti, hætt) aufhören; riskieren; **hætta störfum** aufhören; aufgeben; seinen Beruf aufgeben

höfðingi m. 52 (-ja, -jar) Häuptling; pl. vornehme Leute

höfn f. 30 (-, hafnar, hafnir) Hafen

höfuð n. 46 (höfði, höfuðs, -) Kopf; Haupt

höfuðborg f. 29 (-, -ar, -ir) Hauptstadt

hömlur f. pl. 58 Beschränkungen; **leggja hömlur á** Beschränkungen auferlegen

hönd f. 36 (-, handar, hendur)

Hand, Arm; **borga út í hönd** bar bezahlen; **hafa jöfnum höndum** gleichberechtigt sein (haben); **hafa e-ð með höndum** sich mit etwas beschäftigen (im dat. sg. existiert auch die Form **hendi**, die fast immer mit dem Artikel verwendet wird: **hendinni**)

I, Í

í präp. mit dat. oder akk. in; **í Þýskalandi** in Deutschland; **í Reykjavík** in Reykjavík; **í dag** heute; **í gær** gestern
íbúðarhús n. 43 (-i, -húss, -) Wohnhaus; Wohnheim
íbúi m. 51 (-a, -ar) Einwohner
iðnaður m. 1 (-i, -ar, ohne pl.) Industrie
illur [itlʏr] adj. 1 (ill, illt; verri, verstur) schlecht, schlimm
ímynd f. 29 (-, -ar, -ir) Abbild; Symbol; Ebenbild
indígóblár adj. 3 (-blá, -blátt; -blárri, -bláastur) hellblau, indigoblau
Inga f. 55 (-u) weibl. Vorname

Ingi m. 51 (-a) männl. Vorname
inn adv. hinein, herein
innanlands adv. im Lande, im Inland
innflutningur m. 1 (-i, -s, ohne pl.) Einfuhr, Import
inni adv. drin, drinnen; innen
innkaup n. pl. 43 Einkauf; Einkaufen
innkaupastjóri m. 51 (-a, -ar) Einkaufsdirektor
innkaupavagn m. 1 (-i, -s, -ar) Einkaufswagen
innlendur adj. 1 (innlend, innlent; -ari, -astur) inländisch
innri adj. komp. (sup. innstur) innerer; weiter innen
innsigling f. 24 (-u, -ar, -ar) Einfahrt (in einen Hafen, eine Bucht usw.)
ís m. 1 (-, íss, ísar) Eis; pl. **ísar** Eisdecke
ísaldarjökull m. 2 (-kli, -kuls, -klar) Eiszeitgletscher
ísbjörn m. 14 (-birni, -bjarnar, -birnir) Eisbär
Ísland n. 47 (-i, -s) Island; **á Íslandi** in Island
Íslandsklukkan f. 55 die Islandglocke
Íslendingur m. 1 (-i, -s, -ar) Isländer

íslenska f. 55 (-u) Isländisch (isländische Sprache)

íslenskur adj. 1 (íslensk, íslenskt; -ari, -astur) isländisch

ítak n. 47 (-i, -s, ítök) Recht; Nutzung; **eiga ítök í e-u** Einfluß auf etwas haben [6]

íþróttafólk n. 43 (-i, -s, ohne pl.) Sportler (pl.)

íþróttasamband n. 47 (-i, -s, -sambönd) Sportverein

J

ja adv. ja (bei schwankender unsicherer Antwort zwischen ja und nein)

já adv. ja

jafn adj. 1 (jöfn, jafnt; -ari, -astur) gleich; eben; **eru ekki allir hér jafnir hver öðrum?** sind nicht alle hier gleich?

jafnóðum adv. sofort

jafnréttisboð n. 43 (-i, -s, -) Gleichberechtigungsgebot

jafnsnemma adv. gleichzeitig

jafnvel adv. sogar

jakkaföt n. pl. 47 Anzug

janúar m. unfl. Januar

jarðskjálfti m. 51 (-a, -ar) Erdbeben

járnbraut f. 29 (-, -ar, -ir) Eisenbahn; Bahn, Zug

jeppi m. 51 (-a, -ar) Jeep

Jóhann m. 1 (-i, -s) männl. Vorname

Jóhanna f. 58 (-u) weibl. Vorname

Jói m. 51 (-a) männl. Vorname

jól n. pl. 43 Weihnachten

jólasveinn m. 2 (-sveini, -sveins, -sveinar) Weihnachtsmann

jólatré n. 45 (-, -s, -) Weihnachtsbaum

Jón m. 1 (-i, -s) männl. Vorname

Jónsmessuleytið: um **Jónsmessuleytið** um den 24. Juni [8] (der 24. Juni ist ein alter isländischer Feiertag, der nach einem isländischen Bischof **Jónsmessa** (f. 55) »Messe des heiligen Jón« genannt wurde)

jú adv. der Bejahung (2.8.2) doch

júlí m. unfl. Juli

júní m. unfl. Juni

jöfnuður m. 13 (jafnaði, jafnaðar, jöfnuðir) Ausgleich; **að jafnaði** in der Regel, im allgemeinen

jökull m. 2 (-kli, -uls, -klar) Gletscher

jörð f. 30 (32) (-, -ar, -ir) Erde; Boden; Humus; Grundbesitz; **á jörðu** auf der Erde

K

kaf n. 47 (-i, -s, köf); **fara í kaf** ins Wasser tauchen; untertauchen

kaffi n. 48 (-, -s, ohne pl.) Kaffee

kaffibolli m. 51 (-a, -ar) eine Tasse Kaffee

kaffisalur m. 9 (-, -s, -ir) Kaffeeraum

kaldur adj. 1 (köld, kalt; -ari, -astur) kalt

Kálfur m. 1 (-i, -s, -ar) männl. Vorname

kálfur m. 1 (-i, -s, -ar) Kalb

kalla vt. 4 (kallaði, kallað) rufen, nennen, benennen; **kalla á e-n** jemanden rufen

kanna vt. 4 (kannaði, kannað) erforschen, ergründen; **kannast við e-ð** (med.) etwas zugeben; sich an etwas erinnern; **kannast við e-n** sich an jemanden erinnern

kannske adv. vielleicht

kápa f. 55 (-u, -ur) Mantel

karfa f. 58 (körfu, körfur) Korb

karlmaður m. 22 (-manni, -manns, -menn) Mann

karlmannsverk n. 43 (-i, -s, -) Arbeit für Männer, Männerarbeit

katólskur adj. 1 (katólsks, katólskt; -ari, -astur) katholisch

kaup n. 43 (-i, -s, -) Lohn, Gehalt; pl. **kaup** Kauf; **verða af kaupinu** die Kaufbedingungen nicht einhalten; die Wette verlieren

kaupa vt. 2 (keypti, keypt) kaufen

kaupfélag n. 49 (-i, -s, -félög) kooperative Handelsgesellschaft

kaupmaður m. 22 (-manni, -manns, -menn) Kaufmann

Kaupmannahöfn f. 30 (-, -ar) Kopenhagen

keðjukjallari m. 51 (-a, -ar) Kettenkasten (im Vorschiff)

Keflavíkurflugvöllur m. 13 (-velli, -vallar) der Flughafen zu Keflavík (Islands internationaler Flughafen)

kennari m. 51 (-a, -ar) Lehrer, Lehrerin

kennisetning f. 24 (-u, -ar, -ar) Dogma, Lehre

kennsla f. 55 (-u, ohne pl.) Unterricht

keppnisferð f. 29 (-, -ar, -ir) Wettkampfreise; Sportbesuch

kerling f. 24 (-u, -ar, -ar) alte Frau

kerra f. 55 (-u, -ur) Karre; An-hänger
Kína n. unfl. China
kind f. 34 (-, -ar, -ur) Schaf
Kínverji m. 51 (-a, -ar) Chi-nese
kirkja f. 56 (-ju, -jur) Kirche
Kísiliðja f. 56 (-ju, -jur) Kie-sel(gur)fabrik, Kieselgur-werk
kjallaraop n. 43 (-i, -s, -) Kel-leröffnung
kjarr n. 47 (-i, -s, ohne pl.) Gesträuch; Busch
kjóllaf n. 47 (-i, -s, -löf) Klei-derrand
kjörbúð f. 29 (-, -ar, -ir) Selbstbedienungsladen; Su-permarkt
kjörorð n. 43 (-i, -s, -) Wahl-spruch, Motto
kjörréttur m. 8 (-i, -s oder -ar, -ir) beliebte Speise; gute Speise
kjöt n. 43 (-i, -s, ohne pl.) Fleisch
klaki m. 51 (-a, -ar) Eis
klukka f. 55 (-u, -ur) Uhr; Uhrzeit; klukkan er 10 es ist 10 Uhr
klukkustund f. 29 (-, -ar, -ir) Stunde
klæða vt. 2 (klæddi, klætt) an-ziehen; klæða sig, klæðast (med.) sich anziehen

klæðaþytur m. 9 (-, -s, -ir) Kleiderrascheln; Geräusch von Kleidern
kokkur m. 1 (- oder -i, -s, -ar) Koch
Kolbeinsey f. 28 (-, -jar, -jar) Name einer kleinen unbe-wohnten Insel nördlich von Island
koli m. 51 (-a, -ar) Scholle
kolsýrustækja f. 56 (-ju, ohne pl.) Rauchgestank
koma vi. abl. 4 (kom, komum, komið; präs. kem; impf. konj. kæmi) kommen; ko-ma af e-u von etwas stam-men; koma með mitbrin-gen; mitkommen; koma sér saman um e-ð sich über et-was einigen; koma upp auf-gehen (Sonne, Mond); ko-ma fyrir vorkommen, ge-schehen; koma saman um sich einig werden; koma á land ans Land bringen; er komið undir þak ist errich-tet worden [3]; vera ko-minn yfir e-ð etwas über-wunden haben [4]; koma niður á e-m jemand leidet für etwas [4]; koma fram úr myrkri fornaldarinnar aus dem Dunkel des Altertums hervortreten [6]; koma í leitirnar gefunden werden

[9]; **koma út** erscheinen [9]; **koma til greina** möglich sein [10]

komast vi. abl. 4 (med.) (komst, komumst, komist; präs. kemst; impf. konj. kæmist) gelangen; ankommen; **komast upp á e-ð** sich an etwas gewöhnen; **komast að** Platz finden [4]; entdecken

kona f. 55 (-u, -ur; gen. pl. kvenna) Frau

kóngur m. 1 (-i, -s, -ar) König

Kópavogsbúi m. 51 (-a, -ar) Einwohner von Kópavogur

Kópavogur m. 1 (-i, -s) Ortsname (südliche Vorstadt von Reykjavík)

korter n. 43 (-i, -s, -) Viertelstunde (15 Minuten)

kostnaður m. 1 (-i, -ar, ohne pl.) Kosten, Kostenaufwand

kostur m. 12 (-, -ar oder -s, -ir) Vorteil; Alternative; Ausweg; **hann á ekki margra kosta völ** er hat nicht viele Alternativen; **eiga kost á** Möglichkeit haben [5]

krakki m. 51 (-a, -ar) Kind

kring adv. **í kring** rundum, herum; **árið um kring** das ganze Jahr; **í krók og kring** von allen Seiten

kringum präp. mit akk. um; gegen; ringsum

Kristín f. 24 (-u, -ar) weibl. Vorname

kristni f. 57 (-, ohne pl.) Christentum, christliche Religion

krækiber n. 44 (-i, -s, -) schwarze Krähenbeere

kuðungur m. 1 (-i, -s, -ar) Schneckengehäuse

kuldi m. 51 (-a, -ar) Kälte; pl. **kuldar** Kälteperiode

kunna vt. ur (2.6.6) (kann, kunni, kunnað) können, wissen; **kunna við sig** sich wohl fühlen; **kunna við e-ð** etwas gefallen

kunningi m. 52 (-ja, -jar) Bekannter

kútter m. 1 (-, -s, -ar) Fischkutter

kvarta vt. 4 (kvartaði, kvartað) klagen, sich beklagen

kveðast vi. abl. 5 (med.) (kvaðst, kváðumst, kveðist) sagen, behaupten

kveikja vt. 2 (kveikti, kveikt) Licht machen; zünden

kvenfólk n. 43 (-i, -s, ohne pl.) Frauen; das weibliche Geschlecht

kvenmaður m. 22 (-manni, -manns, -menn) Frau; Weib

kvenmannsverk n. 43 (-i, -s,

-) Frauenarbeit, Arbeit für Frauen

kverk f. 23 (-, -ar, -ar) Kinn; pl. **kverkar** Kehle

kvöld n. 43 (-i, -s, -) Abend; **á kvöldin** abends; **í kvöld** heute abend

kvöldkaffi n. 48 (-, -s, -) Abendkaffee

kvöldmatur m. 12 (-, -ar, ohne pl.) Abendessen

kvöldsnarl n. 43 (-, -s, ohne pl.) leichte Abendmahlzeit

kvöldverður m. 8 (-i, -ar, -ir) Abendessen

kvæði n. 48 (-, -s, -) Gedicht

kynslóð f. 29 (-, -ar, -ir) Generation

kyrr adj. 1 (kyrr, kyrrt; -ari, -astur) ruhig, still

kyrrð f. 29 (-, -ar, -ir) Ruhe, Stille

kýr f. 38 (kú, -, -) Kuh

kölski m. 51 (-a, -ar) (der) Teufel

köttur m. 13 (ketti, kattar, kettir) Katze

L

lá vt. 2 (láði, láð) verdenken; verübeln (**lá** wird nur mit Verneinung verwendet); **öngvum er láandi** es kann niemandem übel genommen werden

lamb n. 47 (-i, -s, lömb) Lamm

lampi m. 51 (-a, -ar) Lampe

land n. 47 (-i, -s, lönd) Land; **inni í landi** im Inneren des Landes

landbúnaður m. 1 (-i, -ar, ohne pl.) Landwirtschaft

landfastur adj. 1 (-föst, -fast; -ari, -astur) landfest

landnám n. 43 (-i, -s, -) Landnahme

landnámsmaður m. 22 (-manni, -manns, -menn) Kolonist, Landnehmer, Ansiedler

Landsbókasafn n. 47 (-i, -s, -söfn) Nationalbibliothek

landsbyggð f. 29 (-, -ar, -ir) Land (als Gegensatz zur Stadt)

landslag n. 47 (-i, -s, ohne pl.) Landschaft

landslið n. 43 (-i, -s, -) Landmannschaft (im Sport)

langa vt. 4 (langaði, langað) wollen, wünschen; **langa til e-s** etwas mögen; Lust zu etwas haben

langafi m. 51 (-a, -ar) Urgroßvater

langamma f. 58 (ömmu, -ömmur) Urgroßmutter

langt adv. entfernt, weit weg

langur adj. 1 (löng, langt; lengri, lengstur) lang

láta vt. abl. 7 (präs. læt; lét, létum, látið) lassen; hinlegen, legen, stellen

laug f. 23 (-, -ar, -ar) warme Quelle; Schwimmbassin

laugardagur m. 1 (-degi, -s, -ar) Sonnabend, Samstag

laus adj. 1 (laus, laust; -ari, -astur) frei, lose; locker; vakant; **laust eftir klukkan 10** kurz nach 10 Uhr [9]

lausgöngufjós n. 43 (-i, -fjóss, -) Kuhstall, in dem die Kühe frei herumlaufen können

lausn f. 29 (-, -ar, -ir) Lösung

lax m. 1 (-i, -s, -ar) Lachs

leggja vt. 1 (lagði, lagt) legen, hinlegen; **leggja upp hjá frystihúsinu** dem Gefrierhaus den Fisch bringen [4]; **leggja af stað** aufbrechen; abfahren

leið f. 29 (-, -ar, -ir) Weg, Route; **á leiðinni** unterwegs; **heim á leið** auf den Heimweg; Buslinie [9]

leiða vt. 2 (leiddi, leitt) führen, leiten; **leiða af e-u** aus etwas folgen; **leiðast** vi. (med.) Arm in Arm (Hand in Hand) gehen

leiðangur m. 3 (-ngri, -urs, -ngrar) Expedition

leiðast vi. 2 (leiddist, leiðst) sich langweilen

leiðinlegur adj. 1 (-leg, -legt; -(a)ri, -astur) langweilig, häßlich

leifar f. pl. 23 Reste, Überbleibsel

leigubíll m. 2 (-, -s, -ar) Taxe

leiguhúsnæði n. 48 (-, -s, ohne pl.) Mietwohnung; Mietwohnraum

leika vt. abl. 7 (lék, lékum, leikið) spielen; **leika sér** spielen

leikfang n. 47 (-i, -s, -föng) Spielzeug

leikfélag n. 49 (-i, -s, -félög) schauspielerischer Verein

leikhús n. 43 (-i, -húss, -) Theater; Schauspielhaus

leit f. 29 (-, -ar, -ir) Suche; pl. **leitir** Abtrieb der Schafe von der Hochweide im Herbst

leita vt. 4 (leitaði, leitað) suchen; **leita e-s** nach etwas suchen; **leita að e-u** etwas suchen; **leita suður** nach Reykjavík fahren [4] (Redeweise auf dem Lande in Island)

leitarmaður m. 22 (-manni, -manns, -menn) Sucher; Mitglied einer Such- oder Rettungsmannschaft

274

lenda vt. vi. 2 (lenti, lent) landen
lengi adv. lange Zeit; lange
lesa vt. abl. 5 (las, lásum, lesið) lesen
lest f. 29 (-, -ar, -ir) Laderaum; Tonne (Gewichtseinheit, 1000 kg); Bahn, Eisenbahn
lestrarbók f. 34 (-, -ar, -bækur) Lesebuch
léttur adj. 1 (létt, létt; -ari, -astur) leicht, munter; einfach; **hann hefur léttan bíl** er hat einen einfachen Wagen; **verða léttari** entbunden werden
leyti n. 48 (-, -s); **að nokkru leyti** zum Teil; **að þessu leyti** in dieser Hinsicht
líða vi. abl. 1 (leið, liðum, liðið) schweben, gleiten; vergehen; gehen; leiden; **tíminn líður** die Zeit vergeht; **frá löngu liðnum tímum** von längst vergangenen Zeiten [6]
líf n. 43 (-i, -s, -) Leben; Lebenszeit
lifa vi., vt. 3 (lifði, lifað) leben
lífsskoðun f. 31 (-, -unar, -anir) Lebensansicht; Lebensphilosophie
liggja vi. abl. 5 (lá, lágum, legið) liegen; krank liegen; führen (Weg, Straße);

staðurinn liggur inni í landi der Ort befindet sich (liegt) im Inneren des Landes
líka adv. auch
líkami m. 51 (-a, -ar) Körper
líkamsburður m. 8 (-i, -ar, -ir) körperliche Kraft; körperliche Gesundheit
líklega adv. wahrscheinlich
líknsamur adj. 1 (-söm, -samt; -ari, -astur) barmherzig
líkur adj. 1 (lík, líkt; líkari, líkastur) ähnlich, gleich
líkþrá f. 26 (-, líkþrár, ohne pl.) Lepra
lína f. 55 (-u, -ur) Linie; Angelleine
listasafn n. 47 (-i, -s, -söfn) Kunstmuseum; Kunsthalle
líta vi., vt. abl. 1 (leit, litum, litið) sehen, schauen; blikken; erblicken; **líta út** aussehen; **líta inn** einkommen, einblicken, kurz besuchen
litaður adj. 1 (lituð, litað; litaðri, litaðastur) gefärbt
lítill adj. 6 (lítil, lítið; minni, minnstur) klein
litur m. 9 (-, -ar, -ir) Farbe
litur adj. 1 (lit, litt, ohne komp. und sup.) gefärbt; Farbe haben (wird nur prädikativ gebraucht)

ljóðabók f. 34 (-, -ar, -bækur) Gedichtsammlung

ljóðrænn adj. 5 (-ræn, -rænt; -rænni, -rænastur) lyrisch

ljós n. 43 (-i, -ljóss, -) Licht

ljós adj. 1 (ljós, ljóst; -ari, -astur) hell

ljúka vt. abl. 2 (präs. lýk; lauk, lukum, lokið; impf. konj. lyki) enden; beenden; abschließen; zu Ende führen (bringen); **ég hafði nýlokið við** ich war eben fertig mit [8]

loðnuskip n. 43 (-i, -s, -) Loddenschiff; Schiff, das Lodden fängt

lófi m. 51 (-a, -ar) Handfläche

loft n. 43 (-ri, -s, -) Luft; Atmosphäre; Decke; oberes Stockwerk; Boden, Dachboden; **sólin er á lofti** die Sonne steht am Himmel

Loftleiðir m. pl. (Flexion jedoch nach **leið** f. 29 »Weg«) Name der isländischen Fluggesellschaft (eigentl. »Luftwege«)

logn n. 43 (-i, -s, ohne pl.) Windstille

lok n. 43 (-i, -s, -) Deckel; pl. **lok** Schluß; **að lokum** endlich, am Ende

loka vt. 4 (lokaði, lokað) schließen, sperren

loks adv. endlich

lokun f. 31 (-, -unar, -anir) Schließung, Verschließen; **lokun verslana** Geschäftsschluß

losa vt. 4 (losaði, losað) befreien; lockern; **losa regnið** den Regen loslassen

lúða f. 55 (-u, -ur) Heilbutt

lúgarsgólf n. 43 (-i, -s, -) Boden im Mannschaftsraum im vorderen Teil des Schiffes

lúkar m. 9 (-, -s, -ir oder -ar) Vorderraum (im Schiff)

lundi m. 51 (-a, -ar) Papageitaucher

lunga n. 59 (-, -u) Lunge

lýðveldi n. 48 (-, -s, -) Republik

lýsa vi., vt. 2 (lýsti, lýst) beschreiben; beleuchten

lægð f. 29 (-, -ar, -ir) Tiefdruckkern, Tiefdruckgebiet; Niederung

læknir m. 4 (-i, -s, -ar) Arzt

lögregla f. 55 (-u, -ur) Polizei; Polizist

lögreglumaður m. 22 (-manni, -manns, -menn) Polizist

löngu adv. lange; **löngu síðar** viel später

löstur m. 13 (lesti, lastar, lestir) Laster; Nachteil

M

maður m. 22 (manni, manns, menn) Mann; Ehemann

maður ind. pron. (2.5.7) man

mágkona f. 55 (-u, -ur, gen. pl. mágkvenna) Schwägerin

mágur m. 1 (-i, -s, -ar) Schwager

maí m. unfl. Mai

mál n. 43 (-i, -s, -) Sache, Sachverhalt; Sprache

mála vt. 4 (málaði, málað) anstreichen, malen

málsháttur m. 16 (-hætti, -háttar, -hættir) Sprichwort; Spruch

máltíð f. 29 (-, -ar, -ir) Mahlzeit

málverkasafn n. 47 (-i, -s, -söfn) Galerie, Gemäldemuseum

mamma f. 58 (mömmu, mömmur) Mamma, Mutti

mannanafn n. 47 (-i, -s, -nöfn) Personenname

mannamál n. 43 (-i, -s, -) Stimme, menschliche Stimme

manndómsár n. pl. 43 Erwachsenenjahre

mannkyn n. 43 (-i, -s, -) Menschheit

mannvirðingar f. pl. 24 Ehre; Ansehen; Stellung

mannvirki n. 48 (-, -s, -) Bauwerk; Bau

mánuður m. 12 (-i, -ar, -ir) Monat

mánudagur m. 1 (-degi, -dags, -dagar) Montag

Margrét f. 25 (-i, -ar) weibl. Vorname

margur adj. 1 (mörg, margt; fleiri, flestur) viel, viele; margs konar vielerlei; verschiedenartig

margvíslega adv. vielerlei; verschieden; eru margvíslega litar haben viele Farben, sind bunt

margvíslegur adj. 1 (-leg, -legt; -legri, -legastur) verschieden

marka vt. 4 (markaði, markað) markieren; marka stefnu die Richtung eines Programms bestimmen

mars m. unfl. März

máttur m. 16 (mætti, máttar, ohne pl.) Macht; Kraft; af öllum mætti mit seinen ganzen Kräften

matur m. 12 (-, -ar, ohne pl.) Essen

með präp. mit dat. oder akk. (2.7.0) mit

meðal präp. mit gen. unter; meðal annars unter anderem (abgekürzt m. a.)

meðan konj. während, solange

meðlæti n. 48 (-, -s, ohne pl.) Kaffeebrot; Kuchen (die mit Kaffee gegessen werden)

mega vt. ur. (2.6.6) (má, mátti, mátt) dürfen; **mega til** müssen, gezwungen sein

meginland n. 47 (-i, -s, -lönd) Festland, Kontinent

menning f. 24 (-u, -ar, -ar) Kultur, Zivilisation

mennskur adj. 1 (mennsk, mennskt; -ari, -astur) menschlich

menntun f. 31 (-, -unar, ohne pl.) Ausbildung; Studium

merki n. 48 (-, -s, -) Zeichen, Anzeichen; Symptom; Marke; Signal; **bera merki e-s** Spuren von etwas zeigen

merkilega adv. bedeutungsvoll, bedeutend; ausgezeichnet

Merkjalækur m. 10 (-, -jar, -ir) Ortsname (eigentl. »Grenzbach«)

merkur adj. 1 (merk, merkt; -ari, -astur) berühmt, bekannt

mestallur ind. pron. (**allur** + Präfix **mest** »fast, beinahe«) fast alles, beinahe alles

mestmegnis adv. zum größten Teil hauptsächlich

meta vt. abl. 5 (mat, mátum, metið; impf. konj. mæti) schätzen, abschätzen

metri m. 51 (-a, -ar) oder **meter** m. 51 (-a, -ar) oder unregelmäßig (meters, pl. metrar) Meter

mið n. pl. 43 Fanggebiet(e); **taka mið af** vergleichen [4]

miða vt. 4 (miðaði, miðað) zielen; **miða við e-ð** mit etwas vergleichen

miðbik n. 43 (-i, -s, ohne pl.) mittlerer Teil

miður adj. 3a (mið, mitt) mitten, mittel-, mittlerer; **mið nótt** Mitternacht

miðnætti n. 48 (-, -s, -) Mitternacht

miðnætursólarferð f. 29 (-, -ar, -ir) Mitternachtssonnenreise

miðvikudagur m. 1 (-degi, -s, -ar) Mittwoch

mikið adv. (komp. meira, sup. mest) viel

mikill adj. 6 (mikil, mikið; meiri, mestur) groß

mikilvægur adv. 1 (-væg, vægt; -ari, astur) wichtig, bedeutsam

mildi f. 57 (-, ohne pl.) Milde, Güte

milli [mɪtlɪ] präp. mit gen. zwischen

minn poss. pron. (2.5.3) mein

minna vt. 2 (minnti, minnt) erinnern; **minna á e-ð** an etwas erinnern; **minnast e-s** (med.) sich an etwas erinnern

minni n. 48 (-i, -s, ohne pl.) Gedächtnis

minni adj. komp. (sup. minnstur) kleiner, siehe **lítill** klein (2.3.5)

minning f. 24 (-u, -ar, -ar) Erinnerung; Andenken

minnisstæður adj. 1 (-stæð, -stætt; -ari, -astur); **vera e-m minnisstæður** für jemanden unvergeßlich sein [5]

minnstur adj. sup. der kleinste (siehe **lítill**)

mínúta f. 55 (-u, -ur) Minute

misjafn adj. 1 (-jöfn, -jafnt; -ari, -astur) unterschiedlich

mistök n. pl. 47 (gen. pl. mistaka) Fehler; Irrtum; Versehen

mitti n. 48 (-, -s, -) Taille

mjólka vt. 4 (mjólkaði, mjólkað) melken

mjúkur adj. 1 (mjúk, mjúkt; mýkri, mýkstur oder mjúkari, mjúkastur) weich, sanft

mjög adv. sehr

móðir f. 40 (-ur, -ur, mæður) Mutter

móðurafi m. 51 (-a, -ar) Vater der Mutter (Großvater)

móðuramma f. 58 (-ömmu, ömmur) Mutter der Mutter (Großmutter)

móðurbróðir m. 18 (-ur, -ur, -bræður) Onkel (Bruder der Mutter)

móðursystir f. 42 (-ur, -ur, -ur) Tante (Schwester der Mutter)

molakaffi n. 48 (-, -s, ohne pl.) Kaffe mit Würfelzucker

mórauður adj. 1 (-rauð, -rautt; -rauðari, -rauðastur) hellbraun

Morgunblaðið n. 47 Morgenblatt (Islands größte Tageszeitung)

morgunkaffi n. 48 (-, -s, ohne pl.) Frühstück, Kaffee zum Frühstück

morgunmatur m. 12 (-, -ar, ohne pl.) Frühstück

morgunn m. 2 (-rgni, -guns, -rgnar) Morgen; **á morgun** morgen; **í morgun** heute morgen; **til morguns** bis morgen; **á morgun eftir hádegi** morgen nachmittag; **í býtið á morgun** morgen früh; **í býtið í morgun** heute morgen früh; **á morgnana** morgens, jeden Morgen

morgunverður m. 8 (-i, -ar, ir) Frühstück

mót n. 43 (-i, -s, -) Treffen, Zusammenkunft

móta vt. 4 (mótaði, mótað) formen; prägen; modellieren; **mótast** vi. (med.) sich formen, sich festigen

móttakandi m. 53 (-a, -takendur) Empfänger

múli m. 51 (-a, -ar) Vorgebirge

muna vt. ur. (2.6.6) (man, mundi, mundað; impf. konj. myndi) erinnern, sich erinnern

munu vi. def. (2.6.3) werden (Hilfsverb des Fut. und des Kond.)

munur m. 9 (-, -ar, -ir) Unterschied; pl. **munir** Sachen

mynd f. 29 (-, -ar, -ir) Bild, Photographie; Porträt

mynda vt. 4 (myndaði, myndað) bilden

myndarlegur adj. 1 (-leg, -legt; -(a)ri, -astur) stattlich; schön; geschickt

myndast vi. 4 (myndaðist, myndast) sich bilden, entstehen; photographiert werden

myrkur n. 46 (-rkri, -s, ohne pl.) Dunkelheit, Finsternis

mæðgin n. pl. 43 Mutter und Sohn

mæðgur f. pl. 55 Mutter und Tochter

mægðir f. pl. 29 Verschwägerung

mæla vt. 2 (mælti, mælt) sagen; **mæla sér mót** ein Treffen vereinbaren

mæla vt. 2 (mældi, mælt) messen

m. ö. o = með öðrum orðum mit anderen Worten

mögulegur adj. 1 (-leg, -legt; -(a)ri, -astur) möglich

möguleiki m. 51 (-a, -ar) Möglichkeit

mörk f. 36 (-, merkur oder markar, merkur) Wald; 1/2 Pfund, halbes Pfund

N

ná vt. 2 (präs. næ; náði, náð) erreichen; **ná í strætó** den Bus erreichen; **ná saman** zusammentragen, zusammenbringen; **ná tali af e-m** mit jemandem sprechen

nafn n. 47 (-i, -s, nöfn) Name; **er af nafni föður míns** wird vom Namen meines Vaters abgeleitet

nágranni m. 51 (-a, -ar) Nachbar

náinn adj. 4 (náin, náið; nánari, nánastur) intim; nahe; **nánar til tekið** genauer gesagt [5]; **í náinni framtíð** in der nächsten Zukunft [9]

nálægur adj.1 (-læg, -lægt; -(a)ri, -astur) nahe, nahe gelegen; **nálægt árinu 870** um das Jahr 870

náttúra f.55 (-u, ohne pl.) Natur

náttúrlega adv. gewiß, sicher; natürlich

náttúrufyrirbæri n.48 (-, -s, -) Naturphänomen

náttúruhamfarir f.pl.30 Naturereignisse; Naturkatastrophen

nauðsynlega adv. absolut; notwendig; unbedingt

nauðsynlegur adj.1 (-leg, -legt; -(a)ri, -astur) notwendig

naumast adv. kaum

neðan adv. von unten; **neðan við** unterhalb

neðanhríð f.23 (-, -ar, -ar) Schneesturm (von unten); Schneeverwehungen; Schneetreiben

neðri adj.komp. (sup. neðstur) der untere; **neðri hluti** der untere Teil; **hið neðra** im unteren Teil [5]

nefna vt.2 (nefndi, nefnt) nennen; **nefnast** vi. (med.) genannt werden

nefnd f.29 (-, -ar, -ir) Ausschuß, Kommission, Komitee

nei adv. nein

neinn ind.pron. (2.5.7) niemand, keiner; **ekki er nein leið** es ist unmöglich

nema vt.abl.4 (nam, námum, numið) lernen; nehmen; **nema land** Land besiedeln (bewohnen, nehmen); **nema staðar** bremsen, anhalten

nema kon. außer, bis auf; ausgenommen, mit Ausnahme von

nemandi m.53 (-a, nemendur) Schüler; Lehrling; Student

net n.43 (-i, -s, -) Netz

nettfingraður adj.1 (-finruð, -fingrað; -aðri, -aðastur) graziös, zierlich

neyða vt.2 (neyddi, neytt) zwingen

niður adv. unter, hinunter

ní(u)tíu z. neunzig

nítján z. neunzehn

níundi z. der neunte

njóta vt.abl.2 (präs. nýt; naut, nutum, notið) genießen

nógur adj.1 (nóg, nógt oder nóg; ohne komp. und sup.) genug; genügend

nokkur ind.pron. (2.5.7) einige; etliche; **fyrir nokkru** vor einiger Zeit

Nonni m. 51 (-a) Koseform zu **Jón** (Eigenname)

norðanvindur m. 1 (-i, -s, -ar) Nordwind

norðarlega adv. nördlich; im Norden

norður n. 46 (-rðri, -urs, ohne pl.) Norden

norður adv. nach Norden, nordwärts

Norðurárdalur m. 9 (-, -s) Tal in Nordisland

Norðurland n. 47 (-i, -s, -lönd) Nordland, der nördliche Teil Islands; pl. **Norðurlönd** Norden, die skandinavischen Länder

norrænn adj. 5 (norræn, norrænt; norrænni, norrænastur) nordisch

nota vt. 4 (notaði, notað) benutzen, gebrauchen

notkun f. 31 (-, -unar, ohne pl.) Gebrauch

nóvember m. unfl. November

nú adv. jetzt, nun

númer n. 43 (-i, -s, -) Nummer

núna adv. jetzt, nun

nútíðarmaður m. 22 (-manni, -manns, -menn) Zeitgenosse, Mann der heutigen Zeit

nútíma adj. unfl. modern, zeitgenössisch

nýár n. 43 (-i, -s, -) Neujahr

nýbyrjaður adj. 1 (-byrjuð, -byrjað) neubegonnen

nýlentur adj. 1 (nýlent, nýlent; -ari, -astur) soeben gelandet

nýlokið siehe unter **ljúka**

nýr adj. 3a (ný, nýtt; nýrri, nýjastur) neu; frisch

nýunninn adj. 4 (-unnin, -unnið) neugewonnen

nægur adj. 1 (næg, nægt; -ari, -astur) genug, genügend

næmur adj. 1 (næm, næmt; -ari, -astur) empfindlich; leicht lernend

nærri adv. ungefähr; **nærri markinu** nahe dem Ziel

næst adv. **næst honum** gleich nach ihm [7]

næsta adv. fast, beinahe

næstum adv. beinahe

næstur adj. 1 (næsta, næsta; ohne komp. und sup.) nächster, (der) nächste

næturstaður m. 12 (-, -ar, -ir) Nachtquartier, Ruhestätte; Ort, an dem man die Nacht verbringt

O, Ó

ó- Präfix der Verneinung un-, nicht

Oddi m. 51 (-a) Ortsname

(Hauptort einer Gemeinde in der Provinz Rangárvallasýsla im südlichen Island)

of adv. zu; **of stór** zu groß

ofanhríð f. 23 (-, -ar, -ar) Schneesturm (von oben)

ófáanlegur adj. 1 (-leg, -legt; -(a)ri, -astur) unerhältlich; vergriffen

ofar adv. höher; **ofar öðrum daun** stärker als jeder andere Geruch [7]

Ófeigur m. 8 (-i, -s, -ir) Eigenname (eigentl. »der Unsterbliche«)

o. fl. = og fleira und mehr

ofsalega adv. sehr

oft adv. (komp. oftar, sup. oftast) oft, öfters; häufig

ofurhægur adj. 1 (-hæg, -hægt; -ari, -astur) sehr langsam

ofurlítið adv. ein bißchen

ófær adj. 1 (ófær, ófært; -ari, -astur) unbefahrbar, unpassierbar

og kon. und

og adv. auch, gerade; **það var og** gerade das war es

ógleymanlegur adj. 1 (-leg, -legt; -(a)ri, -astur) unvergeßlich

óháður adj. 1 (óháð, óháð; -ari, -astur) unabhängig

október m. unfl. Oktober

Ólafsfjörður m. 14 (-firði, -fjarðar) Ortsname (Stadt im Norden Islands)

Ólafur m. 1 (-i, -s) männl. Vorname

ólíkur adj. 1 (ólík, ólíkt; -ari, -astur) verschieden; ungleich

ómur m. 1 (-i, -s, ohne pl.) (ferner) Klang

opna vt. 4 (opnaði, opnað) öffnen

orð n. 43 (-i, -s, -) Wort

orðstofn m. 1 (-i, -s, -ar) Wortstamm; Wurzel

orka f. 55 (-u, ohne pl.) Energie

o. s. frv. = og svo framvegis usw. und so weiter

óska vt. 4 (óskaði, óskað) wünschen; **óska e-s** oder **óska eftir e-u** etwas wünschen

óskast vi. 4 (med.) (óskaðist, óskast) gewünscht werden; gesucht werden

óskastund f. 29 (-, -ar, -ir) Wunschmoment; im Volksmund, derjenige Augenblick, in dem ein gehegter Wunsch in Erfüllung geht

óskyldur adj. 1 (óskyld, óskylt; -ari, -astur) nicht verwandt

283

óspilltur adj. 1 (óspillt, óspillt; -ari, -astur) unverdorben, rein

óstöðugur adj. 1 (-ug, -ugt; -ugri, -ugastur) instabil, unbeständig

ótrúlega adv. unglaublich

óttast vt. 4 (óttaðist, óttast) (sich) fürchten, bangen

ótvíræður adj. 1 (ótvíræð, ótvírætt; -ðari, -ðastur) unzweifelhaft

óveraldlegur adj. 1 (-leg, -legt; -(a)ri, -astur) wirklichkeitsfremd

óþekktur adj. 1 (óþekkt, óþekkt; -ari, -astur) unbekannt

P

pabbi m. 51 (-a, -ar) Papa, Vati

Páll m. 2 (Páli, Páls) männl. Vorname

panta vt. 4 (pantaði, pantað) bestellen

penni m. 51 (-a, -ar) Schreibfeder; Füllfederhalter

Pétur m. 3 (-tri, -urs) männl. Vorname

plan n. 47 (-i, -s, plön) Platz; Plan; flache Fläche; Absicht

pólarsvæði n. 48 (-, -s, -) Polarregion

pollur m. 1 (-i, -s, -ar) Pfütze; Tümpel

póstkassi m. 51 (-a, -ar) Postkasten, Briefkasten

póstur m. 1 (-i, -s, ohne pl.) Post

prestur m. 1 (-i, -s, -ar) Pfarrer, Priester

pund n. 43 (-i, -s, -) Pfund

pusa f. 55 (-u, -ur) (Wasser-)-Guß, (Regen-)Guß

pusa vt. 4 (pusaði, pusað) mit Wasser übergießen; spritzen

pökkun f. 33 (-, -unar, pakkanir) Einpacken, Packen

R

ráð n. 43 (-i, -s, -) Rat; Ausweg; Plan; Mittel; Einverständnis

raða vt. 4 (raðaði, raðað) ordnen

ráða vt. abl. 7 (präs. ræð; réð, réðum, ráðið) raten, deuten; bestimmen; herrschen; anstellen

ráðstöfun f. 33 (-, -ar, -anir) Ordnung; Maßnahme; til ráðstöfunar zur Verfügung

raka vt. 4 (rakaði, rakað) rechen; harken; raka sig sich rasieren

ránfugl m. 1 (-i, -s, -ar) Raubvogel

rangsleitni f. 57 (-, ohne pl.) Ungerechtigkeit

rangur adj. 1 (röng, rangt; -ari, -astur) falsch; unwahr

rauður adj. 1 (rauð, rautt; -ari, -astur) rot

raun f. 29 (-, -ar, -ir) Erfahrung, Erlebnis; Kummer; Bedrängnis; **í rauninni** in der Tat, eigentlich; **í raun og veru** in Wirklichkeit, tatsächlich

regn n. 43 (-i, -s, ohne pl.) Regen

regnskúr m. 9 (-, -s, -ir) Regenschauer

reiðhempa f. 55 (-u, -ur) Reitanzug

reiðhestur m. 1 (-i, -s, -ar) Reitpferd

reiði f. 57 (-, ohne pl.) Zorn, Wut

reika vi. 4 (reikaði, reikað) wandern, herumstreifen

reikna vt. 4 (reiknaði, reiknað) rechnen; **reikna saman** addieren

reikningur m. 1 (-i, -s, -ar) Rechnen; Rechnung; Konto

reisulegur adj. 1 (-leg, -legt; -(a)ri, -astur) schön; schön gebaut

reka vt. abl. 5 (rak, rákum, rek-

ið) treiben; vertreiben; jagen; betreiben; **reka stórt bú** einen großen landwirtschaftlichen Betrieb haben

reknet n. 43 (-i, -s, -) Treibnetz

rekstur m. 3 (-kstri, -urs, -kstrar) Wirtschaft; Betrieb; Treiben von Vieh

renna vi., vt. 2 (renndi, rennt) fließen lassen; **sem kerling renndi hrífuskaftinu undir** unter die die alte Frau den Stiel der Harke setzte [2]

renna vi. abl. 3 (rann, runnum, runnið) fließen; rinnen, gleiten

réttur adj. 1 (rétt, rétt; -ari, -astur) richtig; **rétt hjá** dicht daneben

reykblár adj. 3 (-blá, -blátt) rauchblau

Reykjavík f. 36 (-, -ur) Name der isländischen Hauptstadt (eigentl. »Dampfbucht«)

reykur m. 10 (-s, -jar, -ir) Rauch; Dampf; pl. **Reykir** Ortsname in Westisland

Reykvíkingur m. 1 (-i, -s, -ar) Einwohner von Reykjavík

reyna vt. 2 (reyndi, reynt) versuchen; prüfen; erfahren; dulden; **reynast** vi. (med.) sich erweisen, sich bewähren, sich behaupten reyndar adv. eigentlich; in der Tat

reyndur adj.1 (reynd, reynt; -ari, -astur) erfahren

reynihrísla f.55 (-u, -ur) Vogelbeerbaum (einzelner Baum; Artbezeichnung reynir m.4)

rigna vi.2 (rigndi, rignt) regnen

rigning f.24 (-u, -ar, -ar) Regen; undan rigningunni vor dem Regen; bevor der Regen beginnt

rigningarlega adv. regnerisch

ríki n.48 (-, -s, -) Staat

ríkistrú f.35 (-, -ar, ohne pl.) Staatsreligion

ríkisvald n.47 (-i, -s, ohne pl.) Staatsmacht

ríkja vi.2 (ríkti, ríkt) herrschen

rithöfundur m.1 (-i, -ar, -ar) Schriftsteller; Verfasser

ritvél f.23 (-, -ar, -ar) Schreibmaschine

rjóður adj.1 (rjóð, rjótt; -ari, -astur) rotwangig, frisch

rjómi m.51 (-a, ohne pl.) Sahne, Rahm

rjúfa vt.abl.2 (präs. rýf; rauf, rufum, rofið; impf.konj. ryfi) brechen

rjúka vi.abl.2 (präs. rýk; rauk, rukum, rokið; impf. konj. ryki) dampfen; rauchen; fliegen; stöbern; stieben (Schnee)

rjúpnaskytta f.55 (-u, -ur) Schneehuhnjäger

róa vi.ur (2.6.16) (ræ, réri, róið) rudern

róður m.3 (-ðri, -urs/-ðrar, -ðrar) Rudern; (Fisch-) Fangfahrt

rok n.43 (-i, -s, ohne pl.) Sturm

rólega adv. ruhig, langsam

rómverskur adj.1 (-versk, -verkst; -ari, -astur) römisch

róta vt.4 (rótaði, rótað) wühlen; róta sér sich bewegen; J.H. rótaði sér hvergi J.H. bewegte (rührte) sich überhaupt nicht [7]

rúða f.55 (-u, -ur) Scheibe, Fensterscheibe

rúm n.43 (-i, -s, -) Bett; Raum

rúma vt.4 (rúmaði, rúmað) enthalten; fassen; Platz haben für (Zimmer, Koffer usw.)

rúmlega adv. mehr als; klukkan rumlega níu að morgni kurz nach neun Uhr morgens [8]

röð f.30 (-, raðar, raðir) Reihe, Reihenfolge

rödd f.30 (-, raddar, raddir) Stimme

röskun f.33 (-, -unar, ohne pl.) Störung

S

sá dem.pron. (2.5.4) der, dieser

safn n.47 (-i, -s, -söfn) Museum; Sammlung

safngripur m.9 (-, -s, -ir) Museumsgegenstand

saga f.58 (sögu, sögur gen.pl. sagna) Geschichte; Roman; Erzählung

sagnasafn n.47 (-i, -s, -söfn) Geschichtensammlung

sakir präp. mit gen. wegen

sakna vt.4 (saknaði, saknað) vermissen; **sakna e-s** jemanden vermissen

sala f.58 (sölu, sölur) Verkauf; **til sölu** zu verkaufen

sálmaskáld n.43 (-i, -s, -) Psalmendichter

salt n.47 (-i, -s, sölt) Salz

Saltari m.51 (-a, -ar) Psalter

saltfiskur m.1 (-i, -s, -ar) Klippfisch; Stockfisch

saltfiskverkunarhús n.43 (-i, -húss, -) Haus, in dem Fisch gesalzen wird; Salzhaus; Stockfischhaus

salur m.9 (-, -s, -ir) Saal

saman adv. zusammen; **allt saman** alles zusammen; **brjóta saman** knicken; **leggja saman** addieren

samband n.47 (-i, -s, sambönd) Verbindung; Zusammenhang; Verein; **í sambandi við** im Zusammenhang mit; **í þessu sambandi** in diesem Zusammenhang [9]

samfleyttur adj.1 (-fleytt, -fleytt; -ari, -astur) ununterbrochen (wenn von Zeit gesprochen wird)

samt adv. trotzdem; doch, jedoch; **samt sem áður** trotzdem

samtímis adv. gleichzeitig

samur dem.pron. (2.5.4) derselbe, der gleiche; **sama og** dasselbe wie; gleichbedeutend mit, identisch mit; **mér er sama** es ist mir egal (gleich)

sandkökusneið f.23 (-, -ar, -ar) Sandkuchenscheibe

sannur adj.1 (sönn, satt; -ari, -astur) wahr

sáta f.55 (-u, -ur) Heulast

sefi m.51 (-a, -ar) Gemüt; geistiges (inneres) Gefühlsleben

segja vt.3 (sagði, sagt; präs. segi, pl. segjum) sagen; behaupten; **segja e-ð fyrir** et-

287

was voraussagen; **meira að segja** sogar; **segjast** vi. (med.) sagen, behaupten

segja má man kann sagen, es wird gesagt

seinka vt. 4 (seinkaði, seinkað) verzögern; **klukkan (úrið) seinkar sér** die Uhr geht nach

seinn adj. 5 (sein, seint; seinni, seinastur) spät

seint adv. spät

selja vt. 1 (seldi, selt) verkaufen; **selja e-m e-ð** jemandem etwas verkaufen

selslíki n. 48 (-, -s, -) Seehundegestalt

selur m. 9 (-, -s, -ir) Seehund

sem rel. pron. (2.5.5) der, die, das

sement n. 43 (-i, -s, ohne pl.) Zement

semja vt. 1 (samdi, samið) verfassen; verhandeln; **semja um e-ð** um (über) etwas verhandeln

senda vt. 2 (sendi, sent) senden, schicken; **sendast** vi. (med.) geschickt werden

sending f. 24 (-u, -ar, -ar) Sendung

senn; í senn adv. gleichzeitig

september m. unfl. September

sérflokkur m. 1 (-i, -s, -ar) spezielle Gruppe

sérsafn n. 47 (-i, -s, -söfn) Spezialmuseum

sérstakur adj. 1 (sérstök, sérstakt; -ari, -astur) bestimmt; besonders; speziell; sonderbar

setja vt. 1 (setti, sett) setzen; **setja á land** ans Land setzen; **setja upp net** Netze vorbereiten und reparieren [4]; **setja sig á háan hest** sich hochspielen [4]; **setjast** vi. (med.) sich setzen; **setjast niður** sich hinsetzen; **setjast inn** sich hineinsetzen

sex z. sechs

sextíu z. sechzig

síð adv. (síðar, síðast) spät

síðan adv. dann, darauf, danach, daraufhin

síðar adv. komp. siehe **síð**

síðastliðinn adj. 4 (-liðin, -liðið; ohne komp. und sup.) letzte(r)

síðastur adj. sup. (komp. síðari, ohne pos.) der letzte

síður adv. komp. weniger; **ekki síður** genau wie

síga vi. abl. 1 (seig, sigum, sigið) sinken, fallen; sich senken; **síga eftir eggjum** an Kliffwänden Seevogeleier einsammeln [3]

sigla vi., vt. 2 (sigldi, siglt) segeln; ins Ausland reisen

Siglufjörður m. 14 (-firði, -fjarðar) Ortsname (Stadt im Norden Islands)

sigur m. 3 (-gri, -urs, -grar) Sieg

Sigurður m. 1 (-i, -ar) männl. Vorname

silfurkross m. 1 (-i, -kross, -ar) Silberkreuz

silfurspöng f. 30 (-, -spangar, -spangir oder -spengur) Silberspange

silkiklútur m. 1 (-, -s, -ar) Seidentuch

silungsgengd f. 29 (-, -ar, -ir) Forellenvorkommen

sími m. 51 (-a, -ar) Telephon

sinn poss. pron. (2.5.3) sein, ihr

sinn n. 43 (-i, -s, -) Mal; **í fyrsta sinn** zum ersten Mal; **að þessu sinni** diesmal; **nokkru sinni** je; **einu sinni** einst; einmal

sitja vi. abl. 5 (sat, sátum, setið) sitzen; **sitja** vt.; **sitja fund** an einer Sitzung teilnehmen

sjá vt. abl. 5 (sá, sáum, séð) sehen, schauen; blicken; erblicken; einsehen; **þegar alls ekki sást út úr aflanum** als man gar nicht mehr die (an Land

gebrachte) Fischmenge überblicken konnte [4]

sjaldan adv. (komp. sjaldnar, sjaldnast) selten

sjálfstæði n. 48 (-, -s, ohne pl.) Unabhängigkeit

sjálfstæðishetja f. 56 (-ju, -jur) Freiheitskämpfer; Unabhängigkeitsheld

sjálfur dem. pron. (2.5.4) selbst

sjávarþorp n. 43 (-i, -s, -) Fischerdorf

sjóferð f. 29 (-, -ar, -ir) Seereise

Sjóhús n. 43 (-i, -húss, -) Seehaus

sjómaður m. 22 (-manni, -manns, -menn) Seemann

sjóminjasafn n. 47 (-i, -s, -söfn) Meeresmuseum, Seefahrtsmuseum

sjónarsvið n. 43 (-i, -s, -) Schauplatz; Blickfeld

sjónvarp n. 47 (-i, -s, sjónvörp) Fernsehen, Fernsehgerät

sjór m. 6 (-, sjávar, sjóir) Meer, See **f.**; pl. **sjóir** Wellen (hauptsächlich große Wellen)

sjósetja vt. 1 (sjósetti, sjósett) vom Stapel laufen lassen

sjúklingur m. 1 (-i, -s, -ar) Kranker, Patient

289

sjö z. sieben
sjötíu z. siebzig
skafa vi., vt. abl. 6 (skóf, skóf-um, skafið) schaben; kratzen
skafrenningur m. 1 (-i, -s, -ar) das Stöbern von Schnee; Schneegestöber; Schneever-wehungen
skáld n. 43 (-i, -s, -) Dichter
skáldsaga f. 58 (-sögu, -sögur) Roman
skamma vt. 4 (skammaði, skammað) beschimpfen; skammast vi. (med.) be-schimpfen; skammast sín sich schämen
skammdegi n. 48 (-, -s, -) die kurzen dunklen Wintertage (in Island vom November bis Februar)
skammur adj. 1 (skömm, skammt; -ari, -astur) kurz; að skömmum tíma liðnum nach kurzer Zeit [2]; fyrir skömmu kürzlich
skapa vt. 4 (skapaði, skapað) bilden; schaffen
skápur m. 1 (-, -s, -ar) Schrank
skáti m. 51 (-a, -ar) Scout; Pfadfinder
ske vi. 1 (präs. skeður; skeði, skeð) geschehen
skel f. 28 (-, -jar, -jar) Muschel
skemmtilegur adj. 1 (-leg,

-legt; -(a)ri, -astur) interes-sant; lustig; unterhaltsam, reizvoll
skemmtun f. 31 (-, -unar, -an-ir) Vergnügen; Tanzabend
skepna f. 55 (-u, -ur) Tier; Kreatur; Vieh
sker n. 44 (-i, -s, -) Schäre, Klippe
skera vt. abl. 4 (skar, skárum, skorið) schneiden; schlach-ten
skerast vi. abl. 4 (med.) (skarst, skárumst, skorist) sich schneiden; skerast í odda streiten; þarna sker-ast margir firðir inn í land-ið dort ist das Land von vielen Fjorden zerschnitten [5]
skilja vt. 1 (skildi, skilið) ver-stehen
skína vi. abl. 1 (skein, skinum, skinið) scheinen; strahlen; leuchten
skip n. 43 (-i, -s, -) Schiff
skipa vt. 4 (skipaði, skipað) befehlen; ernennen; skipa fyrir verkum befehlen, was zu tun ist [7]
skipan (skipun) f. 31 (-, -anar, -anri) Ordnung; Befehl
skipstjóri m. 51 (-a, -ar) Ka-pitän
skipulag n. 47 (-i, -s, ohne pl.)

Organisation; System; Ordnung

skipuleggja vt. 1 (-lagði, -lagt) organisieren

skítaskán f. 29 (-, -ar, -ir) Dreckschicht

skjal n. 47 (-i, -s, skjöl) Dokument; Original; Aktenstück

skjökta vi. 2 (skjökti, skjökt) hinken

skjöldóttur adj. 1 (-ótt, -ótt; -ari, -astur) gefleckt, bunt

skoðun f. 31 (-, -ar, -anir) Meinung; **að við hér séum allflestar þessarar skoðunar** daß die allermeisten von uns diese Meinung vertreten [4]

Skógar m. pl. 1 Ortsname in Südisland (eigentl. »Wälder«)

skógur m. 1 (-i, -ar, -ar) Wald

skólastofa f. 55 (-u, -ur) Klasse, Unterrichtsraum

skóli m. 51 (-a, -ar) Schule

skór m. 1 (skó, skós; pl. nom. skór, akk. skó, dat. skóm, gen. skóa) Schuh

Skorarhlíðar f. pl. 23 Name von Klippen (Felsen) im westlichen Island

skordýr n. 43 (-i, -s, -) Insekt

skorða vt. 4 (skorðaði, skorðað) stützen; versteifen; **með**

skorðuðum kennisetningum mit festgesetzten Dogmen [6]

skorta vi. 3 (skorti, skort) fehlen

skósíður adj. 1 (-síð, -sítt; -ari, -astur) lang, bis zu den Schuhen hinabreichend

skrafræður f. pl. 55 Gespräch

skreið f. 23 (-, -ar, ohne pl.) Dörrfisch; Stockfisch

skriða f. 55 (-u, -ur) Erdrutsch, Mure f.

skriðrunninn adj. 4 (-runnin, -runnið; -ari, -astur) von Erdrutschen bedeckt, vermurt

skrifa vt. 4 (skrifaði, skrifað) schreiben; **skrifast á** korrespondieren

skrifstofustarf n. 47 (-i, -s, -störf) Büroarbeit

skrúbba vt. 4 (skrúbbaði, skrúbbað) scheuern

skulu vi..def. (2.6.3) (skal, impf. konj. skyldi) sollen

skúr m. 9 (-, -s, -ir) Regenschauer, Schauer; kleine Hütte; Schuppen

ský n. 44 (-i, -s, -) Wolke

skýjaður adj. 1 (skýjuð, skýjað; -(a)ri, -astur) bewölkt, wolkig, bedeckt

skýjakápa f. 55 (-u, -ur) Wolkenmantel

291

skyldfólk n.43 (-i, -s, ohne pl.) Verwandte

skyldmenni n.pl.48 Verwandte

skynvilla [scɪnvɪtla] f.55 (-u, -ur) Täuschung

skýr adj.1 (skýr, skýrt; -ari, -astur) deutlich

skær adj.1 (skær, skært; skærari, skærastur) hell, klar; leuchtend

slá vt.abl.6 (präs. slæ; sló, slógum, slegið) schlagen; mähen (Gras); lýsti af slegnu hárinu das flachgekämmte Haar leuchtete [7]

slakna vt.4 (slaknaði, slaknað) locker werden, schlaff werden; tauen, schmelzen

slasa vt.4 (slasaði, slasað) verletzen; slasast vi. (med.) sich verletzen; verletzt werden

sléttur adj.1 (slétt, slétt; -ari, -astur) eben, flach

slíkur dem.pron. (2.5.4) solche(r)

slóð f.29 (-, -ar, -ir) Trampelpfad; pl. slóðir Gegend; á þessum slóðum in dieser Gegend

slys n.43 (-i, -slyss, -) Unfall

slysadeild f.29 (-, -ar, -ir) Unfallstation

slysarannsóknardeild f.29 (-,

-ar, -ir) Unfallabteilung (bei der Verkehrspolizei)

slysavarnarfélag n.49 (-i, -s, -félög) Verein um Unfälle zu verhüten

slæmur adj.1 (slæm, slæmt; verri, verstur) schlimm, schlecht

smáatriði n.43 (-, -s, -) Kleinigkeit; Einzelheit; Detail; Besonderheit

smálest f.29 (-, -ar, -ir) Tonne (Gewichtseinheit, 1000 kg)

smár adj.3 (smá, smátt; smærri, smæstur) klein, winzig

smíða vt.4 (smíðaði, smíðað) bauen, konstruieren

smiður m.9 (-, -s, -ir) Tischler, Schmied

snarl n.43 (-i, -s, ohne pl.) leichte Mahlzeit

snemma adv. (komp. fyrr, sup. fyrst) früh

snjóa vi.4 (snjóaði, snjóað) schneien

snjór m.7 (-, snævar, snjóar) Schnee; pl. snjóar örtlich gefallene Schneemenge

snyrta vt.2 (snyrti, snyrt) verschönern; schmücken; ordnen

snyrting f.24 (-u, -ar, -ar) Schönheitspflege; Verschönerung; Toilette

Snæfellsjökull m.2 (-kli,

-kuls, -klar) Eigenname (Gletscher im westlichen Island)

sofa vi. abl. 4 (svaf, sváfum, sofið; präs. sef; impf. konj. svæfi) schlafen

sofna vi. 4 (sofnaði, sofnað) einschlafen

sokkur m. 1 (-, -s, -ar) Sock; **í brugðnum sokkum** in gestrickten Socken [7]

sól f. 29 (-, -ar, -ir, gen. pl. sólna) Sonne

sólarhringur m. 1 (-, -s, -ar) Tag (= 24 Stunden)

sómi m. 51 (-a, ohne pl.) Ehre

sonur m. 15 (syni, sonar, synir) Sohn

sópa vt. 4 (sópaði, sópað) fegen

sortulitaður adj. 1 (-lituð, -litað; -ðri, -astur) mit Heidekraut gefärbt

spá vt. 2 (spáði, spáð) voraussagen

spenning f. 24 (-u, -ar, -ar) Spannung

spila vt. 4 (spilaði, spilað) spielen (Karten, Musikinstrumente)

spjalla vi. 4 (spjallaði, spjallað) sich unterhalten; plaudern; **spjalla saman** sich unterhalten

spor n. 43 (-i, -s, -) Spur; Fußabdruck; **í spor hennar** nach ihr [7]

sprengja vt. 2 (sprengdi, sprengt) sprengen; **sprengja í loft upp** in die Luft sprengen

spurning f. 24 (-u, -ar, -ar) Frage

spyrja vt. 1 (spurði, spurt) fragen; **spyrja eftir e-m** nach jemandem fragen; **spyrja e-s** nach etwas fragen

spölur m. 9 (-, spöls oder spalar, ohne pl.) kurze Strecke

staðaldri: að staðaldri adv. ununterbrochen; auf die Dauer; ständig

staður m. 12 (-, -ar, -ir) Ort; Stelle; **í staðinn (fyrir)** dagegen, statt dessen; **einhvers staðar** irgendwo; **á stærri stað** an einem größeren Ort [4]

stakur adj. 1 (stök, stakt; -ari, -astur) einzeln; einzig, einmalig; ungerade; **stök tala** ungerade Zahl

standa vi. abl. 6 (präs. stend; stóð, stóðum, staðið; impf. konj. stæði) stehen; **standast allar náttúruhamfarir** allen Naturereignissen widerstehen [9]

starf n. 47 (-, -s, störf) Beruf;

293

Tätigkeit; Arbeit; Dienst; Beschäftigung

starfsmaður m. 22 (-manni, -manns, -menn) Bediensteter, Angestellter; Mitarbeiter

starfsreynsla f. 55 (-u, ohne pl.) Erfahrung im Beruf

stefna vt. 3 (stefndi, stefnt) in eine Richtung steuern oder zielen

stefna f. 55 (-u, -ur) Richtung; Kurs; Programm

stelpa f. 55 (-u, -ur) Mädchen; Tochter

stemming f. 24 (-u, -ar, -ar) Stimmung

sterkur adj. 1 (sterk, sterkt; -ari, -astur) stark; kräftig

steypa vt. 2 (steypti, steypt) betonieren; umstürzen

stífla vt. 4 (stíflaði, stíflað) dämmen; stauen; verstopfen

stig n. 43 (-i, -s, -) Grad; **þá ertu kominn á rétt stig** dann bist du richtig drin [4]

stíga vi. abl. 1 (steig oder sté, stigum, stigið) steigen, treten

stílabók f. 34 (-, -ar, -bækur) Schreibheft

stimpla vt. 4 (stimplaði, stimplað) stempeln

stinga vt. abl. 3 (stakk, stung-

um, stungið) stechen; stekken; sticken; **stinga í stúf við e-ð** sich von etwas abheben [5]

stjórn f. 29 (-, -ar, -ir) Regierung

stjórna vt. 4 (stjórnaði, stjórnað) steuern; regieren; lenken; leiten; führen

stjórnun f. 31 (-, -unar, -anir) Steuerung; Direktion

stjúpa f. 55 (-u, -ur) Stiefmutter

stjúpfaðir m. 17 (-föður, -föður, -feður) Stiefvater

stjúpi m. 51 (-a, -ar) Stiefvater

stjúpmóðir f. 40 (-ur, -ur, -mæður) Stiefmutter

stofna vt. 4 (stofnaði, stofnað) gründen, stiften

stofnandi m. 53 (-a, -endur) Gründer

stofnun f. 31 (-, -unar, -anir) Gründung; Institut; Stiftung

stóll m. 2 (-, -ls, -ar) Stuhl; Arbeitsstelle [4]

stólpi m. 51 (-a, -ar) Pfeiler; Pfahl

stór adj. 1 (stór, stórt; stærri, stærstur) groß; hoch gewachsen

Stóragrunn n. 43 (-i, -s, Stórugrunn) Name von Fanggebieten nördlich von Island

stormur m. 1 (-i, -s, -ar) Sturm

Strandir f. pl. 30 Name der Küste in der Provinz Strandasýsla im westlichen Island

strákústur m. 1 (-i, -s, -ar) Strohbesen

strax adv. sofort

strokleður n. 46 (-i, -s, -) Radiergummi

stromphattur m. 1 (-i, -s, -ar) hoher Hut, Zylinderhut

stýrishús n. 43 (-i, -húss, -) Steuerhaus

strætisvagn m. 1 (-i, -s, -ar) Bus (im Stadtverkehr)

strætisvagnaskýli n. 48 (-, -s, -) Wartehäuschen an einer Bushaltestelle

strætó m. 54 (-, -ar) Bus (im Stadtverkehr)

strönd f. 36 (-, strandar, strendur) Strand, Meeresufer; Küste

stúlka f. 55 (-u, -ur, gen. pl. stúlkna) Mädchen

stunda vt. 4 (stundaði, stundað) betreiben; stunda nám studieren; stunda veiðar jagen; stunda sjóinn Fischerei betreiben

stundum adv. ab und zu, bisweilen, gelegentlich

stuttur adj. 1 (stutt, stutt; styttri, stytstur oder stystur) kurz; klein

stútungskerling f. 24 (-i, -ar, -ar) tüchtige Frau; durch das Leben erhärtete Frau

stytta vt. 2 (stytti, stytt) kürzen, verkürzen; styttast vi. (med.) kürzer werden

stöðugur adj. 1 (-ug, -ugt; -ugri, -astur) stabil, dauerhaft

stökkva vt. abl. 3 (präs. stekk; stökk, stukkum, stokkið; impf. konj. stykki) springen

suðrænn adj. 5 (-ræn, -rænt; -rænni, rænastur) südlich, südländisch

suðurhluti m. 51 (-a, -ar) südlicher Teil

Suðurland n. 47 (-i, -s, -lönd) Südland, der südliche Teil Islands; pl. Suðurlönd die südlichen Länder (insbesondere die Länder im Mittelmeergebiet)

suðvestanátt f. 29 (-, -ar, -ir) südwestliche Richtung; Wind aus südwestlicher Richtung

suðvestanlands adv. im südwestlichen Island

suðvesturhluti m. 51 (-a, -ar) südwestlicher Teil

sumar n. 50 (-mri, -ars, sumur) Sommer; í sumar in

diesem Sommer; **á sumrin** im Sommer

sumardagur m.1 (-degi, -s, -ar) Sommertag

sumarfegurð f.23 (-, -ar, ohne pl.) schöner Sommer

sumarlag; að sumarlagi adv. im Sommer, in der Sommerzeit

sumarmánuður m.12 (-i, -ar, -ir) Sommermonat

sumir ind.pron. (2.5.7) einige

sums staðar adv. an einigen Stellen

sundurlaus adj.1 (-laus, -laust, -ari, -astur) unzusammenhängend, inkohärent, inkonsequent

sunnudagur m.1 (-degi, -s, -ar) Sonntag

svar n.47 (-i, -s, svör) Antwort

svara vt.4 (svaraði, svarað) antworten; beantworten

Svartiskóli m.51 (akk., dat., gen. Svartaskóla) die Pariser Universität Sorbonne

svartur adj.1 (svört, svart; -ari, -astur) schwarz

sveigja f.56 (-ju, -jur) Kurve; Krümmung; Biegung; Elastizität

sveipa vt.4 (sveipaði, sveipað) hüllen

sveit f.29 (-, -ar, -ir) Gemeinde; Gegend; Distrikt; Trupp,

Mannschaft; Land (als Gegensatz zur Stadt); **búa úti á landi** oder **búa úti í sveit** auf dem Lande wohnen

sveitaheimili n.48 (-, -s, -) Heim, Wohnung, Wohnsitz auf dem Lande

svið n.43 (-i, -s, -) Bühne; Bereich; Gebiet

svili m.51 (-a, -ar) ein Mann, der zu einem anderen Mann dadurch im Verwandtschaftsverhältnis steht, daß jeder von ihnen mit je einer Schwester aus einer Familie verheiratet ist

svipa f.55 (-u, -ur) Peitsche

svipaður adj.1 (svipuð, svipað; -ðri, -astur) ähnlich

svipléttur adj.1 (-létt, -létt; -ari, -astur) hell; froh; mit fröhlicher Miene

svipur m.8 (-, -s, -ir) Gesichtsausdruck; Miene; Ähnlichkeit; Gespenst; Persönlichkeit [6]

Svíþjóð f.29 (-, -ar) Schweden

svo adv. dann, daraufhin; so

svo að kon. so daß

svona adv. so; solch ein; derartig; adj. so (unfl.)

svæði n.48 (-, -s, -) Gebiet

sýna vt.2 (sýndi, sýnt) zeigen

synda vt.2 (synti, synt) schwimmen

syngja vt. abl. 3 (söng, sungum, sungið) singen

systir f. 42 (-ur, -ur, -ur) Schwester

systkini n. pl. 43 Geschwister

systkinabörn n. pl. 47 Kinder von Geschwistern

systkinadætur f. pl. 41 Töchter von Geschwistern

systkinasynir m. pl. 15 Söhne von Geschwistern

systrabörn n. pl. 47 Kinder von Schwestern

systradætur f. pl. 41 Töchter von Schwestern

systrasynir m. pl. 15 Söhne von Schwestern

sækja vt. 2 (sótti, sótt) holen; bátar hafa ekki getað sótt eins mikið út á Stóragrunn die Boote haben nicht so viel auf dem Fanggebiet Stóragrunn fischen können [3]; sækja til berja Beere aufsuchen [5]; sækja í e-ð etwas vorziehen; etwas bevorzugt aufsuchen

sælkeri m. 51 (-a, -ar) Person, die gerne gute, süße Speisen ißt

Sæmundur m. 1 (-i, -ar) männl. Vorname

sænskur adj. 1 (sænsk, sænskt) schwedisch

sæsímakapall m. 2 (-pli, -als, -plar) unterseeisches Telephonkabel

sæta vt. 2 (sætti, sætt) eine Heulast zusammentragen

sök f. 30 (-, sakar, sakir) Schuld; af þessum sökum aus diesem Grunde

sökkva vi., vt. abl. 3 (präs. sekk; sökk, sukkum, sokkið; impf. konj. sykki) sinken; senken; versinken; untergehen

söngur m. 5 (-, -s, söngvar) Gesang

T

tá vt. 2 (táði, táð) kämmen; tá ull Wolle kämmen

tá f. 34 (-, táar; pl. nom., akk. tær, dat. tám, gen. táa) Zehe; Landspitze

taða f. 58 (töðu, ohne pl.) Heu von der Hauswiese (gedüngter Boden); S. átti mikið af þurri töðu undir bei S. lag eine große Menge trockenes Heu flach auf dem Boden [2]

tafla f. 58 (töflu, töflur) Tafel

taka vt. abl. 6 (präs. tek; tók, tókum, tekið; impf. konj. tæki) nehmen; taka eftir

297

bemerken, beobachten; **ta-ka til** vorbereiten; **taka að + Inf.** beginnen; **það tók að dimma** es begann dunkel zu werden; **taka fastan** festnehmen; **taka á móti** empfangen; **taka mið af** vergleichen; **taka vel (illa)** gut (schlecht) empfangen; **tekin saman ofarlega í mittið** hoch in der Taille zusammengeschnürt [7]

takast vi. abl. 6 (med.) (tókst, tókumst, tekist) gelingen; **mér tekst það** es gelingt mir; **takast e-ð á hendur** etwas unternehmen

takk adv. danke; **takk fyrir** danke schön

tal n. 47 (-i, -s, ohne pl.) Sprechen; **daglegt tal** täglicher Sprachgebrauch

tala vi., vt. 4 (talaði, talað) sprechen, reden; berichten; **tala um e-ð** von (über) etwas sprechen

talsamband n. 47 (-i, -s, -sambönd) Sprechverbindung; Telephonverbindung

talsverður adj. 1 (-veð, -vert; -ari, -astur) ziemlich groß, wesentlich

talsvert adv. ziemlich viel; wesentlich

taminn adj. 4 (tamin, tamið; tamdari, tamdastur oder betur taminn, best taminn) zahm; gezähmt; dressiert

tandurhvítur adj. 1 (-hvít, hvítt) völlig weiß, sehr weiß

tannlæknaþjónusta f. 55 (-u, ohne pl.) zahnärztlicher Dienst

tannlækningar f. pl. 24 zahnärztliche Praxis

tannlæknir m. 4 (-i, -s, -ar) Zahnarzt

taska f. 58 (tösku, töskur) Tasche; Koffer; Mappe; Aktentasche

t. d. = **til dæmis** z. B. = zum Beispiel

telja vt. 1 (taldi, talið) zählen; meinen; glauben; **telja fram** deklarieren (zum Zoll); **teljast** vi. (med.) angesehen werden; betrachtet werden

tendra vt. 4 (tendraði, tendrað) zünden; **tendra ljós** Licht anmachen

tengdadóttir f. 41 (-ur, -ur, -dætur) Schwiegertochter

tengdafaðir m. 17 (-föður, -föður, -feður) Schwiegervater

tengdafólk n. 43 (-i, -s, ohne pl.) Personen, die durch Heirat eines Verwandten miteinander verbunden sind

tengdaforeldrar m. pl. 1 Schwiegereltern

tengdamóðir f. 40 (-u, -ur, -mæður) Schwiegermutter

tengdasonur m. 15 (-syni, -sonar, -synir) Schwiegersohn

tenging f. 24 (-u, -ar, -ar) Schaltung; Verbindung; Anschluß

tengja vt. 2 (tengdi, tengt) verbinden; schalten; **tengjast** vi. (med.) verschwägert sein; verbunden sein

teygja vt. 2 (teygði, teygt) strecken, ausstrecken; spannen; ziehen

tíð f. 29 (-, -ar, -ir) Zeit, Wetter; pl. **tíðir** Menstruation; **í seinni tíð** in letzter Zeit; **í tæka tíð** rechtzeitig

tíðarfar n. 47 (-i, -s, ohne pl.) Wetter; Wetterverhältnisse; Wetterbedingungen

tign f. 23 (29) (-, -ar, ohne pl.) Hoheit; Würde; Rang

tignarmaður m. 22 (-manni, -manns, -menn) vornehmer Mann

til präp. mit gen. (2.7.0) zu, nach, für, um

tilbúinn adj. 4 (tilbúin, tilbúið; tilbúnari, tilbúnastur) bereit, vorbereitet; künstlich

tilefni n. 48 (-, -s, -) Anlaß; **í tilefni af** anläßlich

tilheyrandi adj. unfl. zugehörig; entsprechend

tilkynning f. 24 (-u, -ar, -ar) Mitteilung, Meldung, Bekanntmachung

tiltölulega adv. ziemlich

tímamótamaður m. 22 (-manni, -manns, -menn) Mann der Wende; bedeutender Mann

tími m. 51 (-a, -ar) Zeit; Periode; Stunde; **ég kem eftir tvo tíma** in zwei Stunden bin ich da

tóbak n. 43 (-i, -s, ohne pl.) Tabak

togari m. 51 (-a, -ar) (Schleppnetz-)Fischdampfer; Trawler

tóm n. 43 (-i, -s, -) Leere; Vakuum; Muße; **það varð ekki tóm** es blieb (wurde) keine Zeit [7]

tollskýrsla f. 55 (-u, -ur) Zollerklärung; Zollformular

tollur m. 1 (-i, -s, -ar) Zoll

tollvörður m. 13 (-verði, -varðar, -verðir) Zollbeamter

tonn n. 43 (-i, -s, -) Tonne (Gewichtseinheit, 1000 kg)

tónn m. 1 (-i, -s, -ar) Ton

tré n. 45 (-, -s, -) Baum

treglega adv. zögernd, wenig

trésmiður m. 9 (-, -s, -ir) Tischler

treysta vt. 2 (treysti, treyst) vertrauen; treysta á e-n oder treysta e-m sich auf jemanden verlassen

trilla [tʰrɪl:a] f. 55 (-u, -ur) kleines offenes Motorboot

trillubátur m. 1 (-i, -s, -ar) kleines offenes Motorboot

trillukarl m. 1 (-i, -s, -ar) Seemann (der mit einem kleinen offenen Motorboot fischt)

trillusjómaður m. 22 (-manni, -manns, -menn) Seemann (der mit einem kleinen offenen Motorboot fischt)

trilluútgerð f. 29 (-, -ar, -ir) Betrieb eines kleinen offenen Motorboots

troða vt. abl. 6 (präs. treð; tróð oder trað, tróðum, troðið; impf. konj. træði) treten, trampeln; hineinstopfen

troll [tʰrol:] n. 43 (-i, -s, -) Schleppnetz

trúa vt. 4 (trúði, trúað) glauben

tugur m. 8 (-i oder -, -s, -ir) Zehner

tún n. 43 (-i, -s, -) Hauswiese (eine für Island charakteristische Grasfläche um jeden Bauernhof)

tungl n. 43 (-i, -s, -) Mond

tungumál n. 43 (-i, -s, -) Sprache

tuttugu z. zwanzig

tveir z. (2.4.0, 2.4.1) zwei

tvisvar z. unfl. zweimal

tækifæri n. 48 (-, -s, -) Gelegenheit

tækjaaðstaða f. 58 (-u, ohne pl.) Geräteausrüstung

tækur adj. 1 (tæk, tækt; -ari, -astur) annehmbar, zugelassen; í tæka tíð zur rechten Zeit

töluvert adv. ziemlich, ziemlich viel

U, Ú

ufsi m. 51 (-a, -ar) Seelachs, Köhler

ull f. 23 (-, -ar, ohne pl.) Wolle

um präp. mit akk. um, über

umferð f. 29 (-, -ar, ohne pl.) Verkehr

umferðarslys n. 43 (-i, -slyss, -) Verkehrsunfall

umgerð f. 29 (-, -ar, -ir) Rahmen

umhverfis präp. mit akk. rings um

ummæli n. pl. 48 Worte; Äußerung

umsókn f. 29 (-, -ar, -ir) Gesuch; Antrag

una vi., vt. 3 (undi, unað) zufrieden sein mit; sich aufhalten

undanfarinn adj. 4 (undanfarin, undanfarið; ohne komp. und sup.) vorangegangen

undantekning f. 24 (-u, -ar, -ar) Ausnahme

undanþága f. 55 (-u, -ur) Befreiung (von einer Pflicht); Ausnahme

undir präp. mit dat. oder akk. unter; **undir eins** sofort; **voru þeir eftir lítinn tíma komnir undir land** sie waren nach kurzer Zeit bis an die Küste gelangt [1]

undirbúa vt. abl. 7 (-bjó, -bjuggum, -búið) vorbereiten

undirlendi n. 48 (-, -s, -) Ebene, flaches Land, Flachlandschaft

undrast vt. 4 (med.) (undraðist, undrast) über etwas verwundert sein

ungdæmi n. 48 (-, -s, -); **í ungdæmi mínu** in meinen jungen Jahren

ungi m. 51 (-a, -ar) Junges (Vogel)

ungur adj. 1 (ung, ungt; yngri, yngstur) jung

unna vt. ur. (2.6.6) (ann, unni, unnað) lieben

uns kon. bis

upp adv. auf, hinauf; **upp undir fjallsbrúnir** bis zum Berggipfel hinauf

upphæð f. 29 (-, -ar, -ir) Summe

uppihald n. 47 (-i, -s, ohne pl.) Lebensunterhalt; Aufenthaltskosten

upplok n. 43 (-i, -s, -) Öffnen; **með miklu upploki** mit großem Lärm [7]

upplýsingar f. pl. 24 Auskunft, Information

uppreisn f. 29 '(-, -ar, -ir) Aufstand; Aufruhr

úr präp. mit dat. aus, von

úr n. 43 (-i, -s, -) Taschenuhr, Armbanduhr

úrkoma f. 55 (-u, ohne pl.) Niederschlag, Regen

út adv. nach außen; **út af fyrir sig** für sich; **fara út** ausgehen; ins Ausland reisen

utan adv. von außen, außen, draußen; **að utan** von außen, außen; an der Außenseite; **koma að utan** aus dem Ausland kommen

utanlands adv. im Ausland

útgerð f. 29 (-, -ar, -ir) Be-

trieb; Reederei; Ausrüstung
eines Fischers

úti adv. draußen

útihús n.pl. 43 Viehstall; die
Häuser eines Bauernhofs
(mit Ausnahme des Wohn-
hauses)

úthaf n. 47 (-i, -s, -höf) Oze-
an, hohes Meer

úthafsloftslag n. 47 (-i, -s,
ohne pl.) ozeanisches Kli-
ma, Meeresklima

útivinna f. 55 (-u, ohne pl.)
Arbeit (in der frischen
Luft)

útland n. 47 (-i, -s, -lönd)
Ausland, fremdes Land; **frá
útlöndum** aus dem (vom)
Ausland; **til útlanda** ins
Ausland

útlendingaeftirlit n. 43 (-i, -s,
-) Ausländerbehörde

útlit n. 43 (-i, -s, -) Aussehen

útsýn f. 23 (-, -ar, ohne pl.)
oder **útsýni** n. 48 (-, -s,
ohne pl.) Aussicht; Über-
blick; Ausblick; **njóta út-
sýnis** (die) Aussicht ge-
nießen

útvarp n. 47 (-i, -s, útvörp)
Rundfunk; Radio; Rund-
funkgerät

útvörður m. 13 (-verði,
-varðar, -verðir) Vertreter;
Zeichen; Wahrzeichen

V

vafasamt adv. zweifelhaft

vafasamur adj. 1 (-söm, -samt;
-ari, -astur) zweifelhaft

vafi m. 51 (-a, -ar) Zweifel; **á
því er ekki (enginn) vafi**
daran besteht kein Zweifel

vagn m. 1 (-i, -s, -ar) Wagen;
Fuhre

vakna vi. 4 (vaknaði, vaknað)
aufwachen

vakt f. 29 (-, -ar, -ir) Wache;
Wacht; Arbeitsschicht

valda vt.ur. (präs. veld; olli,
ollum, valdið; impf. konj.
ylli) verursachen

valdsmannslegur adj. 1 (-leg,
-legt; -(a)ri, -astur) her-
risch; imposant; majestä-
tisch

vandræði n.pl. 48 Problem;
Schwierigkeit

vanta vt. 4 (vantaði, vantað)
fehlen

vanur adj. 1 (vön, vant; -ari,
-astur) gewöhnt, üblich; ge-
wöhnlich; **vanur að gera
e-ð** etwas zu tun pflegen

var adj. 1 (vör, vart; -ari, -ast-
ur) gewahr; vorsichtig;
verða var við e-ð etwas be-
merken; **vera var um sig**
auf der Hut sein, scheu sein

vara f. 58 (vöru, vörur) Ware

varða vt. 4 (-aði, -að) betreffen; angeben; berühren; **hvað varðar þig um það?** was geht es dich an?

varðandi präp. mit akk. bezüglich; was angeht

varðveita vt. 2 (-veitti, -veitt) aufbewahren, bewahren

varla adv. kaum

varningur m. 1 (-i, -s, ohne pl.) Ware(n); Gut; Güter

varsla f. 58 (vörslu, ohne pl.) Aufbewahrung

vatn n. 47 (-i, -s, vötn) Wasser, See **m.**; pl. **vötn** Fluß, Flüsse

Vatnsfjörður m. 14 (-firði, -fjarðar) Fjord in Westisland

vatnslítill adj. 6 (-lítil, lítið; -minni, -minnstur) mit wenig Wasser, wasserarm

vatnsorka f. 55 (-u, ohne pl.) Wasserkraft, Wasserenergie

vaxa vi. abl. 7 (präs. vex; óx, uxum, vaxið; impf. konj. yxi) zunehmen, wachsen; **vaxa upp** aufwachsen

veður n. 46 (-ðri, -urs, -) Wetter

veðurblíða f. 55 (-u, -ur) gutes mildes Wetter

veðurglöggur adj. 1 (-glögg, -glöggt; -gleggri, -gleggstur) wetterfühlig

veðurhorfur f. pl. 34 Wetteraussichten

veðurspá f. 23 (-, -spár, -spár) Wettervorhersage

veðurstofa f. 55 (-u, -ur) meteorologisches Institut

vefja vt. 1 (vafði, vafið) wikkeln, winden; **vefja að sér kápunni** den Mantel fester um sich umwickeln

vegabréf n. 43 (-i, -s, -) Paß

vegavinna f. 55 (-u, ohne pl.) Straßenbauarbeit

veggur m. 10 (-, -jar oder -s, -ir) Wand

vegna präp. mit gen. wegen

vegur m. 12 (-i, -ar, -ir) Weg, Straße; Route; **það er langan veg að fara** es ist eine lange Strecke; **á tvo vegu** in zwei Richtungen [6]

veiði f. 57 (-, -ar) Jagd; Fang; **vera á veiðum** auf Fangfahrt sein [9]

veiðiferð f. 29 (-, -ar, -ir) Jagd; Fischfangfahrt

veiðimaður m. 22 (-manni, -manns, -menn) Jäger

veikur adj. 1 (veik, veikt; -ari, -astur) krank

veita vt. 2 (veitti, veitt) gewähren; bewirten; **báðu þeir þá allir kónginn að veita sér hann** sie baten dann alle den König, sie

(d.h. die Gemeinde zu Oddi) ihnen zu gewähren [1]
veitingahús n.43 (-i, -húss, -) Restaurant, Gasthaus
vekja vt.1 (vakti, vakið) wekken; erwecken; **vekja athygli** Aufsehen erregen
vel adv. (komp. betur, sup. best) gut
vél f.23 (-, -ar, -ar) Maschine
vélbátur m.1 (-i, -s, -ar) Motorboot
velja vt.1 (valdi, valið) wählen, auswählen
vélritun f.31 (-, -unar, ohne pl.) Maschinenschreiben, Schreibmaschinenschreiben
vélvæðing f.24 (-, -ar, ohne pl.) Mechanisierung
venja f.56 (-ju, -jur) Gewohnheit; Sitte; Brauch
venjulega adv. (-ar, -ast) gewöhnlich
vera vi.ur. (2.6.3) (präs. er; var, vorum, verið; präs. konj. sé; impf. konj. væri) sein; **vera við** da sein, anwesend sein; **vera til** existieren, da sein; geben; **það er til** es gibt; **vera e-m til sóma** jemandem Ehre sein; **vera viðstaddur** anwesend sein; **vera við e-ð** sich mit etwas beschäftigen; **vera með e-ð** etwas mitbringen;

etwas haben; **vera með e-m** für jemanden sein
vera f.55 (-u, -ur) Wesen, Lebewesen; Kreatur; Anwesenheit; Aufenthalt (in diesen zwei letzten Bedeutungen nur sg.)
veraldleikur m.9 (-, -s, ohne pl.) Wirklichkeit
verð n.43 (-i, -s, -) Preis
verða vi.abl.3 (varð, urðum, orðið; impf. konj. yrði) (2.6.3) werden; müssen; gezwungen sein; **ég verð að fara** ich muß gehen
verðlaun n.pl.43 Preis; Belohnung; Prämie
verðmerkja vt.2 (-merkti, -merkt) den Preis aufkleben, mit dem Preis auszeichnen (Waren)
verðreikningur m.1 (-i, -s, -ar) Preisberechnung
verk n.43 (-i, -s, -) Werk; Arbeit
verka vt.4 (verkaði, verkað) sauber machen, reinigen; **verka fisk í salt** den Fisch salzen (um daraus Stockfisch zu machen); **verka á e-ð** auf etwas einwirken
verkamaður m.22 (-manni, -manns, -menn) Arbeiter, Arbeitnehmer
verkefni n.43 (-, -s, -) Aufgabe

verksmiðja f. 56 (-ju, -jur) Fabrik, Betrieb

verkstjóri m. 51 (-a, -ar) Vorarbeiter; Werkmeister

verri adj. komp. von **illur**, **vondur** oder **slæmur** (2.3.5) (sup. verstur) schlimmer

versna vi. 4 (versnaði, versnað) verschlimmern, schlimmer werden

verstur adj. sup. der schlimmste (siehe **slæmur, vondur, illur**)

vertíð f. 29 (-, -ar, -ir) Fischsaison; Fangzeit

verulegur adj. 1 (-leg, -legt; -(a)ri, -astur) ziemlich groß; wesentlich

verslun f. 31 (-, -unar, -anir) Laden, Geschäft

vestan präp. mit gen. westlich von

vetrarmánuður m. 12 (-i, -ar, -ir) Wintermonat

Vestmannaeyjar f. pl. 56 die Westmannainseln (Inselgruppe vor der isländischen Südküste)

vetur m. 19 (-tri, -trar, -) Winter; **í vetur** in diesem Winter; **á veturna** im Winter

við präp. mit dat. oder akk. bei, an; **við og við** ab und zu

við pron. pers. (2.5.1) wir

víða adv. (komp. víðar, sup. víðast) an vielen Stellen; vielerorts, weit, weit und breit; **víða um land** an vielen Stellen des Landes

viðdvöl f. 30 (-, -dvalar, -dvalir) Aufenthalt

viðgerð f. 29 (-, -ar, -ir) Reparatur; **í viðgerð** zur Reparatur

viðhald n. 47 (-i, -s, -höld) Instandhaltung

viðskiptavinur m. 12 (-i, -ar, -ir) Kunde

viðskipti n. pl. 48 Geschäfte; Handel; Handelsverbindung

viðstaddur adj. 1 (-stödd, -statt; ohne komp. und sup.) anwesend

viðtal n. 47 (-i, -s, -töl) Gespräch; Interview

víðtækur adj. 1 (-tæk, -tækt; -ari, -astur) umfangreich, breit, umfassend

víður adj. 1 (víð, vítt; -ari, -astur) ausgedehnt, weit, räumig

vigtun f. 31 (-, -unar, vigtanir) Wiegen, Abwiegen

vika f. 55 (-u, -ur) Woche

víkingaöld f. 30 (-, -aldar, -aldir) Jahrhundert der Wikinger, Wikingerzeit

vilja vt. ur. (2.6.6) (vil, vildi, viljað) wollen

vinabær m. 10 (-, -jar, -ir) Partnerstadt

vindgustur m. 8 (-i, -s, -ir) kleiner Wind; Windböen

vindur m. 1 (-i, -s, -ar) Wind

vínflaska f. 58 (-flösku, -flöskur) Weinflasche

vinna f. 55 (-u, ohne pl.) Arbeit; das Arbeiten; Beschäftigung; Beruf

vinna vt. abl. 3 (vann, unnum, unnið; impf. konj. ynni) arbeiten

vinnugalli [vɪn:ʏkal:ɪ] m. 51 (-a, -ar) Arbeitsanzug

vinnumaður m. 22 (-manni, -manns, -menn) Arbeiter

vinnumöguleiki m. 51 (-a, -ar) Arbeitsmöglichkeit; Arbeitsaussichten; Beschäftigungsmöglichkeit

vinnustaður m. 12 (-, -ar, -ir) Arbeitsplatz

vinsamlega adv. freundlich, höflich

vinsæll adj. 5 (-sæl, -sælt; -sælli, -sælastur) beliebt, populär

vinur m. 12 (-i, -ar, -ir) Freund

virðing f. 24 (-u, -ar, -ar) Würde

virkilega adv. wirklich

vísindamaður m. 22 (-manni, -manns, -menn) Wissenschaftler

vísindi n. pl. 48 Wissenschaft

víst adv. sicher (komp. vissara, sup. vissast) gewiß

vísu: að vísu adv. zwar

vita vt. ur. (2.6.6) (veit, vissi, vitað) wissen; vita á móti suðri eða vestri in südliche oder westliche Richtung gehen [5]

vitja vt. 4 (vitjaði, vitjað); vitja sjúklings einen Krankenbesuch machen

vitjun f. 31 (-, -unar, -anir) Besuch; Krankenbesuch; fara í vitjun Krankenbesuch machen

vitni n. 48 (-, -s, -) Zeuge

vogskorinn adj. 4 (-skorin, -skorið; -skornari, -skornastur) von Fjorden zerschnitten

von f. 29 (-, -ar, -ir) Hoffnung

vona vt. 4 (vonaði, vonað) hoffen

vondur adj. 1 (vond, vont; verri, verstur) schlecht, schlimm

vopn n. 43 (-i, -s, -) Waffe

vor n. 43 (-i, -s, -) Frühling; í vor im nächsten Frühjahr; in diesem Frühjahr

voralda f. 58 (-öldu, -öldur) Frühlingswelle, sanfte kleine Welle

vortúr m. 1 (-i oder -, -s, -ar) Frühjahrsreise

votur adj. 1 (vot, vott; -ari, -astur) naß
vænta vt. 2 (vænti, vænt) erwarten
væta vt. 2 (vætti, vætt) naß machen
vætutíð f. 29 (-, -ar, ohne pl.) regnerisches Wetter
vökna vi. 4 (vöknaði, vöknað) naß werden
vökva vt. 4 (vökvaði, vökvað) bewässern
vörubíll m. 2 (-, -s, -ar) Lastwagen
vöruúrval n. 47 (-i, -s, ohne pl.) Warenauswahl
vöxtur m. 13 (vexti, vaxtar, ohne pl.) Wachstum, Größe; Körperbau; Wachsen

Y, Ý

yfir präp. mit dat. oder akk. über, oberhalb
yfirgefa vt. abl. 4 (-gaf, -gáfum, -gefið; impf. konj. yfirgæfi) verlassen
yfirleitt adv. im allgemeinen, überhaupt
yfirvinna f. 55 (-u, ohne pl.) Überstunden
yfirvinnubann n. 47 (-i, -s, -bönn) Verbot gegen Überstunden; Überstundenverbot

ykkar pron. pers. siehe þið (2.5.1)
ýmis ind. pron. (2.5.7) verschieden; irgendwer; bald der eine, bald der andere
yndislegur adj. 1 (-leg, -legt; -(a)ri, -astur) wunderbar
yrkja vt. 2 (orti, ort) dichten
ýsa f. 55 (-u, -ur) Schellfisch
ýtarlegur adj. 1 (-leg, -legt; -(a)ri, -astur) ausführlich
ytri adj. komp. (sup. ystur) äußere, äußerlich; weiter außen

Þ

þá adv. dann, damals
það pron. pers. n. (2.5.1) es
þagga vt., vi. 4 (þaggaði, þaggað); þagga e-ð niður etwas vertuschen; þagga niður í e-m jemanden zum Schweigen bringen
þak n. 47 (-i, -s, þök) Dach
þangað adv. dort, dorthin
þannig adv. auf diese Weise; derart
þar adv. dort
þarna adv. dort
þáttaka f. 58 (-töku, ohne pl.) Teilnahme
þáttur m. 16 (þætti, þáttar, þættir) Teil; Abschnitt

307

þegar kon. wenn, als
þegar adv. schon, bereits
þeir pron. pers. m. pl. (2.5.1)
sie
þekja vt. 1 (þakti, þakið) be-
decken
þekkja vt. 2 (þekkti, þekkt)
kennen; erkennen
þekktur adj. 1 (þekkt, þekkt;
-ari, -astur) bekannt
þessi dem. pron. (2.5.4) dieser
þess vegna adv. deshalb,
daher
þetta dem. pron. n. (2.5.4) sie-
he þessi
þéttur adj. 1 (þétt, þétt; -ari,
-astur) dicht; wasserdicht;
fest
þið pers. pron. (2.5.1) ihr
þiggja vt. 1 (þáði, þáð) akzep-
tieren; empfangen; entge-
gennehmen
þilfar n. 47 (-i, -s, -för) Deck
þing n. 43 (-i, -s, -) Parlament;
Kongreß, Tagung
þinghald n. 47 (-i, -s, -höld
oder ohne pl.) Parlaments-
sitzung; Abhalten von Par-
lamentssitzungen
þingpallur m. 1 (-i, -s, -ar,
dat. pl. þingpöllum) Sitz-
bank (im Parlament)
Þingvallavatn n. 47 (-i, -s)
Name des größten Sees Is-
lands

Þingvellir m. pl. 13 Versamm-
lungsort des alten isländi-
schen Parlaments (eigentl.
»Dingplatz«)
Þingvöllur m. 13 (-velli, -val-
lar, -vellir) siehe Þingvellir
þinn poss. pron. (2.5.3) dein
þjóð f. 29 (-, -ar, -ir) Volk;
Nation
þjóðfélag n. 49 (-i, -s, -félög)
Gesellschaft; Staat
þjóðfélagslíf n. 43 (-i, -s, -) ge-
sellschaftliches Leben; Le-
ben in einer Gesellschaft
Þjóðminjasafn n. 47 (-i, -s,
-söfn) Nationalmuseum
Þjóðskjalasafn n. 47 (-i, -s,
-söfn) Nationales Doku-
mentenmuseum (oder Do-
kumentenarchiv)
þjóðvegur m. 8 (-i, -ar, -ir)
Nationalstraße; Haupt-
straße
þjófur m. 1 (-i, -s, -ar) Dieb
þjónn m. 2 (þjóns, þjónar)
Kellner; Ober; Diener
þjónusta f. 55 (-u, ohne pl.)
Dienst; Bedienung; Service;
Kundendienst
Þjórsá f. 26 (-, -ár) Name von
Islands längstem Fluß
þó adv. doch, jedoch
þoka f. 55 (-u, -ur) Nebel
Þórhildur f. 25 (-i, -ar) weibl.
Vorname

þorp n. 43 (-i, -s, -) Dorf
Þorskafjörður m. 14 (-firði, -fjarðar) Fjordname in Westisland
þorskanet n. 43 (-i, -s, -) Dorschnetz
þorskur m. 1 (-i, -s, -ar) Dorsch
þrekvaxinn adj. 4 (-vaxin, -vaxið; þrekvaxnari, þrekvaxnastur) stark, stämmig; kräftig
þreyttur adj. 1 (þreytt, þreytt; -ari, -astur) müde
þriðjudagur m. 1 (-degi, -s, -ar) Dienstag
þrír z. (2.4.0, 2.4.1) drei
þrjátíu z. dreißig
þró f. 35 (-, þróar, þrær) Grube; Bassin; Zisterne
þröngbýli n. 48 (-, -s, ohne pl.) Wohndichte; enge Bebauung; enger Wohnraum
þröngur adj. 1 (þröng, þröngt; þrengri, þrengstur) eng
þröskuldur m. 1 (-i, -s, -ar) Schwelle
þú pers. pron. (2.5.1) du
þúfa f. 55 (-u, -ur) Grashökker; fara út um þúfur zu nichts werden; erfolglos werden (bleiben)
þurfa vt. ur. (2.6.6) (þarf, þurfti, þurft; impf. konj.

þyrfti) brauchen, bedürfen; þurfa á e-u að halda etwas benötigen
þurr adj. 1 (þurr, þurrt; -ari, -astur) trocken
þurrskynsamur adj. 1 (-söm, -samt; -ari, -astur) rationell; vernünftig; von trokkener Vernunft
þúsund z. (2.4.0, 2.4.1) f. 29 (-, -, -ir) oder n. 43 (-i, -s, -) Tausend (im f. wird meistens nur der pl. þúsundir verwendet)
þver adj. 1 (þver, þvert; -ari, -astur) quer; eigensinnig; þvert á móti im Gegenteil
því adv. deshalb, daher; því miður leider
því að kon. weil, denn
því – sem – því kon. je – desto
þvo vt. 4 (präs. þvæ; þvoði, þvegið; konj. impf. þvægi) waschen, spülen, abwaschen
þýðingarmikill adj. 6 (-mikil, -mikið; -meiri, -mestur) wichtig, bedeutungsvoll
þykja vt. 2 (þótti, þótt; impf. konj. þætti) dünken; scheinen; halten für; að þykja erfitt að sofna daß man es schwierig hat einzuschlafen
[4]

309

þykjast vi.2 (med.) (þóttist, þóst; impf.konj. þættist) sich einbilden; simulieren; sich etwas vorstellen

þýska f.55 (-u) Deutsch (deutsche Sprache)

Þýskaland n.47 (-i, -s) Deutschland

þægilegur adj.1 (-leg, -legt; -(a)ri, -astur) angenehm, bequem; nett, liebenswürdig

þægur adj.1 (þæg, þægt; -ari, -astur) artig; fügsam

þörf f.30 (-, þarfar, þarfir) Bedarf; nú er þörf nun ist es notwendig

Æ

æ adv. immer, stets (wird fast nur vor einem Komparativ verwendet)

ær f.39 (á, -, -) Mutterschaf

æska f.55 (-u, ohne pl.) Jugend; die jungen Leute

ætla vt.4 (ætlaði, ætlað) wollen; werden; beabsichtigen; vorhaben; glauben; annehmen; ætlast til e-s etwas erwarten

ætt f.29 (-, -ar, -ir) Stamm; Familie; Geschlecht; Sippe

ættleiða vt.2 (-leiddi, -leitt) adoptieren

ættleiddur adj.1 (-leidd, -leitt) adoptiv (p.p. von ættleiða)

ættarnafn n.47 (-i, -s, -nöfn) Familienname

ævi f.57 (-, ævir) Leben, Lebenszeit

Ö

öðruvísi adv. anders

öld f.30 (-, aldar, aldir) Jahrhundert

önd f.36 (-, andar, endur; dat.pl. öndum, gen.pl. anda) Ente

örugglega adv. sicher; mit Sicherheit

öruggur adj.1 (örugg, öruggt; -ari, -astur) sicher

Öræfajökull m.2 (-kli, -uls) Gletscher in Südisland

öxi f.30 (-, axar, axir) Axt

Lieferbare und in Vorbereitung befindliche Titel

EINARSSON, STEFÁN: Studies in Germanic Philology. Edited with an Introduction and a Bibliographical Supplement and Notes by Anatoly Libermann. 1986. (II), LXXII, 237 pp with 9 photographs and 2 maps   *ISBN 3-87118-755-0*

GARNES, SARA: Quantity in Icelandic: Production and Perception (*HbgerPhonetBeiträge, 18*). 1976. XVIII, 287 pp with 151 tables and 188 figures   *ISBN 3-87118-236-2*

HAUGEN, EINAR: Die skandinavischen Sprachen. Eine Einführung in ihre Geschichte. Gegenüber der englischen Ausgabe von 1976 umgearbeitet und erweitert. Autorisierte Übertragung von Magnús Pétursson. 1984. 636 Seiten mit zahlr. Abbildungen, Faksimiles und Karten   *ISBN 3-87118-551-5*

OREŠNIK, JANEZ: Studies in the Phonology and Morphology of Modern Icelandic. A selection of essays. Edited by Magnús Pétursson. 1985. 227 pp   *ISBN 3-87118-683-x*

PÉTURSSON, MAGNÚS: Isländisch. Eine Übersicht über die moderne isländische Sprache mit einem kurzen Abriß der Geschichte und Literatur Islands. 1978. XII, 220 Seiten mit e. mehrfarb. Übersichtskarte, 8 Sprachkarten und 4 Faksimiles   *ISBN 3-87118-319-9*

–: Lehrbuch der isländischen Sprache. Mit Übungen und Lösungen. 2., überarbeitete Auflage 1987. 312 Seiten mit 1 Kartenskizze
ISBN 3-87118-820-4

–: Tonkassette zum Lehrbuch. Laufzeit 70 Minuten
ISBN 3-87118-442-x

THOMSON, COLIN D.: Íslensk beygingafræði – Isländische Formenlehre – Icelandic Inflections. Ein Lehr- und Tabellenbuch in drei Sprachen: Isländisch – Deutsch – Englisch. 1987. Ca. 320 Seiten
In Vorbereitung

ZAŁUSKA-STRÖMBERG, APOLONIA: Grammatik des Altisländischen. Mit Lesestücken und Glossar. 1982. 217 Seiten *ISBN 3-87118-448-9*

BRACHIN, PIERRE: Die niederländische Sprache. Ein Überblick. Übertragen aus dem Französischen von Christian Zinsser. 1987
In Vorbereitung

COLLINDER, BJÖRN: Einführung in die Sprachwissenschaft. 1978. 293 Seiten mit zahlr. Abbildungen   *ISBN 3-87118-324-5*

HAJDÚ, PÉTER/DOMOKOS, PÉTER: Die uralischen Sprachen und Literaturen. Übertragen aus dem Ungarischen von Lea Haader. 1986. 624 Seiten   *ISBN 3-87118-745-3*

HEINE, BERND /SCHADEBERG, THILO / WOLFF, EKKEHARD (Hrsg.): Die Sprachen Afrikas. Ein Handbuch. 1981. 665 Seiten mit 26 Karten
          ISBN 3-87118-433-0

KELLER, RUDOLF E.: Die Deutsche Sprache und ihre historische Entwicklung. Bearbeitet und übertragen a. d. Englischen, mit einem Begleitwort sowie einem Glossar versehen von Karl-Heinz Mulagk. 1986. XIV, 641 Seiten mit zahlr. Kartenskizzen und Tabellen
          ISBN 3-87118-552-3

SCHMIDT, PATER WILHELM: Die Sprachfamilien und Sprachenkreise der Erde. 1926. Nachdruck 1977. Textband XVI, 595 Seiten
          ISBN 3-87118-277-x
–: Atlasband mit 14 Farbkarten. Großformat   *ISBN 3-87118-278-8*

WOLF, SIEGMUND A.: Jiddisches Wörterbuch mit Leseproben. Wortschatz des deutschen Grundbestandes der jiddischen (jüdischdeutschen) Sprache. Korrig. Nachdruck d. Ausgabe von 1962. 2., durchges. A. 1986. 203 Seiten   *ISBN 3-87118-751-8*
–: Wörterbuch des Rotwelschen. Deutsche Gaunersprache. Korrig. Nachdruck der Ausgabe von 1956. 2., durchges. A. 1985. 432 Seiten
          ISBN 3-87118-736-4
–: Großes Wörterbuch der Zigeunersprache (romani tsiw). Wortschatz deutscher und anderer europäischer Zigeunerdialekte. Korrig. Nachdruck der Ausgabe von 1960. 2., durchges. A. 1987. 287 Seiten   *ISBN 3-87118-777-1*

Liefermöglichkeit und Preisänderungen vorbehalten

HELMUT BUSKE VERLAG HAMBURG